மாணவர்களுக்கான தமிழ்

பாகம் 2

மாணவர்களுக்கான தமிழ்

பாகம் 2

என். சொக்கன்

ZDP
SPECIFICS

Title: Maanavarkalukkaana Tamil - Part - 2
Author's Name: N Chokkan

Published by ZDP Specifics

ZDP
SPECIFICS

(An imprint of Zero Degree Publishing)
No. 55(7), R Block, 6th Avenue,
Anna Nagar,
Chennai - 600 040

Website: www.zerodegreepublishing.com
E Mail id: zerodegreepublishing@gmail.com
Phone: 89250 61999

ZDP Specifics First Edition:October 2023
ISBN: 978-93-95731-02-7
TITLE NO ZDPS: 61

Cover Design & Layout: Vijayan, Creative Studio

பொருளடக்கம்

1. அன்புமழை பொழியட்டும்

பசுமை!

எத்தனையோ வண்ணங்கள் இருப்பினும், கண்ணுக்குக் குளிர்ச்சி இந்நிறம்தான். மரம், செடிகொடிகள் பச்சைப்பசேலென்று பரந்து விரிந்திருக்கும் காட்சியைக் காண்கிற மனிதன் வாழ்வின்மீது நம்பிக்கை கொள்கிறான். தானும் செழித்துச் சிறப்போம் என்று நம்புகிறான்.

மாறாக, செடிகள் துவண்டிருந்தால், அவன் மனமும் துவண்டுபோகிறது. சோர்வடைகிறான், தன் பணி சிறப்பாக நடக்குமா என்று ஐயப்படுகிறான்.

'வள்ளலார்' என்று எல்லாராலும் அன்போடு அழைக்கப்பட்ட இராமலிங்க அடிகளார் அப்படித் துவண்டிருந்த ஒரு பயிரைக்கண்டார், மனம் வாடினார்.

ஆனால், அவருடைய வாட்டத்துக்குக்காரணம், சுயநலமல்ல. அந்தப் பயிரின்மீது பேரன்பு.

ஆம், அன்பை மனிதர்கள்மேல்மட்டுமே காண்பிக்கவேண்டும் என்று யார் சொன்னது? விலங்குகளும் தாவரங்களும்கூட உயிர்கள்தானே? அவற்றையும் நேசித்தால் என்ன?

வாடியபயிரைக்கண்ட வள்ளலார், தானும் வாடினார். அதற்குத் தண்ணீரூற்றிக் காக்க எண்ணினார். இந்தப்பயிர்மட்டுமல்ல, உலகில் எந்தப்பயிரும், எந்த உயிரும் வாடக்கூடாது என்றெண்ணியது அவருடைய உள்ளம்.

இன்னொருபக்கம், சில மனிதர்கள் பசியில் துடித்துக்கொண்டிருந்தார்கள். வெட்கத்தைவிட்டு வீடுதோறும் கையேந்திக்கேட்டும் அவர்களுக்கு உணவு கிடைக்கவில்லை. பசி தீரவில்லை, துவண்டு கிடந்தார்கள்.

அவர்களைக்கண்டு வள்ளலார் உள்ளம் பதைத்தார். 'இவர்களுக்காக ஏதேனும் செய்யவேண்டுமே' என்று துடித்தார்.

பசி என்பது ஒரு நோய். அதுதவிர மனிதனை வாட்டும் நோய்கள் இன்னும் பலப்பல உண்டே.

அப்படி நோய்வந்து வாடியவர்கள் சிலரை வள்ளலார் கண்டார். அவருடைய உள்ளம் பதைபதைத்தது.

சாலையோரத்தில் இன்னும் சிலர் சுருண்டு கிடந்தார்கள். எல்லாரும் வறியவர்கள், உணவு, உடை, உறைவிடம் என அடிப்படைத்தேவைகள் எவையும் நிறைவேறாத ஏழைகள்.

அதே ஊரில் பல பணக்காரர்களும் இருக்கிறார்கள்; இவர்கள் அவர்களிடம் சென்று உதவி கேட்கலாமே.

அதற்கு அவர்களுக்கு மனம்வரவில்லை. தன்மானத்தை விட்டுக்கொடுக்காமல், தங்களால் இயன்ற அளவு உழைத்து முன்னேறவேண்டும் என்று முயற்சிசெய்கிறார்கள்.

இவர்களையெல்லாம் பார்க்கும்போது, வள்ளலாருக்குள் அன்பு சுரக்கிறது. அனைவர்மேலும் அன்பு செலுத்தவேண்டும், எல்லா உயிர்களும் ஒன்றுக்கொன்று ஆதரவாக இருக்கவேண்டும், பசி, பிணி, வறுமை போன்றவை அல்லாத உலகம் வேண்டும் என்று சிந்தித்தார். அந்த வழியையே மக்களுக்குப் போதித்தார், அவ்வழியில் அறப்பணிகளை முன்னின்று நடத்தினார்.

'திருவருட்பா'வில் வள்ளலார் பாடிய இந்தப் பிரபலமான பாடல் அக்காட்சியை நம் கண்முன்னே கொண்டுவருகிறது.

வாடியபயிர்களை, பசியில் துடிக்கும் மனிதர்களை, நோயில் வருந்துவோரை, ஏழைகளைக் காணும்போதெல்லாம் நம் மனத்திலும் இரக்கம் சுரக்கச்செய்கிறது:

‘வாடியபயிரைக் கண்டபோதெல்லாம்
வாடினேன், பசியால் இளைத்தே
வீடுதோறு இரந்தும் பசிஅறாது அயர்ந்த
வெற்றரைக் கண்டு உளம்பதைத்தேன்,
நீடிய பிணியால் வருந்துகின்றோர், என்
நேர்உறக் கண்டு உளம்துடித்தேன்,
ஈடின் மானிகளாய், ஏழைகளாய் நெஞ்(சு)
இளைத்தவர்தமைக் கண்டே இளைத்தேன்.’

★★★

2. அசலாம்பிகை

காந்தியடிகளுக்குப் பிடித்த பஜனைப் பாடல்களில் ஒன்று, 'வைஷ்ணவ ஜனதோ', இதனை எழுதியவர், நரஸி மேத்தா. இன்றைக்கும் இந்தப் பாடலைப் பல மேடைகளில் நாம் கேட்கிறோம்.

மகாத்மாவுக்கே பிடித்துப்போகுமளவு அந்தப்பாடலில் அப்படி என்னதான் இருக்கிறது? கேட்டால் நமக்கு ஒன்றும் புரிவதில்லை. தமிழில் தெரிந்துகொண்டால் நன்றாயிருக்குமே!

கவலைவேண்டாம், இதோ, 'வைஷ்ணவ ஜனதோ'விலிருந்து சில முக்கியமான பகுதிகள், தமிழில்:

> 'தன்துயர்போலப் பிறர்துயர்தனையும்
> ஒன்று என நோக்கி உணர்வதும், பகட்டும்
> தன்புகழ் குணமும் இன்றியே தளர்வோர்க்(கு)
> அற்புடன் தொண்டுகள் ஆற்றுவார்தாமே,
> உண்மையாம் வைணவர் உலகினில், அன்னார்
> எவ்வெவரிடத்தும் செவ்விதிற் பணிவாய்ச்
> சொல்லினும், செயலினும் தூயராய் உறுவார்,
> அத்தகைப் பண்பார் உத்தமர்...'

‘மற்றவர் உலகின் மாதரை எல்லாம்
தாய் எனக் காணும் தன்மையே உறுவார்,
வாயினைப் பொய்ம்மை வழங்கியே மாசு
பற்றிடச் செய்யார், மற்றவர் பொருளில்
இச்சைவைத்து உழலார், எப்பொருளிடத்தும்
பற்று உளம் கொள்ளார், உற்றிடும் இராம
நாமமே அவருக்கு ஏம ஆனந்தம்...’

உண்மையான வைணவர் யார் தெரியுமா?

1. பிறருடைய துயரையும் தன் துயரைப்போலவே எண்ணுபவர்
2. பகட்டாக நடந்துகொள்ளாதவர்
3. தன்னைப் புகழ்ந்துகொள்ளாதவர்
4. தளர்ந்திருப்போர்மீது அன்புசெலுத்தித் தொண்டுகள் செய்கிறவர்
5. பணிவானவர்
6. சொல், செயலில் தூய்மையாகத் திகழ்பவர்
7. உத்தமர்
8. பிற பெண்களைத் தாயாகக் காண்கிறவர்
9. பொய் பேசாதவர்
10. பிறர் பொருள்மேல் ஆசை வைக்காதவர்
11. எந்தப் பொருளின்மீதும் பற்றுவைக்காத மனநிலையுடன் வாழ்கிறவர்
12. இறைவன் பெயரைச் சொல்லி மகிழ்கிறவர்

என்ன அழகான வர்ணனை. காந்திக்கு இப்பாடல் பிடித்துப் போனதில் வியப்பென்ன!

அது சரி, இப்பாடலை இத்துணை அழகாகத் தமிழில் மொழிபெயர்த்தவர் யார்?

‘வைஷ்ணவ ஜனதோ’வை நாமக்கல் கவிஞர் தமிழில்

எழுதியிருக்கிறார். ஆனால் இங்கே நாம் காணும் பாடல், அசலாம்பிகை எழுதிய ‘காந்தி புராணம்’ எனும் நூலில் இடம்பெற்றுள்ளது.

ஆம், காந்தியடிகளின் வாழ்க்கை வரலாறை மரபுக்கவிதையில் புராணமாக எழுதியிருக்கிறார் இந்தக் கவிஞர். அதுமட்டுமல்ல, திலகர் புராணம், இராமலிங்க சுவாமிகள் வரலாறு போன்றவற்றையும் எழுதியிருக்கிறார். 1875ம் ஆண்டு, திண்டிவனம் அருகிலிருக்கும் இரட்டணையில் பிறந்தவர் அசலாம்பிகை. இளவயதிலேயே திருமணமாகிக் கணவரை இழந்தவர்.

அக்காலத்தில் பெண்கள் படிப்பதற்குப் பல கட்டுப்பாடுகள் இருந்தன. அதிலும், கைம்பெண்கள் படிப்பதென்றால் அது மிகப்பெரிய சவால்தான். ஆனால், அசலாம்பிகையின் குடும்பத்தினர் அவருக்கு ஆதரவாக இருந்தார்கள், திருப்பாதிரிப்புலியூருக்குக் குடிபெயர்ந்தார்கள், அங்கே வீட்டிலிருந்தபடியே தமிழைக் கற்றுத்தேர்ந்தார் அசலாம்பிகை.

படிக்கப்படிக்க, அவருக்கு அறிவோடு தன்னம்பிக்கையும் பெருகியது. பெண்கள் முன்னேற்றத்துக்காகப் பேசத் தொடங்கினார். கவிதைகள், கட்டுரைகள், சக பெண்களிடம் உரையாடல் என்று பலவிதங்களில் இதனை முன்னெடுத்துச் சென்றார்.

அசலாம்பிகையின் நூல்கள் அவரது கவிச்சிறப்பையும் சிந்தனை வளத்தையும் காட்டுகின்றன. ‘பண்டிதை அசலாம்பிகை அம்மையார் நாட்டின் விடுதலைக்கும் தமிழுக்கும் ஆற்றியுள்ள தொண்டுகள் போற்றத்தக்கவையாகும்’ என்று ம.பொ. சி. எழுதியுள்ளார். துணிவோடும் தெளிவோடும் சமூகப் பணியாற்றிய அசலாம்பிகையின் வாழ்க்கை, பெண்களுக்கு மட்டுமல்ல, எல்லாருக்கும் வழிகாட்டியாகும்!

★★★

3. ஏகதேச உருவக அணி

‘உனக்குப் பிடிச்ச விளையாட்டு அணி எது?’ என்று கேட்டாள் நவீனா.

‘நம்ம இந்திய அணிதான்!’ என்றாள் மலர்விழி.

‘அப்படிச்சொன்னா எப்படி? இந்தியாவிலே கிரிக்கெட், கால்பந்து, கூடைப்பந்து, கபடின்னு பல விளையாட்டு அணிகள் இருக்கே. அதுல உனக்குப் பிடிச்சது எது?’

‘இந்தியக் கிரிக்கெட் அணிதான்!’ சட்டெனச் சொன்னாள் மலர்விழி, ‘உனக்கு?’

நவீனா பதில் சொல்வதற்குள் அங்கே யாரோ நடந்துவரும் சத்தம் கேட்டது. திரும்பிப்பார்த்தால், அவர்களுடைய தமிழாசிரியர். ‘என்ன மலர், நவீனா, சுவாரஸ்யமா ஏதோ பேசிகிட்டிருக்கீங்கபோல.’

‘ஆமாம் ஐயா’ என்றாள் நவீனா, ‘அணிகளைப்பத்திப் பேசிகிட்டிருந்தோம்.’

‘அப்படியா? ரொம்ப நல்லது!’ என்றார் ஆசிரியர், ‘எந்த அணியைப்பத்திப் பேசினீங்க?’

அவர் இப்படி ஆவலுடன் விசாரித்ததும் அவர்களுக்குக் குழப்பமாகி விட்டது, 'வழக்கமா இந்தத் தமிழாசிரியருக்கு விளையாட்டுன்னாலே பிடிக்காதே, அதைப்பத்தி என்ன அரட்டைன்னு கோவப்படுவாரே. ஆனா இன்னிக்கு எந்த அணி பிடிக்கும்ன்னு விசாரிக்கறாரே!'

ஆசிரியர் மறுபடி கேட்டார், 'என்னம்மா? நான் அப்படி என்ன கஷ்டமான கேள்வியைக் கேட்டுட்டேன்? ரெண்டுபேரும் எந்த அணியைப்பத்திப் பேசினீங்கன்னுதானே கேட்டேன்? அதைச் சொல்ல ஏன் தயக்கம்?'

இப்போதுதான் நவீனாவுக்கு விஷயம் புரிந்தது. சட்டென்று சுதாரித்துக்கொண்டு, 'ஏகதேச உருவக அணியைப்பத்திப் பேசிகிட்டிருந்தோம் ஐயா' என்றாள்.

'ஏகதேச உருவக அணியா?' மலர்விழி திகைத்துப்போனாள், 'கிரிக்கெட் அணி, கால்பந்து அணி தெரியும், இப்படியோர் அணி இருக்கிறதா? எந்த நாட்டில்?'

அவள் இப்படிக் குழம்பிக்கொண்டிருக்கும்போது, தமிழாசிரியருக்கு ஒரே மகிழ்ச்சி, 'ஏகதேச உருவக அணியா? அருமை அருமை!' என்றார். 'எங்கே, அதைப்பத்திக் கொஞ்சம் சொல்லு பார்க்கலாம்!'

'ஐயா, பொதுவா உருவக அணின்னா, ரெண்டு விஷயங்களை ஒப்பிட்டு இதற்கு இது உருவகம்ன்னு சொல்வாங்க' என்று விளக்கினாள் நவீனா, 'எடுத்துக்காட்டா, அந்த நாட்டைப் புலி ஆண்டதுன்னு சொல்லும்போது, ஆண்டது ஒரு புலி இல்லை, புலிபோன்ற ஒரு வீரன்தான் ஆட்சிசெஞ்சிருக்கான். அவனைப் புலின்னு உருவகப்படுத்தறோம்.'

'அருமையான எடுத்துக்காட்டு' என்றார் ஆசிரியர், 'அப்ப ஏகதேச உருவக அணின்னா என்ன?'

'ஏகம்ன்னா ஒன்று, தேசம்ன்னா பக்கம், அதாவது, ஒரு பக்கத்தை மட்டும் உருவகப்படுத்திட்டு, அதோட தொடர்புடைய இன்னொரு பக்கத்தை உருவகப்படுத்தாம விட்டுட்டா அது

ஏகதேச உருவக அணி' என்றாள் நவீனா, 'எடுத்துக்காட்டா, கல்விதான் நமக்குக் கைவிளக்குன்னு சொல்லும்போது, கல்வியை விளக்குன்னு உருவகப்படுத்தறோம், ஆனா, அந்தக் கல்வியின்மூலமா நீங்கற அறியாமையை இருள்ன்னு உருவகப்படுத்தலை. அதனால, இது ஏகதேச உருவக அணி.'

'அருமை, அருமை' என்று பாராட்டினார் தமிழாசிரியர், 'எப்பவும் இதேமாதிரி நல்லாப் படிக்கணும்' எனச் சொல்லிவிட்டு நடந்தார்.

அவர் சென்றதும், மலர்விழி நிம்மதிப் பெருமூச்சுவிட்டாள், 'நல்லவேளை நவீனா, சட்டுன்னு விளையாட்டு அணியிலேர்ந்து அணியிலக்கணத்துக்கு மாறினே, நாம தப்பிச்சோம். நிஜமாவே உன்னோட கல்வி ஒரு கைவிளக்குதான்!'

★★★

4. மரபுத்தொடர்கள்

தாத்தாவைப் பார்க்க யாரோ வந்திருந்தார்கள்.

சுரேஷ் மெல்ல தாத்தாவின் அறைக்குள் எட்டிப் பார்த்தான். இரண்டுபேர் அவரோடு மும்முரமாகப் பேசிக்கொண்டிருந்தார்கள், 'அடுத்தவாரம் கல்யாணம், நீங்க அவசியம் வரணும்.'

'கண்டிப்பா வர்றேன்' என்றார் தாத்தா, 'கல்யாணம்ங்கறது ஆயிரங்காலத்துப் பயிரில்லையா.'

சுரேஷுக்குக் குழப்பம், 'கல்யாணத்துக்கும் பயிருக்கும் என்ன சம்பந்தம்? ஒருவேளை, கல்யாண மண்டபம் வயலுக்குப்பக்கத்துல இருக்கோ?'

தாத்தா அவர்களுடன் தொடர்ந்து பேசிக்கொண்டிருந்தார், 'கல்யாணத்துக்கு நிறைய செலவு பிடிக்குமே, எப்படிச் சமாளிக்கறீங்க?'

'ஏதோ, எங்களால முடிஞ்சது' என்றார்கள் வந்தவர்கள், 'பொன் வைக்கிற இடத்துல பூவை வெச்சுச் சமாளிக்கறோம்.'

சுரேஷ் மறுபடியும் குழம்பிப்போனான். பொன் வைக்கிற இடத்தில் எப்படிப் பூவை வைக்கமுடியும்? பொன்னைத்தானே வைக்கவேண்டும்?

அவர்களுக்குத் தாத்தா சொன்ன பதில் அவனுடைய குழப்பத்தை இன்னும் அதிகப்படுத்தியது, 'ஆமாமா, ஆத்துல போட்டாலும் அளந்துதானே போடணும்.'

முதலில் வயல், இப்போது ஆறு, கல்யாணத்துக்கும் ஆற்றுக்கும் என்ன சம்பந்தம்? ஆற்றிலே எதைப்போடவேண்டும்? அதை எப்படி அளக்கவேண்டும்?

இப்போது, வந்தவர்கள் எழுந்துகொண்டார்கள், 'உங்களைப் பார்த்தது ரொம்ப மகிழ்ச்சி. கல்யாணத்தன்னிக்குச் சந்திப்போம்.'

'நல்லது. சந்தோஷமா போய்ட்டுவாங்க' என்றார் தாத்தா.

அவர்கள் கிளம்பியதும், தாத்தாவின் அறைக்குள் நுழைந்தான் சுரேஷ். அவன் கன்னத்தைத் தட்டி வரவேற்றார் தாத்தா, 'என்னடா, விளையாடப்போகலையா?'

'இல்லை தாத்தா' என்றான் சுரேஷ், 'எனக்கொரு சந்தேகம் தாத்தா.'

'என்னது?'

'கொஞ்சநேரம் முன்னாடி நீங்க அவங்ககிட்ட கல்யாணம் ஆயிரங்காலத்துப் பயிர்ன்னு சொன்னீங்க, அவங்க ஏதோ பொன்னை வைக்கிற இடத்துல பூவை வைக்கறோம்ன்னாங்க, நீங்க ஆத்துல போட்டாலும் அளந்து போடணும்ன்னு சொன்னீங்க. இதுக்கெல்லாம் என்ன அர்த்தம்? கல்யாணத்துக்கும் இதுக்கும் என்ன சம்பந்தம்?'

தாத்தா பெரிதாகச் சிரித்தார், 'டேய், அதுக்கெல்லாம் அப்படியே அர்த்தம் எடுத்துக்கக்கூடாதுடா' என்றார்.

'வேற எப்படி அர்த்தம் எடுத்துக்கறது?'

'ஆயிரங்காலத்துப் பயிர்ன்னா, நிஜமான பயிர் இல்லை, நெல், கோதுமைமாதிரி பயிர்கள்லாம் சில நாள்ல, சில மாசத்துல விளைஞ்சிடும், ஆனா, கல்யாணம்ங்கற உறவு பலகாலத்துக்கு நீடிச்சிருக்கும்ன்னு அர்த்தம்.'

'அட, அப்புறம்?'

'பொன்னை வைக்கிற எடத்துல பூவை வைக்கிறோம்ன்னா, ஆடம்பரமாச் செலவுசெய்யாம, குறைஞ்சசெலவுல கல்யாணத்தை நிறைவா நடத்தறோம்ன்னு அர்த்தம்.'

'ஓ, அப்படியா!'

'ஆத்துல போட்டாலும் அளந்துதான் போடணும்ன்னா, யோசிக்காம செலவுசெய்யக்கூடாதுன்னு அர்த்தம்.'

'அருமை தாத்தா. இதெல்லாம் உங்களுக்கு எப்படித் தெரியும்?'

'இதையெல்லாம் மரபுத்தொடர்ன்னு சொல்வாங்க' என்று விளக்கினார் தாத்தா, 'அதாவது, நம்ம முன்னோர் காலங்காலமா இதை இந்தப்பொருள்ல பயன்படுத்தியிருக்காங்க, அதை நானும் அப்படியே பயன்படுத்தறேன், இதோ, நான் உனக்குச் சொல்லிட்டேன், இனி நீயும் இதேமாதிரி பயன்படுத்துவே, உன் மகன், உன் பேரனும் இதைப் பயன்படுத்துவான். இதன்மூலமா மொழி வளமாவும் இனிமையாவும் இருக்கும்.'

'ஆனா, இந்த மரபுத்தொடர்களை எப்படித் தெரிஞ்சுக்கறது?'

'அது ரொம்ப சுலபம்' என்றார் தாத்தா, 'எல்லார் பேசறதையும் கவனிச்சுப்பாரு, புரியாததைக் கேட்டுத் தெரிஞ்சுக்கோ, கொஞ்சநாள்ல உனக்கும் இதெல்லாம் நல்லாப் புரிய ஆரம்பிச்சுடும். நீயும் மரபுத் தொடர்களை இயல்பாப் பயன்படுத்த ஆரம்பிச்சுடுவே.'

★★★

5. கொடைமடம், படைமடம்

பொதினி மலையரசரின் அவையில் ஒரே பரபரப்பு. புலவர்கள் காரசாரமாகப் பேசிக்கொண்டிருந்தார்கள்.

அரசர் வையாவிக்கோப்பெரும்பேகன் உள்ளே நுழைந்ததும், எல்லாரும் எழுந்து நின்றார்கள். பேச்சு அப்படியே நின்றுவிட்டது.

பேகன் அமர்ந்தார். எல்லாரும் அமரலாம் என்று சைகை காட்டினார். அனைவரும் தங்கள் இருக்கையில் உட்கார்ந்தனர்.

'புலவர்பெருமக்களே, நான் வருவதற்கு முன்னால் எல்லாரும் என்ன பேசிக்கொண்டிருந்தீர்கள்?' என்று கேட்டார் அரசர். 'ஏதேனும் சுவையான விவாதமா?'

அனைவரும் ஒருவரையொருவர் பார்த்துக்கொண்டார்கள். அரசரின் கேள்விக்கு ஒருவரும் பதில்சொல்லவில்லை.

'என்ன ஆயிற்று? ஏன் தயக்கம்?' புன்னகைத்தார் அரசர், 'என்னைப்பற்றி ஏதேனும் விவாதமா?'

'ஆம் அரசே' என்றார் பரணர், 'நீங்கள் மயிலுக்குப் போர்வை அளித்ததைப்பற்றிதான் பேசிக்கொண்டிருந்தோம்.'

சிலநாள்முன்பு நிகழ்ந்த விஷயம் அது. அரசர் மாலைநேரத்தில்

மலையழகைப்பார்க்கச் சென்றிருந்தார். அப்போது, அங்கே ஒரு மயில் வந்தது. அந்த மயிலின் உடல் நடுங்கிக்கொண்டிருந்தது.

அதைப் பார்த்த அரசர், மயில் குளிரில் நடுங்குகிறது என்றெண்ணிவிட்டார். தான் அணிந்திருந்த போர்வையை அதற்குப் போர்த்திவிட்டார்.

அந்த நிகழ்வைத்தான் அன்றைக்குப் புலவர்கள் பேசிக்கொண்டிருந்தார்கள். சிலர் அரசரின் செயலைப் போற்றி, ‘அவர் பெரிய வள்ளல்’ என்றார்கள், வேறுசிலர், ‘மயிலுக்குப் போர்வை பயன்படுமா? இது கொடைமடம்’ என்றார்கள்.

அதென்ன கொடைமடம்?

இவருக்கு இது பொருத்தம் என்று அறிந்து வழங்கவேண்டும். அதுதான் சரியான கொடை.

அப்படியில்லாமல், ஒருவருக்குப் பொருந்தாத பொருளை வழங்கினால், அது அவர்களுக்குப் பயன்படாது. அப்படி வழங்குவதைக் ‘கொடைமடம்’ என்பார்கள்.

எடுத்துக்காட்டாக, பசியில் இருப்பவருக்கு உணவு வழங்கினால் அது கொடை. நன்கு உண்டு கொழுத்திருப்பவருக்கு வழங்கினால், அது கொடைமடம்.

பேகன் மயிலுக்குப் போர்வை வழங்கியதைக் கொடைமடம் என்று சில புலவர்கள் குறிப்பிட்டார்கள். இதைப் பரணர் அரசருக்கு விளக்கினார். பரணர் இப்படிச்சொன்னதும், பிற புலவர்களுக்கு அச்சம். அரசரின் கோபத்துக்கு ஆளாகவேண்டியிருக்குமோ என்று நடுங்கினார்கள்.

அதற்கேற்றாற்போல், பேகன் புருவமுயர்த்திப் பரணரைப் பார்த்தார், ‘புலவரே, அவர்கள் இப்படிச் சொல்வதுபற்றி உங்கள் கருத்து என்ன?’ என்று கேட்டார். ‘நான் செய்தது கொடைமடம் என்பதை நீங்களும் ஏற்கிறீர்களா?’

‘அரசே, நீங்கள் செய்தது கொடைமடமாக இருக்கலாம்’ என்றார் பரணர், ‘ஆனால், அப்படிப்பார்த்தால், மழையும் கொடை மடம் கொண்டதுதான்.’

'எப்படிச் சொல்கிறீர்கள்?'

'மழை வறண்ட நிலங்களில்மட்டுமா பொழிகிறது? நன்கு வளமான பூமிகளிலும்தானே பொழிகிறது, அங்கே மழைக்குத் தேவையே இல்லையே, அது தெரிந்தும் மழை நீரைச் சொரிகிறதே!' என்று விளக்கினார் பரணர், 'நீங்கள் மயிலுக்குப் போர்வை கொடுத்த நிகழ்வை அப்படிச் சொல்லலாம்.'

அரசர் மகிழ்ந்து சிரித்தார், 'நன்று புலவரே, நன்றாகச் சொன்னீர்கள்' என்று அவருக்குப் பரிசுகளை வாரி வழங்கினார்.

'ஆனால் ஒன்று அரசே, உங்களுக்குக் கொடைமடம் இருப்பினும், படைமடம் இல்லை!' என்றார் பரணர்.

'அதென்ன படைமடம்?'

'பிற அரசர்கள் உங்களைப் படைகொண்டு தாக்கினாலும், நீங்கள் அறம் தவறமாட்டீர்கள். அதுவே உங்கள் சிறப்பு!' என்று வாழ்த்தினார் பரணர்.

பேகனின் மகிழ்ச்சி இன்னும் அதிகரித்தது. பரணருக்கு மேலும் பரிசுகளை அள்ளித்தந்தார்.

மற்ற புலவர்கள் நிம்மதிப் பெருமூச்சுவிட்டார்கள், 'பரணரின் வாக்குத்திறனால் நம் தலை பிழைத்தது!'

(பேகனைப் புகழ்ந்து பாடிக் கொடைமடம், படைமடம்பற்றி விளக்கும் பரணரின் இப்பாடல், 'புறநானூறு' தொகுப்பில் 142வது பாடலாக இடம்பெற்றுள்ளது.)

★★★

6. பாட்டாகப் படிக்கலாம்

*ச*ங்க இலக்கிய நூல்களைப் பதினெண்மேற்கணக்கு, பதினெண்கீழ்க்கணக்கு என்று பிரிப்பார்கள். அவற்றுள் பதினெண்மேற்கணக்கு நூல்களை எட்டுத்தொகை, பத்துப்பாட்டு என்று பகுப்பார்கள். அத்தகைய எட்டுத்தொகை நூல்களில் ஒன்று, 'கற்றறிந்தோர் ஏந்தும் கலி' என்று போற்றப்படுகிற 'கலித்தொகை.'

இந்நூலுக்கு இந்தப்பெயர் எப்படி வந்தது?

'கலி' என்ற சொல், கலிப்பா என்ற பாடல்வகையைக் குறிக்கிறது. அவ்வகையில் அமைந்த பாடல்களின் தொகுப்பு(தொகை) என்ற பொருளில் இதனைக் 'கலித்தொகை' என்று அழைத்தார்கள்.

சங்கஇலக்கிய நூல்கள் அகம், புறம் என்று பிரித்துக் காட்டப்படுகின்றன. அவ்வகையில் 'கலித்தொகை'யானது அகநூலாகும். இதில் 150 பாடல்கள் இடம்பெற்றுள்ளன. இவற்றில் ஒரு பாடல் கடவுள்வாழ்த்து, மீதமுள்ள 149 பாடல்கள் ஐந்திணைகளாக அமைகின்றன:

★ 35 பாடல்கள் பாலைத்திணையில் அமைந்தவை. பாடியவர்: சேரமான் பாலை பாடிய பெருங்கடுங்கோ

- ★ 29 பாடல்கள் குறிஞ்சித்திணையில் அமைந்தவை. பாடியவர்: கபிலர்
- ★ 35 பாடல்கள் மருதத்திணையில் அமைந்தவை. பாடியவர்: மருதனிளநாகனார்
- ★ 17 பாடல்கள் முல்லைத்திணையில் அமைந்தவை. பாடியவர்: சோழன் நல்லுருத்திரன்
- ★ 33 பாடல்கள் நெய்தல்திணையில் அமைந்தவை. பாடியவர்: நல்லந்துவனார்

ஆனால், இந்தப் புலவர்பெயர்களையெல்லாம் எப்படி நினைவில் வைத்துக்கொள்வது?

அதற்கு ஓர் எளிய வழியுண்டு. இந்தப்பாடலைப் பாருங்கள்:

> பெருங்கடுங்கோன் பாலை, கபிலன் குறிஞ்சி,
> மருதனிள நாகன் மருதம், அரும்சோழன்
> நல்லுருத்தி ரன்முல்லை, நல்லந் துவன்நெய்தல்,
> கல்விவலார் கண்ட கலி

இந்தப்பாடலை மனப்பாடம் செய்துகொண்டால், கலித்தொகையில் எந்தெந்தத் திணையில் வரும் பாடல்களை யார் யார் எழுதினார்கள் என்று கச்சிதமாகச் சொல்லிவிடலாம். இதற்காக யாரோ எழுதிவைத்த பாட்டுதான் இது.

கலித்தொகையை மட்டுமல்ல, அன்றைக்கு எல்லாவற்றையுமே இப்படிதான் பாட்டாக எழுதிப்படித்தார்கள், அப்படியே மனனம் செய்துகொண்டார்கள், நினைவில்வைத்துக் கொண்டார்கள். சந்தத்தோடு இவற்றைப் படிக்கும்போது அவை நன்கு மனத்தில் தங்கும்.

மனப்பாடம் செய்வதென்பது ஒரு சிறந்த கல்விமுறை கிடையாதுதான். ஆனாலும், நாம் தமிழ்த்தொடங்கி வெவ்வேறு பாடங்களில் பலப்பல புள்ளிவிவரங்களை நினைவில் வைத்துக்கொள்ள வேண்டியிருக்கிறது. அதுபோன்ற நேரங்களில், நாமே வேடிக்கையாக இப்படிப்பட்ட பாடல்களை உருவாக்கலாம். இவை உங்களுடைய நினைவாற்றலை

வளர்க்கும். எடுத்துக்காட்டாக, ஊருக்குச் செல்லும்போது எடுத்துச்செல்லவேண்டிய பொருள்களைப் பாரதிதாசன் பாட்டாக எழுதியிருக்கிறார் பாருங்கள்:

> ‘சீப்பு, கண்ணாடி, ஆடை, சிறுகத்தி, கூந்தல் எண்ணெய்,
> சோப்பு, பாட்டரி, விளக்கு, தூக்குக்கூஜா, தாள், பென்சில்,
> தீப்பெட்டி, கவிகை, சால்வை, செருப்பு, கோவணம், படுக்கை,
> காப்பிட்ட பெட்டி, ரூபாய் கைக்கொள்க யாத்திரைக்கே.’

உங்களுடைய பாடத்தில் இதுபோல் சிக்கலான பட்டியல்கள் எவையேனும் உண்டா? அவற்றைப் பாடலாக மாற்றிப்பாருங்களேன்!

★★★

7. உழைக்கும் கவிஞர்

விவசாயி, மாடு மேய்ப்பவர், மாட்டு வியாபாரி, முறுக்கு வியாபாரி, தேங்காய் வியாபாரி, கீற்று வியாபாரி, மாம்பழ வியாபாரி, மீன் பிடிப்பவர், தண்ணீர் வண்டிக்காரர், உப்பளத் தொழிலாளி, நாடகக் கலைஞர்...

இவர்களெல்லாம் யார் என்று கேட்கிறீர்களா? 'மக்கள் கவிஞர்' என்று போற்றப்படும் பட்டுக்கோட்டை கல்யாணசுந்தரம் பார்த்த வேலைகள் என்று இப்படியொரு பட்டியலைச் சொல்கிறார்கள்.

இதிலிருக்கும் எல்லா வேலைகளையும் கவிஞர் செய்யவில்லை என்று மறுக்கிறவர்கள் உள்ளார்கள். அதேசமயம், இவற்றில் சிலவற்றையாவது அவர் செய்திருப்பார், உழைப்பாளிகளின் சிரமம் அதன்மூலம் அவருக்குப் புரியவந்தது, அவர்களுடைய உழைப்புக்கேற்ற கூலி கிடைக்காத நிலையைக்கண்டு வருந்தினார். தன்னுடைய கவிதைகள், பாடல்களில் அவர்களுக்காகத் தொடர்ந்து பேசிவந்தார்.

கவிஞனைக் காலத்தின் கண்ணாடி என்பார்கள். சொகுசு அறைக்குள் அமர்ந்து பாடல்களை எழுத இயலாது. அப்படியே எழுதினாலும், அவை கேட்போர் உள்ளங்களில் நீண்டநாள்

நிலைக்காது. உண்மையிலேயே சிரமப்படுகிறவர்களைப் பார்த்து, அதைத் தானே அனுபவித்து, அந்த அனுபவத்தை, உணர்வுகளை வரிகளாக்கும்போதுதான், அவை எல்லார் மனத்திலும் பதியும், இதற்கு எடுத்துக்காட்டாகத் திகழ்பவை பட்டுக்கோட்டையாரின் பாடல்கள்.

‘செய்யும் தொழிலே தெய்வம், அந்தத்
திறமைதான் நமது செல்வம்,
கையும் காலும்தான் உதவி, கொண்ட
கடமைதான் நமக்குப் பதவி.’

பட்டுக்கோட்டையாரின் இந்த நான்கு வரிகள், உழைத்துப்பிழைக்கிற எல்லாருடைய மனநிலையையும் அழகாகக் காட்சிப்படுத்துகின்றன. செய்கிற தொழிலைத் தெய்வமாக மதித்து, அதன்மூலம் கிடைத்த திறமையையே செல்வமாக்கிக்கொண்டு, தங்களுடைய கையைக் காலை நம்பி வாழ்கிறவர்கள், கடமையையே பதவியாக எண்ணிக் கௌரவமாக நடைபோடுகிறவர்கள், அவர்கள்தானே நம் நாட்டில் பெரும்பான்மை!

அப்படிப்பட்டவர்களின் குரலாகப் பட்டுக்கோட்டையாரின் பாடல்கள் அமைந்தன. எளிய வரிகள், அழகான மெட்டுகள், அதில் ஆழமான கருத்துகள் எனக் கேட்போரைத் தட்டியெழுப்பும்வகையில் பாடல்களை உருவாக்கினார் அவர்.

கவிஞர்கள் அழகுணர்ச்சிகொண்டவர்கள் என்பார்கள். இயற்கைக்காட்சியொன்றைப் பார்க்கும்போது, அதை அழகாக வர்ணிக்கவேண்டும் என்ற துடிப்புதான் அவர்களுக்கு அதிகமாயிருக்கும்.

பட்டுக்கோட்டையார் அப்படியொரு வயலைப்பார்க்கிறார், உடனே இப்படிப் பாடுகிறார்:

‘கண்ணை இழுக்கும் அழகு ஒன்று கண்டேன்,
காவியம், ஓவியம், யாவையும் கண்டேன்,
மின் நிகர் உடைய பெண்களும் ஆண்களும்
வேலை செய்யும் அந்தக் கோலத்துடன் கண்டேன்,

வண்ணக் கலை இங்கு வாழ்ந்திடக்கண்டேன்,
மக்கள் உழைப்பின் உயர்வினைக் கண்டேன்,
பொன்னைப் பழிக்கும் கதிர்கள் ஒன்றை ஒன்று
பின்னிப் பின்னி அசைந்து ஆடிடக் கண்டேன்.'

கதிர்களின் அழகுகூட பின்னால்தான் வருகிறது, அவற்றை முனைந்து உருவாக்கிய உழைப்பாளிகளைத்தான் முதலில் சொல்கிறார், அவர்கள்தான் கலை, அவர்கள்தான் காவியம், அவர்கள்தான் ஓவியம், அந்த உழைப்புதான் உயர்வு.

உழைப்பினால் வரும் பெருமிதம் அலாதியானது. அதைப் பெருமையோடு அனுபவிக்கச் சொல்லித்தருகிறார் பட்டுக்கோட்டையார்!

★★★

8. பெயர்ச்சொற்கள் ஆறு வகை

பள்ளியில் மதியவுணவு நேரம். சாப்பிட்டுமுடித்த மாணவர்கள் அருகிலிருந்த பூங்காவினுள் நுழைந்தார்கள்.

அந்தப்பூங்காவில் பலப்பல பூச்செடிகள். அவற்றின் பெயர்களையெல்லாம் ஆங்காங்கே எழுதி ஒட்டியிருந்தார்கள். மாணவர்கள் ஒவ்வொரு பெயராகப் படித்து, அந்தப் பூக்களைப் பார்த்து மகிழ்ந்தார்கள்.

'இவையெல்லாம் பெயர்ச்சொற்கள்' என்றான் வரதன், 'மல்லிகை, செம்பருத்தி, முல்லை... இப்படி ஒவ்வொரு மலரின் பெயரும், ஒரு பெயர்ச்சொல், இல்லையா?'

'ஆமாம்' என்று புன்னகைத்தான் குமரன், 'ஆனால், பெயர்கள்தான் பெயர்ச்சொற்கள் என்று எண்ணிவிடக்கூடாது, வேறு பல பெயர்ச்சொற்களும் இருக்கின்றன.'

'அப்படியா?'

'ஆமாம் வரதா' விளக்கினான் குமரன், 'எடுத்துக்காட்டாக, மல்லிகை என்பதைப்போல, பூந்தொட்டி என்பதுகூடப் பெயர்ச்சொல்தான். இவற்றைப் பொருட்பெயர் என்பார்கள். அதாவது, ஒரு பொருளின் பெயர்.'

'அதேபோல், இந்தப் பூக்கள் அழகாக அமைக்கப்பட்டிருக்கிற பூங்கா என்பதும் பெயர்ச்சொல்தான். அதனை இடப்பெயர் என்பார்கள்.'

'அப்படியானால், பள்ளி, வீடு, சாலை... இவையெல்லாம்கூட இடப்பெயர்கள்தானே?'

'ஆமாம், சென்னை, மதுரை, தில்லி... இவையும் இடப் பெயர்கள்தான்!' என்றான் குமரன், 'நாம் பூங்காவைப் பார்க்கிற நேரம், மதியம்... அதுவும் பெயர்ச்சொல்தான். அதனைக் காலப்பெயர் என்பார்கள்.'

'காலை, மதியம், மாலை, இரவு... இவையெல்லாம் காலப்பெயர்கள், சரியா?'

'ஆம், திங்கள், செவ்வாய், புதன், சித்திரை, வைகாசி, ஜனவரி, பிப்ரவரி... எல்லாமே காலப்பெயர்கள்தான்.'

'சரி, வேறு பெயர்ச்சொற்கள் உண்டா?'

'ஒரு பொருளின் உறுப்புகளும் பெயர்ச்சொற்களாகும், அவற்றைச் சினைப்பெயர்கள் என்பார்கள்.'

'சினை என்றால் உறுப்புதானே?'

'ஆமாம். இதோ, இந்தப் பூஞ்செடியிலிருக்கும் இலை, தண்டு, மொட்டு... இவையெல்லாம் சினைப்பெயர்கள்.'

'நம்முடைய கை, கால், மூக்கு... இவையும் சினைப்பெயர்கள்தானே!'

'ஆமாம்', அவனுடைய முதுகைத் தட்டிக்கொடுத்தான் குமரன், 'நீ மிகவும் அறிவானவன்... அட, இந்த அறிவு என்ற சொல்கூட ஒரு பெயர்ச்சொல்தான், இது குணத்தைக் குறிப்பிடுவதால், குணப்பெயர் என்பார்கள்.'

'அப்படியானால், இந்தச் செடிகள் அழகாக உள்ளன என்கிறோமே, அந்த அழகு என்பதும் குணப்பெயர்தான், இல்லையா?'

'அழகு, சிவப்பு, வட்டம், கூர்மை... இவையெல்லாம் குணங்கள்தான், எல்லாமே குணப்பெயர்கள்தான்' என்று

விளக்கிய குமரன், 'நிறைவாக, ஒரு தொழிலைக் குறிப்பிடும் பெயர்ச்சொற்களைத் தொழிற்பெயர்கள் என்பார்கள். எடுத்துக்காட்டாக, அதோ, அங்கே ஒருவர் நிலத்தைத் தோண்டுகிறார், இங்கே ஒருவர் செடியை நடுகிறார், ஒருவர் தண்ணீர் ஊற்றுகிறார், இங்கே தோண்டுதல், நடுதல், ஊற்றுதல் போன்றவை தொழிற்பெயர்கள்.'

'அருமை. தோட்டத்தை வைத்துப் பெயர்ச்சொற்களையெல்லாம் விளக்கிவிட்டாயே!'

'தோட்டம் மட்டுமல்ல, நாம் காணும் எல்லா இடங்களிலும் இந்த ஆறு பெயர்ச்சொல் வகைகளையும் நாம் காணலாம்' என்று பட்டியலிட்டான் குமரன்:

1. பொருட்பெயர்
2. இடப்பெயர்
3. காலப்பெயர்
4. சினைப்பெயர்
5. குணப்பெயர்
6. தொழிற்பெயர்

உங்களுக்கொரு பயிற்சி: ஏதேனும் ஒரு புத்தகத்தை எடுத்துக்கொள்ளுங்கள். அதில் ஒரு பக்கத்தைப் பிரித்து, அதிலுள்ள பெயர்ச்சொற்களைக் கண்டுபிடியுங்கள். அவற்றை இந்த ஆறு வகைகளாகப் பிரித்துத் தனித்தனியே எழுதுங்கள்!

★★★

௯. உயிரீறு, மெய்யீறு, உயிர்முதல், மெய்முதல்

குமரியும் மலர்விழியும் பள்ளிக்கு நடந்துகொண்டிருந்தார்கள்.

வழியில் ஓர் அழகிய வீடு. அதைப்பார்த்ததும், 'மலர், இந்த வீடு அருமையா இருக்குல்ல?' என்றாள் குமரி.

'ஆமாம் குமரி' என்று ஒப்புக்கொண்டாள் மலர்விழி. 'குறிப்பா அந்தக் கதவைப்பாரேன், அருமையாப் புறாமாதிரி சிற்பமெல்லாம் செதுக்கியிருக்காங்க.'

அந்தத் தெருவைக் கடந்து அடுத்த தெருவினுள் நுழையும்போது, முதல் வீட்டின் பின்புறமிருந்த கொல்லையைக் கண்டார்கள், 'அங்கே பாரேன், நிறைய பூச்செடிகளை வளர்த்திருக்காங்க!'

'ஆமா, இந்த வீட்டுக்காரங்களுக்குத் தோட்டக்கலையிலே நல்ல ஆர்வம்ன்னு நினைக்கறேன்.'

இப்படி ஒவ்வொரு வீடாகப் பார்த்து அதன் முன்பகுதி, பின்பகுதியை வியந்தவண்ணம் அவர்கள் நடந்தார்கள், பள்ளிக்கு வந்துசேர்ந்தார்கள்.

சிறிதுநேரத்தில், தமிழாசிரியர் உள்ளேவந்தார். இலக்கணப் பாடத்தைத் தொடங்கினார். 'குழந்தைகளா, இன்னிக்கு நாம

சொற்களை நாலுவிதமாப் பிரிக்கப்போறோம்!' என்றார். பின்னர் கரும்பலகையில் இப்படி எழுதினார்:

1. உயிரீறு

2. மெய்யீறு

3. உயிர்முதல்

4. மெய்முதல்

'இந்த நாலு வகையும் எப்படி வந்தது தெரியுமா?' என்ற தமிழாசிரியர் சாளரத்தின்வழியே தெரிந்த தெருவைச் சுட்டிக்காட்டினார், 'நாம பார்க்கிற வீடுகளையெல்லாம் இரும்புக்கதவு போட்ட வீடுகள், மரக்கதவு போட்ட வீடுகள்ன்னு பிரிக்கலாமில்லையா? அதேமாதிரி, கொல்லையிலே தோட்டம் உள்ள வீடுகள், தோட்டம் இல்லாத வீடுகள்ன்னு பிரிக்கலாமில்லையா? அதைப்போல, சொற்களோட தொடக்கம், முடிவைப் பார்த்து இப்படி நாலுவிதமாப் பிரிக்கறோம். உயிரீறு, மெய்யீறு ரெண்டும் சொல்லோட முடிவைப் பார்க்குது, உயிர்முதல், மெய்முதல் ரெண்டும் சொல்லோட தொடக்கத்தைப் பார்க்குது. இந்த வித்தியாசங்களை வெச்சு, சொற்கள் ஒண்ணோடொண்ணு எப்படிச் சேரும்ங்கிற புணர்ச்சிவிதிகளை நாம கத்துக்கலாம்.'

இப்போது, கரும்பலகையில் 'ஈறு' என்று எழுதினார் தமிழாசிரியர், 'குமரி, ஈறுன்னா என்ன?'

சட்டென்று எழுந்துநின்ற குமரி, 'ஐயா, நம்ம பல்லைப் பிடிச்சுவெச்சிருக்கிற தசைப்பகுதிக்குப் பேர் ஈறு' என்றாள். சட்டென்று வகுப்புமொத்தமும் சிரித்துவிட்டது.

தமிழாசிரியர் சிரிக்கவில்லை, மெதுவாகப் புன்னகைசெய்தார். பிறகு, 'குமரி, நீ சொன்ன பதில் சரிதான். ஆனா, இதென்ன மருத்துவ வகுப்பா? தமிழ்வகுப்புக்கு ஏத்தமாதிரி பதிலாச் சொல்லவேண்டாமா?'

குமரி வெட்கத்தோடு தலைகுனிந்துகொண்டாள், 'மன்னிச்சுடுங்கய்யா' என்றாள், 'ஈறுன்னா கடைசின்னு அர்த்தம்!'

'அருமை' என்றார் தமிழாசிரியர், 'ஆக, உயிரீறுன்னா, உயிர் ஈறு, அதாவது சொல்லோட கடைசியில உயிரெழுத்து வரும்' என்று விளக்கினார்.

மலர்விழி எழுந்துநின்று, 'ஐயா, உயிரெழுத்துகள் சொல்லுக்குக் கடைசியில வராதுன்னு அன்னிக்குச் சொன்னீங்களே' என்றாள்.

'ஆஹா, மலர்விழி, உனக்கு நல்ல நினைவாற்றல்' என்று பாராட்டினார் தமிழாசிரியர், 'நான் சொன்னது உண்மைதான், உயிரெழுத்துகள் சொல்லுக்குக் கடைசியில வராது, ஆனா, உயிரெழுத்துகள் வருமே, அதுல உயிரெழுத்துகள் இருக்கே' என்றார்.

பின்னர் கரும்பலகையில், 'பந்து' என்று எழுதினார் அவர், 'இந்தச் சொல்லோட கடைசி எழுத்து என்ன?'

'து!'

'அதை எப்படிப் பிரிக்கலாம்?'

'த் + உ.'

'அப்படீன்னா, இந்தச் சொல் 'உ' என்கிற உயிரெழுத்துல முடியுது, இல்லையா? அதுதான் 'உயிரீறு!' என்று விளக்கியவர், இப்போது கரும்பலகையில் 'மரம்' என்று எழுதினார், 'இந்தச் சொல் 'ம்'ங்கற மெய்யெழுத்துல முடியுது, அதனால, இது மெய்யீறு!'

'இதேமாதிரி, 'அழகு'ங்கற சொல் உயிரெழுத்துல ஆரம்பிக்குது, அதனால அது உயிர்முதல், 'படம்'ங்கற சொல் மெய்யெழுத்துல ஆரம்பிக்குது, அதனால, அது மெய்முதல்.'

'ஐயா, மெய்யெழுத்துல எந்தச்சொல்லும் ஆரம்பிக்காதுன்னும் நீங்க அன்னிக்குச் சொன்னீங்களே!' என்றாள் குமரி.

'ஆமாம் குமரி, ஆனா, சொல்லோட தொடக்கத்துல உயிர்மெய்யெழுத்து வருமே' என்று விளக்கினார் தமிழாசிரியர், 'உதாரணமா, 'படம்'ங்கற சொல்லோட தொடக்கத்துல இருக்கிற 'ப'ங்கற எழுத்தைப் பிரிச்சா ப் + அ வருதே,

அப்போ 'ப்' என்கிற மெய்யெழுத்துல அது தொடங்கறதா நாம எடுத்துக்கலாம்தானே?'

'ஆக, நாம பார்க்கிற எல்லாச் சொற்களையும் உயிரீறு, மெய்யீறு, உயிர்முதல், மெய்முதல்ன்னு பிரிக்கலாம். இரும்புக்கதவு போட்ட வீடு, மரக்கதவு போட்ட வீடு, தோட்டமுள்ள வீடு, தோட்டமில்லாத வீடுங்கறமாதிரிதான் இது, புரிஞ்சதா?' என்று ஆசிரியர் கேட்க, எல்லாரும் தலையாட்டினார்கள்.

'சரி, இப்போ பயிற்சிக்காக, உங்க பாடப்புத்தகத்துல இருக்கிற ஏதாவது ஒரு பக்கத்தை எடுத்துக்கோங்க, அதுல இருக்கிற சொற்களையெல்லாம் கவனிங்க, எது உயிரீறு, எது மெய்யீறுன்னு கண்டுபிடிங்க, அதேமாதிரி, எது உயிர்முதல், எது மெய்முதல்ன்னும் கவனிங்க!'

★★★

10. பிரிவுகள், உட்பிரிவுகள்

நூறு பக்கங்களைக்கொண்ட ஒரு பெரிய நூல். அதனை ஒரேமூச்சில் வாசித்துவிடுவீர்களா?

என்னதான் சுவையான கதையாயிருந்தாலும், ஒரேமூச்சில் நூறுபக்கங்களை வாசிப்பது சிரமம்தான். கொஞ்சம் விட்டுவிட்டு வாசித்தால் சவுகர்யமாகவும் இருக்கும், சுவையாகவும் இருக்கும்.

அதுமட்டுமின்றி, அந்நூலில் உள்ளது கதையானாலும் சரி, கவிதையானாலும் சரி, கட்டுரையானாலும் சரி, தொடர்ந்து ஒரே விஷயத்தைப்பற்றிப் பேசப்போவதில்லை. ஆங்காங்கே களம் மாறும், கருத்து மாறும், சொல்லப்பட்டிருக்கும் விதம் மாறும், பாத்திரக்கோணம் மாறும்.

இதற்கெல்லாம் இடமளிப்பதற்காக, நூல்களைப் பல பிரிவுகளாக, உட்பிரிவுகளாகப் பகுக்கிறார்கள். எடுத்துக்காட்டாக, கம்பராமாயணம் ஆறு பிரிவுகளாகப் பகுக்கப்பட்டுள்ளது: பாலகாண்டம், அயோத்தியாகாண்டம், ஆரணியகாண்டம், கிட்கிந்தாகாண்டம், சுந்தரகாண்டம், யுத்தகாண்டம்.

இந்தப் பிரிவுகள் ஒவ்வொன்றிலும் பலநூறு பாடல்கள் உள்ளன. இவற்றுக்குள் உட்பிரிவுகள் உண்டு. எடுத்துக்காட்டாக,

பாலகாண்டத்துக்குள் ஆற்றுப்படலம், நாட்டுப்படலம், நகரப்படலம், அரசியல்படலம் என்று உட்பிரிவுகளைக் காண்கிறோம்.

ஆக, கம்பராமாயணத்தில் காண்டம் என்பது பிரிவு, படலம் என்பது உட்பிரிவு, அந்தப் படலத்துக்குள் பாடல்கள் இடம்பெறுகின்றன. இவை அனைத்தும் கதை அடிப்படையில் அமைந்த பிரிவுகள்.

இதேபோல், ஐங்குறுநூறை எடுத்துக்கொண்டால், அதனைக் குறிஞ்சி, முல்லை, மருதம், நெய்தல், பாலை என ஐந்தாகப் பகுத்திருக்கிறார்கள். ஒவ்வொரு பிரிவிலும் நூறு பாடல்கள் உள்ளன. இவை பொதுத்தன்மை அடிப்படையில் அமைந்த பிரிவுகள்.

இந்நூலிலுள்ள குறிஞ்சிப் பிரிவுக்குள் சென்றால், அன்னாய் வாழிப்பத்து, அன்னாய்ப்பத்து, அம்மவாழிப்பத்து, தெய்யோப்பத்து என்று உட்பிரிவுகள் உள்ளன. அவை ஒவ்வொன்றிலும் பத்து பாடல்கள் இடம்பெறுகின்றன.

அகநானூறிலும் இதே குறிஞ்சி, முல்லை, மருதம், நெய்தல், பாலைப் பாடல்கள் உண்டு. ஆனால், அவை இப்படிப் பகுக்கப்படவில்லை. களிற்றியானைநிரை, மணிமிடைபவளம், நித்திலக்கோவை என்று மூன்று பெரும்பிரிவுகளாக அதனைப் பிரித்துள்ளார்கள்.

திருக்குறளின் பிரிவுகளைப் ‘பால்’ என்று அழைக்கிறோம். அறத்துப்பால், பொருட்பால், இன்பத்துப்பால் ஆகிய முப்பால்களினுள் பத்துப்பத்துக் குறள்களை அதிகாரங்கள் என்ற உட்பிரிவுகளால் பிரித்துக்காண்கிறோம்.

பழந்தமிழ் நூல்கள்மட்டுமல்ல. பின்னர் வந்த நூல்களிலும் இதுபோன்ற பிரிவுகளைக் காணலாம். எடுத்துக்காட்டாக, பாரதியார் பாடல்களைத் தேசியப்பாடல்கள், பக்திப்பாடல்கள், காப்பியங்கள் என்பதுபோல் பிரித்திருப்பார்கள். புதினங்களை அத்தியாயங்களாகப் பிரிக்கிறார்கள், அந்த அத்தியாயங்களுக்குத் தனித்தனியே பெயரிடுகிற வழக்கமும் இருக்கிறது. கட்டுரை

நூல்களுக்கும் அத்தியாயப்பகுப்பு தேவைப்படுகிறது.

அட, அவ்வளவு ஏன், உங்களுடைய பாடநூல்கள்கூட பெரும்பிரிவுகள், உட்பிரிவுகள், அதற்குள் துணைத்தலைப்புகள் என்று பலவிதமாகப் பிரிக்கப்பட்டிருக்கின்றன!

நூல்களைத் தொடர்ச்சியாக வாசிக்காமல் இவ்வாறு பிரித்து வாசிக்கும்போது, வாசகர்களுக்கு ஒரு தெளிவான பாதை கிடைக்கிறது. எந்த அளவு முன்னேறியிருக்கிறோம், இன்னும் எவ்வளவுதூரம் செல்லவேண்டும் என்று புரிந்துகொண்டு அவர்கள் வாசிக்கிறார்கள். தங்களுக்குப்பிடித்த பகுதிகளைப் பிறருக்குச் சுட்டிக்காட்டவும் பிரிவுகள், உட்பிரிவுகள் துணைபுரிகின்றன.

உங்களுக்குப்பிடித்த ஓர் இலக்கிய நூலை எடுத்துக்கொள்ளுங்கள், அதன் பிரிவுகள், உட்பிரிவுகளைக் கவனியுங்கள், அவை ஏன் எப்படி அமைக்கப்பட்டிருக்கின்றன, அதனால் வாசகருக்கு என்ன பயன் என்று யோசியுங்கள்.

★★★

11. மனவெழுச்சி

மகேசனுக்கு நாளை கணக்குத்தேர்வு.

ஆனால், இன்றைக்கு அவன் எதையும் படிக்கவில்லை. ஆனந்தமாக விளையாடிக்கொண்டிருந்தான்.

இதைக்கண்ட அவனுடைய தாய் மகேசனை அழைத்தார், 'என்னாச்சு? தேர்வுக்குப் படிக்கலையா?' என்று விசாரித்தார்.

'இல்லைம்மா' என்றான் மகேசன்.

'ஏன்?'

'எல்லாப்பாடமும் ஏற்கெனவே படிச்சுட்டேன்' என்று மகிழ்ச்சியோடு சொன்னான் மகேசன். விறுவிறுவென்று அங்கிருந்து ஓடிவிட்டான்.

ஒருநாள் கழித்து, மகேசனுக்கு அறிவியல்தேர்வு.

இப்போதும் அவன் ஏதும் படிக்கவில்லை. சோகமாக மூலையில் உட்கார்ந்திருந்தான்.

மீண்டும் மகேசனின் தாய் அவனை அழைத்தார், 'என்னாச்சு? தேர்வுக்குப் படிக்கலையா?' என்று விசாரித்தார்.

‘இல்லைம்மா’ என்றான் மகேசன்.

‘ஏன்?’

‘இந்தப்பாடம் ரொம்பக் கஷ்டம். எனக்கு எதுவுமே புரியலை’ என்று வருத்தத்துடன் சொன்னான் மகேசன், ‘இனிமே படிச்சு என்ன பயன்? எதுவும் என் மண்டையிலே ஏறாது.’

மகேசனின் தாய் அவனைப் புரிந்துகொண்டார், ‘நேத்திக்கு நீ ரொம்ப மகிழ்ச்சியா இருந்தே, இன்னிக்கு ரொம்ப வருத்தமா இருக்கே, சரியா?’ என்றார்.

‘ஆமாம்!’ என்றான் மகேசன், ‘அதுக்கென்னம்மா?’

‘மகேசா, மகிழ்ச்சி, வருத்தம்ங்கறதெல்லாம் மன உணர்வுகள். அவை மனுஷனுக்கு அவசியம் தேவை. அந்த உணர்வுகள்தான் நம்மையும் இயந்திரங்களையும் பிரிச்சுக்காட்டுது!’ என்று விளக்கினார் அவனுடைய தாய், ‘ஆனா, அந்த உணர்ச்சிகளை நாம கட்டுக்குள்ள வைக்கணும். இல்லைன்னா, அவை நம்மைப் பாதிச்சுடும்!’

‘என்னம்மா சொல்றீங்க? எனக்குப் புரியலையே!’

‘மகிழ்ச்சி, வருத்தம், அன்பு, கருணை, பயம்... இந்தமாதிரி உணர்வுகளையெல்லாம் நாம கட்டுப்படுத்தப் பழகணும்ன்னு சொல்றேன்’ என்றார் அவனுடைய தாய், ‘இதை மனவெழுச்சின்னு சொல்வாங்க. ஒரு நல்ல விஷயம் நடக்கும்போது அளவுக்கதிகமா மகிழ்ச்சியடைந்து ஆடிப்பாடறதும் தப்பு, ஒரு கெட்ட விஷயம் நடக்கும்போது அளவுக்கதிகமாச் சோர்ந்துபோறதும் தப்பு.’

‘ஏம்மா அப்படி?’

‘நீ அளவுக்கதிகமா மகிழ்ச்சியடையும்போது, தன்னம்பிக்கை ரொம்ப அதிகமாகும், அதனால, கவனிக்கவேண்டிய விஷயங்களைக்கூட நீ கவனிக்காம விட்டுடக்கூடும். எடுத்துக்காட்டா, நேத்திக்குக் கணக்குத்தேர்வு, நீ அளவுக்கதிகமான மகிழ்ச்சியோட சுத்திகிட்டிருந்தே, அந்த ஆனந்தத்துல நீ சில முக்கியமான பாடங்களை மறந்திருக்கலாம்.’

‘அதேமாதிரி, இன்னிக்கு அளவுக்கதிகமான சோகத்தோட சோர்ந்துபோயிருக்கே. உன்னால படிக்கவேமுடியாதுன்னு உனக்குத் தோணுது. இப்போ நான் என்ன சமாதானம் சொன்னாலும் உனக்குப் புரியாது!’

‘ஆக, அளவுக்கதிகமான மகிழ்ச்சிங்கற மனவெழுச்சியும் தப்பு, அளவுக்கதிகமான சோகம்ங்கற மனவெழுச்சியும் தப்பு, இந்த ரெண்டுக்கும் நடுவுல இருக்கப்பழகினா, நம்பிக்கையோட படிப்போம், நம்பிக்கையோட தேர்வுஎழுதுவோம், நல்ல மதிப்பெண் வாங்குவோம்!’ என்று விளக்கினார் மகேசனின் தாய், ‘ஞாபகமிருக்கட்டும், உணர்வுகளாலே பிரச்னையில்லை, அவை அளவுக்கதிகமாகி மனவெழுச்சியா மாறும்போது, கவனமா அதைக் கட்டுப்படுத்தணும். நம்ம உணர்ச்சி நம்ம கையிலே இருக்கும்போது, எல்லாம் சரியா நடக்கும்!’

‘புரிஞ்சதும்மா’ என்றான் மகேசன். ‘அறிவியல்பாடம் எனக்குப் புரியாதுன்னு உட்கார்ந்திருக்கறதில எந்த அர்த்தமும் இல்லை. படிக்க ஆரம்பிக்கறேன்!’

★★★

12. எட்டுவகைத் தொடைகள்

சிறுவயதில் இந்தப் பாடலைப் பாடியதுண்டா?

வட்டமான தட்டு,
தட்டு நிறைய லட்டு,
லட்டு மொத்தம் எட்டு,
எட்டில் பாதி விட்டு
எடுத்தான் மீதம் கிட்டு,
மீதம் உள்ள லட்டு,
முழுதும் தங்கை பட்டு,
போட்டாள் வாயில் பிட்டு,
கிட்டு நான்கு லட்டு,
பட்டு நான்கு லட்டு,
மொத்தம் தீர்ந்ததெட்டு,
மீதம் காலித் தட்டு.

குழந்தைக்கவிஞர் அழ. வள்ளியப்பா எழுதிய இந்தப்பாடலைக் குழந்தைகள்மட்டுமல்ல, பெரியவர்களும் ரசிப்பார்கள், சட்டென்று மனத்தில் பதிந்துவிடும். என்ன காரணம்?

தட்டு, லட்டு, எட்டு, கிட்டு, பட்டு என்று சொற்களை அமைத்திருக்கும் விதம் நம் காதுக்கு இனிமையாக இருக்கிறது. அதனால், இப்பாடலை நாம் எளிதில் நினைவில் வைத்துக்கொள்கிறோம்.

ஒரு மாலையில் பூக்களை அழகழகாகப் பார்த்துத் தொடுக்கிறார்கள், அதுபோல, கவிஞரும் அழகழகான சொற்களைத் தொடுக்கிறார். ஆகவே, இந்த அழகைத் 'தொடை' என்பார்கள், அதாவது, தொடுக்கப்படும் அமைப்பு.

தமிழில் மொத்தம் எட்டுவகைத் தொடைகள் உள்ளன:

1. எதுகைத்தொடை

சொற்களின் இரண்டாம் எழுத்து ஒன்றாக அமையும்படி தொடுப்பது 'எதுகை' எனப்படும். எடுத்துக்காட்டாக: பட்டம், சட்டை, கட்டை, தட்டு: இவை அனைத்திலும் இரண்டாவது எழுத்து 'ட்', ஆகவே எதுகை!

2. மோனைத்தொடை

சொற்களின் முதல் எழுத்து ஒன்றிவரும்படி தொடுப்பது 'மோனை' எனப்படும். எடுத்துக்காட்டாக: பட்டம், பறவை, பனி, பரவசம். இவை அனைத்திலும் முதல் எழுத்து 'ப', ஆகவே, மோனை!

இங்கே ஒரே எழுத்துதான் வரவேண்டும் என்றில்லை, இன எழுத்துகளும் வரலாம். எடுத்துக்காட்டாக, அம்மா, ஆடு ஆகியவை ஒரே எழுத்தில் தொடங்காவிட்டாலும், இது மோனைத்தொடைதான். காரணம், அ, ஆ இரண்டும் இன எழுத்துகள்.

3. இயைபுத்தொடை

சொற்களின் கடைசி எழுத்து ஒன்றிவரும்படி தொடுப்பது 'இயைபு' எனப்படும். எடுத்துக்காட்டாக: பட்டம், ஓவியம், நடனம், களம்: இவை அனைத்திலும் கடைசி எழுத்து 'ம்', ஆகவே, இயைபு!

4. முரண்தொடை

ஒன்றுக்கொன்று முரண்பட்ட சொற்கள் அமையும்படி தொடுப்பது. எடுத்துக்காட்டாக, 'ஆனைக்கு ஒரு காலம் வந்தால், பூனைக்கு ஒரு காலம் வரும்' என்ற பழமொழியில், ஆனை

என்ற பெரிய மிருகத்துக்கு முரணாகப் பூனை என்ற சிறிய மிருகம் சேர்த்துத் தொடுக்கப்பட்டிருக்கிறது.

5. அளபெடைத்தொடை

இந்தத் தொடை கவிதைகளில் மட்டும் இடம்பெறுகிறது. நெடில் எழுத்து தன்னுடைய வழக்கமான இரண்டு மாத்திரை நீளத்திலிருந்து அதிகரித்து மூன்று மாத்திரையாக ஒலிக்கும். எடுத்துக்காட்டாக, 'ஆதல்' என்பது 'ஆஅதல்' என்று எழுதப்படும், இங்கே 'ஆ' என்ற முதலெழுத்து நீண்டு ஒலிக்கும்.

6. அந்தாதித்தொடை

ஒரு பாடலின் இறுதிச்சொல் (அந்தம்) அடுத்த பாடலின் முதல் சொல்லாக (ஆதி) அமையும்படி தொடுப்பது அந்தாதி எனப்படும். எடுத்துக்காட்டாக:

அதோ, ஒரு பையன்
பையன் பெயர் ராமன்
ராமன் ரொம்ப நல்லவன்

இங்கே முதல் அடியின் இறுதிச்சொல்லான 'பையன்', இரண்டாவது அடியின் முதல் சொல்லாக வருகிறது, இதேபோல், இரண்டாவது அடியின் இறுதிச்சொல்லான 'ராமன்', மூன்றாவது அடியின் முதல் சொல்லாக வருகிறது.

7. இரட்டைத்தொடை

இதுவும் கவிதையில்மட்டும் இடம்பெறுகிற தொடையாகும். இங்கே ஒரேமாதிரியான சொற்கள் அடுத்தடுத்து இடம்பெறும். இவை ஒரே பொருளில் வரலாம் அல்லது வெவ்வேறு பொருளில் வரலாம். எடுத்துக்காட்டாக: "பாடுகோ பாடுகோ பாடுகோ பாடுகோ" என்ற நேமிநாதப்பாடலில் ஓர் அடிமுழுக்கப் "பாடுகோ" என்ற சொல் அமைந்துள்ளது.

8. செந்தொடை

இதுவரை நாம் கண்ட ஏழுவகைத் தொடைகளும் இல்லாமல் சொற்களைத் தேர்ந்தெடுத்துத் தொடுத்தால், அதைச்

‘செந்தொடை’ என்பார்கள். எடுத்துக்காட்டாக, ‘வாசலில் நின்ற மனிதரை அழைத்தேன்’ என்று சொல்லும்போது, இதில் எதுகையோ, மோனையோ, இயைபோ பிற தொடைகளோ இல்லை. இவ்வாறு கவிதையில் சொற்கள் தொகுக்கப்படும்போது, அவை ‘செந்தொடை’யில் அமைந்திருப்பதாகக் குறிப்பிடலாம்.

இந்தச் சொற்களுக்கு ஏற்ற எதுகை, மோனை, இயைபு, முரண் சொற்களைத் தொடுத்துப்பாருங்களேன்:

- ★ காடு
- ★ மனம்
- ★ புடைவை
- ★ நாடகம்
- ★ குளம்
- ★ அன்னம்
- ★ தாமரை
- ★ பறவை

★★★

13. உத்திகள்

'மாமா, நான் ஒரு கதை எழுதியிருக்கேன்' என்றான் வளவன்.

'அட, கதையா? அருமை!' என்றபடி அவனுடைய கையிலிருந்த தாள்களை வாங்கிக்கொண்டார் அருமைராஜன். ஆவலுடன் படிக்கத்தொடங்கினார்.

அவர் படிக்கப்படிக்க, வளவன் அவருடைய முகத்தையே பார்த்துக்கொண்டிருந்தான். அவர் என்ன சொல்லப்போகிறாரோ என்று ஆவலுடன் காத்திருந்தான்.

சில நிமிடங்களுக்குள் அருமைராஜன் கதையைப் படித்துவிட்டார், 'நல்ல, எளிமையான நடையிலே, அழுத்தமான கருத்தை எழுதியிருக்கே, கையெழுத்து முத்துப்போல இருக்கு, பாராட்டுகள்' என்று அவனுக்கு ஒரு முத்தம் தந்தார்.

மறுகணம், வளவனுக்கு வாயெல்லாம் பல். எந்நேரமும் புத்தகங்களைப் புரட்டிக்கொண்டிருக்கிற மாமாவிடம் பாராட்டுப்பெறுவது என்றால் சும்மாவா!

அருமைராஜன் உள்ளே சென்று ஒரு புத்தகத்தைக் கொண்டு வந்தார். அதை அவனிடம் கொடுத்தார், 'உன்னோட முதல் கதைக்கு என்னோட பரிசு!' என்றார்.

வளவன் ஆர்வத்துடன் அந்தப் புத்தகத்தை வாங்கிப்பார்த்தான். ‘தமிழின் மிகச்சிறந்த சிறுகதைகள்’ என்று அதில் எழுதியிருந்தது.

‘இனிமே இதிலேர்ந்து தினமும் ஒரு கதை படிக்கணும்’ என்றார் அருமைராஜன், ‘எதுக்குத் தெரியுமா?’

‘எதுக்கு?’

‘இந்தத் தொகுப்புல இருக்கிற ஒவ்வொரு கதாசிரியரும் பெரிய மேதைங்க, அவங்க பல உத்திகளைப் பயன்படுத்திக் கதைகளை எழுதியிருப்பாங்க, அதையெல்லாம் நீ புரிஞ்சுக்கணும் கத்துக்கணும், அப்போதான் உன்னோட கதைகள்ல பொருத்தமான உத்திகளைப் பயன்படுத்தமுடியும், இன்னும் நல்ல கதைகளை எழுதமுடியும்.’

சட்டென்று வளவனின் சிரிப்பு நின்றது, ‘அப்படீன்னா இந்தக்கதை நல்லா இல்லையா மாமா?’

‘அட, நான் அப்படிச் சொல்லலைடா’ என்று அணைத்துக் கொண்டார் அருமைராஜன், ‘இது உன்னோட முதல் கதை, இந்த வயசுக்கு இது அருமையான முயற்சி, ஆனா இன்னும் ரெண்டு வருஷம்கழிச்சு நீ இன்னும் சிறப்பான கதைகளை எழுதணும்ல? அதுக்குதான் இந்தப் பரிசு!’

‘உத்தின்னா என்ன மாமா?’

அருமைராஜன் கொஞ்சம் யோசித்தார், ‘உன்னோட கதையில வர்ற ஒருத்தர் எதுலயும் கவனமில்லாம ஓடிகிட்டிருக்கார், அதனால அவரால எதுலயும் ஜெயிக்கமுடியலை. சரியா?’

‘ஆமாம், மாமா.’

‘அவரைத் திருத்தறதுக்கு நீ என்ன செஞ்சே?’

‘நண்பர் ஒருத்தரை வெச்சு அவருக்கு அறிவுரை சொன்னேன்’ என்றான் வளவன், ’வயல்ல சும்மா விதைகளைத் தூவினாப் போதாது, சரியான உரம் போடணும், தண்ணி பாய்ச்சணும், ஆடு, மாடு மேய்ஞ்சுடாம பார்த்துக்கணும், அப்பதான் பயிர் நல்லா செழிச்சு விளையும்ன்னு அவர் சொன்னதும், இவர்

திருந்திடறார்.'

'ஆமா, வயல், விதை, உரம், தண்ணி, ஆடு, மாடு, பயிர்... இதெல்லாம் எல்லாருக்கும் தெரியற விஷயங்கள், அதாவது, நம்ம கண்முன்னாடி நாம பார்க்கக்கூடிய புலம்படு (Concrete) நிகழ்ச்சிகள். அவற்றை வெச்சு, வாழ்க்கையில ஜெயிக்கணும்ன்னா கவனம் தேவைங்கற கருத்தியல் (Abstract) நிகழ்ச்சியை நீ தெளிவாப் புரியவெச்சிருக்கே. இதுக்குப் பேர்தான் உத்தி!'

'ஓ, அப்படியா மாமா? நான் இதையெல்லாம் படிச்சதில்லை.'

'படிக்காமயே உத்தியை அழகாப் பயன்படுத்தியிருக்கே, இன்னும் இந்தமாதிரி நல்ல கதைகளைப் படிச்சேன்னா, பலப்பல உத்திகளைப் புரிஞ்சுக்குவே, அவற்றைப் பயன்படுத்தி மேலும் அருமையான கதைகளை எழுதுவே, அதுக்குதான் இந்தப் பரிசு!'

★★★

14. காற்புள்ளி

பள்ளியில் பெற்றோர், ஆசிரியர் கூட்டம். மகேந்திரனின் தந்தையான அரவிந்தன், அவனுடைய தமிழாசிரியரைச் சந்திக்க வந்திருந்தார்.

'வருக' என்று அரவிந்தனை வரவேற்றார் தமிழாசிரியர், 'அறிவாளி மகேந்திரனின் தந்தைக்கு நல்வரவு!'

அரவிந்தன் தமிழாசிரியரைப் புன்னகையோடு பார்த்தார், 'ஐயா, நீங்கள் அறிவாளி என்று குறிப்பிட்டது என் மகனையா, அல்லது என்னையா?' என்று கேட்டார்.

தமிழாசிரியர் வாய்விட்டுச் சிரித்தார். 'அருமை ஐயா, உங்களைப்போல் என் மாணவர்களெல்லாம் நிறுத்தற்குறிகளின் பயன்பாட்டை அறிந்துகொண்டால் நான் மிகவும் மகிழ்வேன்!'

அரவிந்தன் ஏன் அப்படிக் கேட்டார் என்பது உங்களுக்குப் புரிகிறதா?

'அறிவாளி மகேந்திரனின் தந்தை' என்கிற வாக்கியத்தின் நேரடிப்பொருள், அறிவாளியாகிய மகேந்திரனின் தந்தை. அதாவது, மகேந்திரன் அறிவாளி, அவனுடைய தந்தை அரவிந்தன்.

இந்த வாக்கியத்தில் ஒரே ஒரு சிறு மாற்றத்தைச் செய்தால், அதன் பொருளே மாறிப்போகும். அந்த மாற்றம், 'அறிவாளி' என்ற சொல்லுக்குப்பின் 'காற்புள்ளி' (கால் + புள்ளி => காற்புள்ளி, ஆங்கிலத்தில் *Comma*) என்ற நிறுத்தற்குறியைச் சேர்க்கவேண்டும்!

'அறிவாளி, மகேந்திரனின் தந்தை' என்று எழுதினால் அதன் பொருள், 'அரவிந்தன் அறிவானவர், அவர் மகேந்திரனின் தந்தையும்கூட.'

ஆக, ஒரே ஒரு காற்புள்ளியால் அறிவாளிப்பட்டம் மகேந்திரனிடமிருந்து அவனுடைய தந்தைக்கு மாறிவிடுகிறது!

தமிழில் நிறுத்தற்குறிகளுக்கென்று தனி இலக்கணம் கிடையாது. ஆங்கிலப் பயன்பாடுகளைத் தமிழுக்குக் கொண்டுவந்து நமக்கேற்றபடி மாற்றிப் பயன்படுத்திக்கொள்கிறோம்.

காற்புள்ளிகளை எங்கெல்லாம் பயன்படுத்தவேண்டும்? இதோ, முக்கியமான சில எடுத்துக்காட்டுகள்:

1. பொருட்களைப் பட்டியலிடும்போது காற்புள்ளி இடவேண்டும். எடுத்துக்காட்டாக: நான் பேனா, புத்தகம், அழிப்பானை எடுத்துவந்தேன்.

2. செயல்களைப் பட்டியலிடும்போதும் காற்புள்ளி தேவை. எடுத்துக்காட்டாக: நான் படம் வரைந்துவிட்டு, வண்ணம் தீட்டினேன்.

3. ஒருவரை விளிக்கும்போது காற்புள்ளி இடவேண்டும். எடுத்துக்காட்டாக: மகனே, வந்துவிட்டாயா?

4. ஒரு வாக்கியத்தினிடையே ஒருவருடைய பேச்சை மேற்கோளாகக் காட்டும்போது காற்புள்ளி இடவேண்டும். எடுத்துக்காட்டாக: அவன் என்னைப் பார்த்து, 'நலம்தானே?' என்றான்.

5. ஆனால் என்ற சொல்லுக்குப்பிறகு காற்புள்ளி இடவேண்டும். எடுத்துக்காட்டாக: நான் விரைவில் வந்துவிட்டேன். ஆனால், அங்கே யாரையும் காணவில்லை.

உங்களுடைய பாடப்புத்தகமொன்றை எடுத்துப்பாருங்கள். அதில் எங்கெல்லாம் காற்புள்ளிகள் பயன்படுத்தப்பட்டுள்ளன, அதற்கு என்ன காரணம் என்று யோசியுங்கள். அவற்றை நீக்கிவிட்டால் அந்த வாக்கியம் எப்படி மாறிப்போகும் என்று கற்பனை செய்யுங்கள். அதன்பிறகு, உங்களுடைய எழுத்தில் சரியான இடங்களில் காற்புள்ளிகளை இட்டு எழுதத் தொடங்குவீர்கள்.

★★★

15. ஒலிக்க உதவும் உறுப்புகள்

நாம் பேசுவதற்கு உதவும் உறுப்பு எது?

அட, இது தெரியாதா? வாய்தான்!

அப்படியா? வயது முதிர்ந்தவர்கள் பேசும்போது கேட்டிருக்கிறீர்களா? அவர்களுக்கும்தான் வாய் இருக்கிறது. ஆனால், அவர்களுடைய பேச்சில் சொற்கள் ஒழுங்காக வெளிப்படுவதில்லையே, குழறுகின்றனவே, அது ஏன் என்று யோசித்திருக்கிறீர்களா?

வயதானவர்களுடைய சொற்கள் குழறுவதற்குக் காரணம், அவர்களுடைய பற்கள் விழுந்திருக்கும். இதைச் சுட்டிக்காட்டும் வகையில், 'பல் போனால் சொல் போச்சு' என்று நம் ஊரில் பழமொழியே உண்டு.

ஆக, 'வாய்தான் பேசுகிறது' என்று நாம் சொன்னாலும், மேலோட்டமாகப் பார்ப்பதற்கு அது உண்மைபோல் தெரிந்தாலும், அதற்கு வேறு சில உறுப்புகளும் துணைபுரிகின்றன. இவை எல்லாம் இணைந்தால்தான் பேச்சு.

ஒருவர் மேடையில் நடனமாடுகிறார் என்றால், ஆடுவது அவர்தான், ஆனால் பின்னணியில் அவருக்குப் பயிற்சியளித்த ஆசிரியரில் தொடங்கி ஒப்பனை போட்டவர்வரை பலரும் பங்களிக்கிறார்கள் அல்லவா? அதுபோலதான் இதுவும். பல உடலுறுப்புகளின் துணையோடு வாய் பேசுகிறது.

மொழியைப் பிழையில்லாமல் எழுதுவது எந்த அளவுக்கு அவசியமோ, அதே அளவுக்கு அதனைப் பிழையில்லாமல் பேசுவதும் அவசியம். அதனால்தான் இலக்கண நூல்கள் இதனை விரிவாக விளக்குகின்றன, வழிகாட்டுகின்றன.

பேச்சுக்கு உதவும் உறுப்புகளை, ‘ஒலியுறுப்புகள்’ என்கிறோம். இவை இருவகைப்படும்:

★ ஒலி பிறக்கும் இடங்கள்

★ ஒலி வெளிப்படும் இடங்கள்

ஒரு குறிப்பிட்ட எழுத்தை நாம் பேசத்தொடங்கும்போது, அதற்கான காற்றைப் பிறப்பிக்கும் இடங்களைத்தான் ‘ஒலி பிறக்கும் இடங்கள்’ என்கிறோம். எடுத்துக்காட்டாக:

★ மார்பு

★ கழுத்து

★ தலை

★ மூக்கு

இங்கிருந்து பிறக்கும் ஒலி நம்முடைய வாயில், இன்னும் சரியாகச் சொல்வதென்றால், வாயினுள்ளிருக்கும் இந்த உறுப்புகளில் வெளிப்படுகிறது, இவற்றை ‘ஒலி வெளிப்படும் இடங்கள்’ என்கிறோம்:

★ உதடு

★ நாக்கு

★ பல்

★ அண்ணம்

மற்றதெல்லாம் புரிகிறது. அதென்ன அண்ணம்?

வாயினுள்ளே இருக்கும் மேற்பகுதிக்குதான் 'அண்ணம்' என்று பெயர். நாக்கு இந்த அண்ணத்தை வெவ்வேறு இடங்களில் தொடும்போது, வெவ்வேறு எழுத்துகள் பிறக்கும்.

எடுத்துக்காட்டாக, ல, ள, ழ என்ற மூன்று தமிழ் எழுத்துகளும் கிட்டத்தட்ட ஒரேமாதிரியாக ஒலிப்பவை. ஆனால், அவற்றுள்ளிருக்கும் நுட்பமான வேறுபாடு:

★ நாக்கானது அண்ணத்தின் நுனியை, அதாவது, பற்களின் அருகே தொடும்போது 'ல' பிறக்கும்.

★ அதே நாக்கு அண்ணத்தின் மையத்தைத் தொடும்போது, 'ள' பிறக்கும்.

★ அதே நாக்கு நன்கு மடங்கி அண்ணத்தின் பின்பகுதியைத் தொடும்போது, 'ழ' பிறக்கும்.

ர, ற, ந, ன, ண போன்ற ஒரேமாதிரி ஒலிப்புகொண்ட மற்ற எழுத்துகளும்கூட, இப்படி 'ஒலி வெளிப்படும் இடங்க'ளில் நிகழும் சிறு மாற்றங்களின்மூலம்தான் வேறுவிதமாகக் கேட்கின்றன. இதனைக் கற்றுக்கொண்டு சொன்னால், ஒலிப்புப்பிழைகளே வாரா. மொழி சிறப்பாக வெளிப்படும், சொல்கிறவர்கள், கேட்கிறவர்கள் இருவருக்குமே இனிமையாக இருக்கும்.

★★★

16. நீர்நிலைகள்

‘தாகமா இருக்கு தாத்தா’ என்றான் ஆனந்த்.

‘இன்னும் அஞ்சே நிமிஷம்’ என்றார் தாத்தா, ‘அதுக்கப்புறம், ஆத்துத் தண்ணிமுழுக்க உனக்குதான். அள்ளியள்ளிக் குடிக்கலாம்!’

‘ஆத்துத்தண்ணியா?’ என்று முகம்சுளித்தான் அவன், ‘தாத்தா, அதெல்லாம் சுத்தமா இருக்காது, எனக்கு பாட்டில் தண்ணி வாங்கிக்கொடுங்க!’

தாத்தா பெரிதாகச் சிரித்தார், ‘பேரா, நீ நம்ம ஊர் ஆத்துத் தண்ணியைக் குடிச்சதில்லை. அதனாலதான் இப்படிச் சொல்றே. ஒரே ஒருவாட்டி குடிச்சுப்பாரு, அப்புறம் உங்க பாட்டில் தண்ணியையெல்லாம் மறந்துடுவே, அப்படியொரு ருசி, அப்படியொரு சுத்தம்!’

அவர் இப்படிச் சொன்னபோதும், ஆனந்த் சமாதானமாகவில்லை. கொஞ்சம் சந்தேகத்துடனே நடந்தான்.’

ஆனந்த், அந்தக்காலத்துல நம்ம ஊர்ல பாட்டில்ல தண்ணியை வாங்கிக் குடிக்கிற பழக்கமே கிடையாது, தெரியுமா?’

'அப்படியா தாத்தா? எல்லாமே குழாய்த் தண்ணிதானா?'

'அட, குழாய்த் தண்ணியெல்லாம் இப்ப வந்தது. அன்னிக்கு எல்லாமே நீர்நிலைகள்லேர்ந்து நேரடியா வர்ற தண்ணிதான்!'

'நீர்நிலையா? அப்படீன்னா என்ன தாத்தா?'

'தண்ணீர் கிடைக்கிற இடங்களுக்குப்பேரு நீர்நிலை. நாம எந்தப் பகுதியிலே இருக்கோம்ங்கறதைப்பொறுத்து வெவ்வேற நீர்நிலைகள் இருக்கும்.'

'அன்னிக்கு நம்ம ஊரைக் குறிஞ்சி, முல்லை, மருதம், நெய்தல், பாலைன்னு ஐந்து நிலப்பகுதிகளாப் பிரிச்சிருந்தாங்க. அவை ஒவ்வொண்ணுலயும் வெவ்வேறவிதமான நீர்நிலைகள் உண்டு.'

'குறிஞ்சிங்கறது மலைப்பகுதி, அங்கே அருவி இருக்கும், சுனை இருக்கும், அதுல நீரை இஷ்டம்போலப் பருகலாம்.'

'முல்லைங்கறது காட்டுப்பகுதி, அதுல ஓடற ஆற்றுக்குப்பேரு காட்டாறு.'

'மருதம்ங்கறது வயல்பகுதி, அங்கே வீடுகள்ல கிணறு இருக்கும், பொய்கைங்கற பேர்ல குளங்களை அமைச்சிருப்பாங்க.'

'நெய்தல்ங்கறது கடல்பகுதி, கடலே ஒரு நீர்நிலைதான். ஆனா, அந்த நீர்ல உப்பு அதிகம், அதைக் குடிக்கமுடியாது. அதனால, இந்தப் பகுதியில மணற்கிணறு தோண்டுவாங்க, உவரிக்கழிங்கற ஒருவகையான நீர்நிலையும் உண்டு.'

'அப்புறம் பாலைவனம், இங்கே நீரே கிடைக்காது, வற்றின கிணறு, சுனை ஏதாவது அகப்பட்டால்தான் உண்டு.'

'தமிழ்ல நீர்நிலைகளைக் குறிக்கிறதுக்கு இன்னும் நிறைய சொற்கள் இருக்கு: ஓடை, ஊருணி, குட்டை, மடு, தடாகம், வாவி, கயம், ஏரி, காயல், வாய்க்கால், கால்வாய்...' தாத்தா சொல்லிக்கொண்டிருக்கும்போதே, ஆறு வந்துவிட்டது. ஆனந்த் மகிழ்ச்சியில் குதித்தான்.

தாத்தா ஆற்றை நெருங்கி இரு கைகளாலும் நீரை அள்ளிக் குடித்தார், 'குளிர்ச்சியா, ருசியா இருக்கு, நீயும் குடி' என்று

பேரனுக்கு அறிமுகப்படுத்தினார். அவனும் குடித்து மகிழ்ந்தான்.

‘நீர்நிலைகளெல்லாம் தேசச்சொத்து கண்ணா’ என்றார் தாத்தா, ‘அதுங்களை நாம கவனமாப் பார்த்துக்கணும், அசுத்தப்படுத்தக்கூடாது, தண்ணியை வீணடிக்கக்கூடாது, நீர்தான் நமக்கு வாழ்க்கை!’

★★★

17. வினாக்கள்

வரலாற்று வகுப்பு. ஆசிரியர் இந்தியச் சுதந்தரப் போராட்டத்தைப் பற்றிப் பாடம் நடத்திக்கொண்டிருக்கிறார்.

அப்போது, ஒரு மாணவன் எழுந்து நிற்கிறான், 'ஐயா, இந்தியாவுக்கு எப்போது சுதந்தரம் கிடைத்தது?'

ஆசிரியர் பதில் சொல்லவில்லை. அவனையே திருப்பிக்கேட்கிறார், 'நீ சொல், இந்தியாவுக்கு எப்போது சுதந்தரம் கிடைத்தது?'

இங்கே மாணவன், ஆசிரியர் இருவருமே ஒரே கேள்வியைத்தான் கேட்கிறார்கள். ஆனால், அந்தக் கேள்விகள் இரண்டும் ஒன்றல்ல. ஒரு பெரிய வித்தியாசம் இருக்கிறது.

★ மாணவன் பதில் தெரியாமல் கேள்வி கேட்கிறான். அவனுடைய நோக்கம், பதில் தெரிந்துகொள்வது.

★ ஆசிரியருக்கு அந்தக் கேள்விக்கு ஏற்கெனவே பதில் தெரியும். ஆகவே, அவர் பதில் தெரிந்துகொள்வதற்காகக் கேள்வி கேட்கவில்லை, அந்த மாணவனின் திறமையைப் பரிசோதிப்பதற்காகக் கேட்கிறார்.

தமிழ் இலக்கணத்தில் இந்த இருவகை வினாக்களுக்கும் வெவ்வேறு பெயருண்டு:

★ பதில் தெரியாமல் கேட்கும் கேள்விகள், 'அறியா வினா' எனப்படும், அதாவது, பதில் அறியா வினா.

★ பதில் தெரிந்தே கேட்கும் கேள்விகள், 'அறிவினா' எனப்படும். அதாவது, பதில் அறிந்து கேட்கப்படும் வினா.

இங்கே மாணவன் கேட்டது அறியா வினா. ஆசிரியர் கேட்டது அறிவினா.

இப்போது, இதேபோல் இன்னும் சில வினாக்களைப் பார்ப்போம், இவற்றில் எவையெல்லாம் அறிவினாக்கள், எவையெல்லாம் அறியா வினாக்கள் என்று யோசியுங்கள்:

★ கடைக்காரரிடம் நீங்கள் கேட்கிறீர்கள், 'இந்தத் தேங்காய் என்ன விலை?'

★ தேர்வுக்குமுன் உங்கள் நண்பர் உங்களைக் கேட்கிறார், 'நல்லாப் படிச்சிருக்கியா?'

★ வெளியிலிருந்து நீங்கள் வீட்டுக்குள் நுழையும்போது உங்கள் தாய் கேட்கிறார், 'எங்கே சுத்திட்டு வர்றே?'

★ வகுப்பில் குறும்பு செய்யும் மாணவனைப் பார்த்து ஆசிரியர் கேட்கிறார், 'டேய், நீ என்ன மனுஷனா? குரங்கா?'

அறியா வினா, அறிவினா ஆகியவற்றோடு, இன்னும் நான்கு வகை வினாக்கள் உள்ளன:

★ ஐய வினா: இதுவா அதுவா என்கிற குழப்பத்தைத் தெளிவுபடுத்திக்கொள்வதற்காகக் கேட்கும் கேள்வி. எடுத்துக்காட்டாக: அங்கே வருவது மானா? அல்லது, கன்றுக்குட்டியா?

★ கொளல் வினா: ஒன்றைப் பெற்றுக்கொள்வதற்காகக் கேட்கும் கேள்வி. எடுத்துக்காட்டாக: உங்களிடம் இந்தப் புத்தகம் உள்ளதா? (இதன் பொருள்: உங்களிடம் இந்தப் புத்தகம் இருந்தால் எனக்குத் தாருங்கள்.)

★ கொடை வினா: ஒன்றைக் கொடுப்பதற்காகக் கேட்கும் கேள்வி. எடுத்துக்காட்டாக: *சாப்பிட்டாயா? (இதன் பொருள்: நீ சாப்பிடவில்லை எனில் நான் சாப்பாடு போடுகிறேன்.)*

★ ஏவல் வினா: ஒன்றைச் செய்யவேண்டும் என்று தூண்டுவதற்காகக் கேட்கும் கேள்வி. எடுத்துக்காட்டாக: *வீட்டுப்பாடம் செய்தாயா? (இதன் பொருள்: வீட்டுப்பாடம் செய்யவில்லை என்றால், இப்போது செய்.)*

இந்தக் கட்டுரை உங்களுக்குப் புரிந்ததா? இது எந்தவகை வினா என்று சொல்லுங்கள், பார்ப்போம்!

★★★

18. அறிவைப் பெற ஐந்து வழிகள்

சரவணன் விளையாடக் கிளம்பினான்.

மைதானத்தை நோக்கி ஓடியபோது, வழியில் அவன் ஒரு வித்தியாசமான காட்சியைக் கண்டான். முதியவர் ஒருவர் சாலையோரமாக இருந்த மண்ணில் பள்ளம் தோண்டி எதையோ நட்டுக்கொண்டிருந்தார்.

சரவணன் அவரை ஆவலோடு நெருங்கிப்பார்த்தான். அவர் தன் கையிலிருந்த சில விதைகளை மண்ணில் ஊன்றிக்கொண்டிருப்பது தெரிந்தது.

'ஐயா, என்ன செய்யறீங்க?' என்று விசாரித்தான் சரவணன்.

'விதை போடறேன்' என்று சிரித்தார் அந்தப் பெரியவர், 'நாளைக்கு இந்த விதை பெரிய மரமாகி நமக்கெல்லாம் நிழல் தரும்!'

'அப்படியா? இந்தச் சின்ன விதையா அவ்ளோ பெரிய மரமாகும்?'

'ஆமாம்' என்று பெருமையோடு சொன்னார் பெரியவர், 'அதுதான் இயற்கையோட மந்திரம். இந்தச் சின்ன விதையை

நட்டு, ஒழுங்காத் தண்ணி ஊத்தினா, அதுல ஒரு செடி வரும், அது சூரிய ஒளியிலேர்ந்து தன்னோட உணவைத் தானே தயாரிச்சுகிட்டுப் பெரிய மரமாகும்.'

சரவணன் அந்தப் பெரியவரையே நினைத்தபடி விளையாடி முடித்தான். வீடு திரும்பியதும் தன் தாயிடம் இதைப்பற்றிச் சொன்னான். அவர் அலமாரியிலிருந்து ஒரு புத்தகத்தை எடுத்துக்கொடுத்தார். அதன் தலைப்பு, 'மரங்கள் எப்படி வளர்கின்றன?'

அந்தப் புத்தகத்தைச் சரவணன் அன்றைக்கே படித்துவிட்டான். மரங்களைப்பற்றி நிறைய தெரிந்துகொண்டான். தன் வீட்டில் ஒரு தோட்டம் வைத்துப் பல செடிகளை வளர்க்கத் தொடங்கினான்.

இந்தக் கதையில் வரும் சரவணன் தோட்டவேலையை எப்படிக் கற்றுக்கொண்டான்?

★ முதலில், யாரோ செய்வதைப் பார்த்தான்

★ அவர் சொன்னதைக் கேட்டான்

★ அவரிடம் மேலும் விசாரித்துப் புரிந்துகொண்டான்

★ ஒரு புத்தகத்தைப் படித்துக் கற்றான்

★ அவனே தோட்டத்தில் இறங்கி வேலைசெய்து கற்றுக் கொண்டான்

அறிவைப் பெறுவதற்கான இந்த ஐந்து வழிகளையும் காட்சி, கேள்வி, உசாவல், கல்வி, பாடு என்று அழைப்பார்கள்:

1. காட்சி: பார்த்துக் கற்றுக்கொள்வது, எடுத்துக்காட்டாக, படம் வரைதல்
2. கேள்வி: கேட்டுக் கற்றுக்கொள்வது, எடுத்துக்காட்டாக, பாடுதல்
3. உசாவல்: பலரிடம் விசாரித்துக் கற்றுக்கொள்வது, எடுத்துக் காட்டாக, ஒரு மொழியைக் கற்றல்
4. கல்வி: நூல்களை வாசித்துக் கற்றுக்கொள்வது, எடுத்துக் காட்டாக, வரலாறு, தத்துவம் போன்றவை

5. *பாடு: ஒரு வேலையைச் செய்து (பாடுபட்டு) அதன்மூலம் கற்றுக்கொள்வது, எடுத்துக்காட்டாக, மிதிவண்டி ஓட்டக் கற்பது*

சரவணனைப்போல் ஒரே வேலையை ஐந்து வழிகளிலும் கற்கலாம், ஓரிரு வழிகளிலும் கற்கலாம், அது அவரவருடைய சூழ்நிலை, திறமை, வேலையின் தன்மை ஆகியவற்றைப்பொறுத்து அமையும்.

உங்களுடைய திறமைகள் என்னென்ன? அவற்றை நீங்கள் எப்படிக் கற்றுக்கொண்டீர்கள்? யோசியுங்கள்!

★★★

19. பண்புப்பெயர்கள்

ஒரு மலரைப் பார்க்கிறீர்கள். அது எப்படி இருக்கிறது என்று கேட்டால் என்ன சொல்வீர்கள்?

சிலர், 'அழகாக இருக்கிறது' என்பார்கள்.

சிலர், 'சிவப்பாக இருக்கிறது' என்பார்கள். 'மென்மையாக இருக்கிறது' என்பார்கள், 'வட்டமாக இருக்கிறது' என்பார்கள், 'நீளமாக இருக்கிறது' என்பார்கள்.

இவை அனைத்தும் சரியான விடைகள்தான். இவற்றைத் தொகுத்துப்பார்த்தால், அந்த மலர் அழகானது, சிவப்பானது, மென்மையானது, வட்டமானது, நீளமானது என்று நமக்குப் புரிகிறது. ஒரே மலரின் வெவ்வேறு 'பண்பு'களை இந்தச் சொற்கள் விளக்குகின்றன. ஆகவே, இவற்றைப் 'பண்புப்பெயர்கள்' என்று அழைக்கிறோம்.

பண்புகளில் பல வகைகள் உண்டு. ஆகவே, பண்புப்பெயர்களிலும் பல வகைகள்:

1. நிறத்தைச் சொல்பவை: நீலக் கடல், மஞ்சள் புடைவை, ஊதாக் கட்டடம்

2. அளவைச் சொல்பவை: நீண்ட கொம்பு, குண்டான மனிதர்

3. வடிவத்தைச் சொல்பவை: வட்டப் பந்து, சதுரச் சீட்டு, முக்கோணத் தோசை

4. சுவையைச் சொல்பவை: இனிய சாறு, கசப்பு மருந்து

5. குணத்தைச் சொல்பவை: நல்ல மனிதர், கோபமான மிருகம்

இந்த எடுத்துக்காட்டுகள் அனைத்திலும், கடல், புடைவை, கட்டடம், கொம்பு, மனிதர் போன்ற பெயர்ச்சொற்களைக் காண்கிறோம், அவற்றுக்கு முன்பாக, அவற்றின் பண்பை விளக்கும்விதமாகப் பண்புப்பெயர்கள் வருகின்றன.

பல பண்புப்பெயர்கள் 'மை' என்ற விகுதியில் முடிவதைக் காணலாம்: நன்மை, தீமை, பெருமை, சிறுமை, இனிமை, வளமை...

ஆனால், இந்தப் பண்புப்பெயர்கள் பிற பெயர்ச்சொற்களுடன் சேரும்போது, இந்த 'மை' விகுதி கெடுவதுண்டு, அதனைப் 'பண்புத்தொகை' என்பார்கள்.

எடுத்துக்காட்டாக:

பெருமை + நகரம் => பெருநகரம்

இங்கே, 'பெருநகரம்' என்ற சொல்லின் உண்மையான பொருள், 'பெருமை மிகுந்த நகரம்' என்பதுதான். இந்த இரு சொற்களும் புணரும்போது, 'மை' விகுதி கெடுகிறது, 'பெருநகரம்' என்று மாறுகிறது. இதேபோல், இன்னும் சில எடுத்துக்காட்டுகள்:

சிறுமை + தொழில் => சிறுதொழில்

கருமை + மேகம் => கருமேகம்

நன்மை + நூல் => நன்னூல்

பசுமை + காடு => பசுங்காடு

'மை' இல்லாத பண்புப்பெயர்களும் உண்டு. எடுத்துக்காட்டாக, வட்டம், இனிப்பு, கசப்பு, உயர்வு, தாழ்வு போன்றவை.

பெயர்ச்சொற்களின் தன்மையை விவரித்து, அவற்றைப்பற்றிய ஒரு தெளிவான பார்வையை நமக்குள் உருவாக்குபவை பண்புச்சொற்கள். ‘குதிரை’ என்று சொல்வதைவிட, ‘வேகமான குதிரை’ அல்லது ‘அழகிய குதிரை’ அல்லது ‘பெருமை மிகுந்த குதிரை’ என்று சொல்லும்போது, அந்தக் காட்சியை நம்மால் சிறப்பாகப் புரிந்துகொள்ள இயலுகிறது.

இந்த வாக்கியங்களில் உள்ள பெயர்ச்சொற்களுக்கெல்லாம் பலவிதமான பண்புகளைச் சேர்த்து விரிவுபடுத்துங்களேன்:

1. பையன் பள்ளிக்கு வந்தான்

2. காற்று அடிக்கிறது

3. சந்தையில் தக்காளி கிடைக்கிறது

4. நாளைக்குக் கடிதம் எழுதுவேன்

★★★

20. வசன கவிதைகள்

'வரப்பு உயர நீர் உயரும்,
நீர் உயர, நெல் உயரும்,
நெல் உயர, குடி உயரும்,
குடி உயர, கோல் உயரும்,
கோல் உயர, கோன் உயர்வான்.'

- இது ஒரு செய்யுள். இதனை மரபுக்கவிதை என்றும் சொல்வார்கள். இதனை எழுதியவர் ஔவையார்.

'நிலத்தின் வரப்பை உயர்த்தினால், அங்கே நீர் அதிகம் தங்கும், அப்போது, நெல் நன்கு விளையும், மக்கள் நன்கு வாழ்வார்கள், அரசாங்கம் சிறக்கும், அரசனும் பெருமையடைவான்.'

- இது உரைநடை, மேலே நாம் கண்ட கவிதையின் கருத்தைத்தான் இதுவும் சொல்கிறது. ஆனால், கவிதை நடையில் இல்லாமல், எதுகை, மோனை, இயைபு, சந்தம் போன்ற நயங்களோ, உவமை, இசை போன்ற அழகுகளோ இல்லாமல் வெறும் வாசகங்களின் தொகுப்பாக அமைந்திருக்கிறது. அதற்காக, இது மோசமான எழுத்து என்று பொருளில்லை. இதுவும் நல்ல எழுத்துதான். கேட்போர் எளிதில் புரிந்துகொள்ளும்வண்ணம் உரையாகிய நடையில் இது அமைந்திருக்கிறது. ஆகவே, இதனை 'உரைநடை'

என்கிறோம். தமிழில் ஏராளமான கவிதை நூல்கள் உண்டு. சொல்லப்போனால், ஒரு காலகட்டம்வரை இங்கே எழுதப்பட்ட அனைத்துப் படைப்புகளும் கவிதைகளாகவே இருந்தன.

அதன்பிறகு, உரைநடை அறிமுகமானது. அதைப் பலர் பின்பற்றத் தொடங்கினார்கள். இன்றைக்குக் கவிதையைவிட, உரைநடையைதான் அதிகப்பேர் எழுதுகிறார்கள், வாசிக்கிறார்கள். உரைநடை, கவிதை. இந்த இரண்டுக்கும் நடுவே ஒரு படைப்புவகையும் இருக்கிறது. வசன கவிதை அல்லது உரைநடைக் கவிதை. 'வசனம்' என்றால் பேச்சு, அதாவது, உரைநடை. 'கவிதை' என்றால், கவிதை நடை. அந்த இரண்டின் தன்மைகளையும் இது கொண்டிருக்கிறது. எடுத்துக்காட்டாக, பாரதியின் இந்த வரிகளைக் காணுங்கள்:

'இவ்வுலகம் இனியது; இதிலுள்ள வான்
இனிமையுடைத்து;
காற்றும் இனிது. தீ இனிது. நிலம் இனிது.
ஞாயிறு நன்று. திங்களும் நன்று. வானத்துச்
சுடர்களெல்லாம் மிக இனியன.
மழை இனிது. மின்னல் இனிது. இடி இனிது.
கடல் இனிது. மலை இனிது. காடு நன்று. ஆறுகள்
இனியன.
உலோகமும் மரமும் செடியும் கொடியும் மலரும்
காயும் கனியும் இனியன.
மனிதர் மிகவும் இனியர்.'

இந்த வரிகள் நிச்சயம் கவிதை நடையில் இல்லை. பார்ப்பதற்கு உரைநடையைப்போல்தான் தெரிகின்றன. ஆனால், இவை உரைநடையாகவும் இல்லை. உரைநடைக்குள் ஒருவிதமான கவிதையைக் கலந்ததுபோன்ற ஒரு மயக்கத்தை இவை உருவாக்குகின்றன. ஏனோ, அது நம்மைக் கவர்ந்திழுக்கிறது.

பாரதியார் அருமையான கவிஞர், சிறந்த பத்திரிகையாளரும்கூட. ஆகவே, கவிதை, வசனம் ஆகிய இரண்டிலும் அவர் தேர்ந்திருந்தார். அவர் நினைத்திருந்தால், இந்தப் பத்தியை ஒரு சிறந்த கவிதையாகவோ, நல்ல கட்டுரையாகவோ எழுதியிருக்கலாம். ஆனால், பாரதியார் அப்படிச் செய்யவில்லை.

இதனை எழுதுவதற்கு ‘வசன கவிதை’ என்ற வடிவம்தான் சரியானது என்று தீர்மானிக்கிறார். அதன்படி அவர் அமைத்த படைப்பைதான் நாம் இங்கே வாசித்து அனுபவிக்கிறோம்.

ஆகவே, வசன கவிதை எழுதுவோர், கவிதை எழுதத் தெரியாதவர்கள் அல்லர், உரைநடை எழுதத்தெரியாதவர்கள் அல்லர், இரண்டுக்கும் நடுவிலிருக்கும் இந்த வடிவத்தை அவர்கள் விரும்பித் தேர்ந்தெடுத்து எழுதுகிறார்கள். அது ஒரு வித்தியாசமான வாசிப்பு அனுபவத்தைத் தருகிறது என்பதே இதற்கு முக்கியக் காரணம்.

‘வசன கவிதை’யிலிருந்துதான் இன்றைய ‘புதுக்கவிதை’ வந்திருக்கவேண்டும். இந்தவகைக் கவிதைகள் எதுகை, மோனை, சந்தம் போன்றவற்றுக்கு அதிக முக்கியத்துவம் தராமல், அதேசமயம், உரைநடையைப்போலவும் அமைந்துவிடாமல் கவித்துவத்தோடு கருத்தைச் சொல்கின்றன.

செய்தித்தாள்கள், பத்திரிகைகளில் வரும் கட்டுரைகளின் தலைப்புகளைக் கவனியுங்கள். தொலைக்காட்சியில் வரும் தலைப்புச்செய்திகள், விளம்பரங்களைக் கவனியுங்கள். அவற்றில் வரும் வாசகங்களெல்லாம் இப்படிக் கவிதைக்கும் உரைநடைக்கும் இடையிலான வசன கவிதை பாணியில் அமைந்திருப்பதைக் காணலாம். அதனால்தான் அவை நம்மைச் சுண்டியிழுக்கின்றன.

உங்களுக்குப் பிடித்த மலர் எது? அதைப்பற்றி ஒரு நண்பருக்குச் சொல்லும்விதமாக ஒரு வசன கவிதை எழுதிப்பாருங்கள். பின்னர், அதை நீங்களே சத்தமாக வாசித்துப்பார்த்து மெருகேற்றுங்கள். நினைவிருக்கட்டும், உங்கள் எழுத்து செய்யுள்போலவும் இருக்கக்கூடாது. உரைநடையாகவும் இருக்கக்கூடாது, உரைநடையின் எளிமையில், கவிதைபோன்ற மயக்கத்தைத் தரவேண்டும். அப்படி எழுதிப்பழகினால், இந்தப் புதுமையான எழுத்துபாணி உங்களுக்கு நிச்சயம் பிடிக்கும்.

★★★

21. ஒன்றொழி பொதுச்சொல்

'மருத்துவர் இருவருக்குப் பிரசவம் பார்த்தார்.'

'மருத்துவர் இருவருக்குச் சிகிச்சை அளித்தார்.'

இந்த இரு வாக்கியங்களிலும் 'இருவர்' என்ற சொல் இடம் பெற்றிருக்கிறது. ஆனால், அதன் பொருளில் ஒரு சிறு மாறுபாடு உள்ளது: முதல் வாக்கியத்தில், 'இருவர்' என்ற சொல் இரு பெண்களைக் குறிக்கிறது. இரண்டாவது வாக்கியத்தில், 'இருவர்' என்ற சொல் இரு பெண்களையோ, இரு ஆண்களையோ, ஒரு பெண், ஓர் ஆணையோ குறிக்கலாம்.

ஒரே சொல், இருவேறு இடங்களில் இருவேறு பொருள்களைத் தருவது எப்படி? 'இருவருக்குப் பிரசவம் பார்த்தார்' என்று சொல்லும்போது, அந்த இருவரும் பெண்களாகதான் இருக்கவேண்டும் என்று நம்மால் உறுதியாகச் சொல்ல இயலுகிறது. ஆகவே, 'இருவர்' என்ற பொதுச்சொல், ஆண்பால், பெண்பால் இருபாலரையும் குறிக்காமல், பெண்களை மட்டுமே குறிக்கும் சொல்லாக மாறுகிறது.

இதுபோன்ற சொற்களை 'ஒன்றொழி பொதுச்சொல்' என்பார்கள். அதாவது, 'ஒன்று ஒழி(ந்த) பொதுச்சொல்', இங்கே, 'ஆண், பெண்' என்கிற இரு பொருள்களைத் தரவேண்டிய பொதுச்சொல், 'ஆண்' என்கிற பொருளை ஒழித்துப் பெண்ணை மட்டும் குறிக்கிறதல்லவா? அதனால்தான் இந்தப் பெயர்.

'ஒன்றொழி பொதுச்சொல்'லுக்கு இன்னும் சில உதாரணங்கள்: 'மாடு பால் கறந்தது', 'மயில் தோகை விரித்தது', 'யானையின் தந்தம் அழகாக இருந்தது.'

★ 'மாடு' என்பது பொதுச்சொல். அது ஆண்மாட்டையும் குறிக்கலாம், பெண்மாட்டையும் குறிக்கலாம். ஆனால், இங்கே 'பால் கறந்தது' என்று சொல்வதால், பெண்மாட்டைமட்டுமே குறிக்கிறது.

★ 'மயில்' என்பது பொதுச்சொல். அது ஆண்மயிலையும் குறிக்கலாம், பெண்மயிலையும் குறிக்கலாம். ஆனால் இங்கே 'தோகை விரித்தது' என்று சொல்வதால், ஆண்மயிலைமட்டுமே குறிக்கிறது (பெண்மயிலுக்குத் தோகை கிடையாது.)

★ 'யானை' என்பது பொதுச்சொல். அது ஆண்யானையையும் குறிக்கலாம், பெண்யானையையும் குறிக்கலாம். ஆனால் இங்கே, 'தந்தம்' என்று சொல்வதால், ஆண்யானையைமட்டுமே குறிக்கிறது (இந்தியாவில் பெண்யானைக்குத் தந்தம் கிடையாது. ஆனால், ஆப்பிரிக்காவில் உண்டு.)

ஒரு பொதுச்சொல் எல்லாப் பொருள்களையும் தருகிறதா, அல்லது ஒன்றொழி பொதுச்சொல்லாக அமைகிறதா என்பதைக் கண்டுபிடிக்கவேண்டுமென்றால், அதற்கு முன்பும் பின்பும் இருக்கிற சொற்களைக் கவனிக்கவேண்டும். அதன் அடிப்படையில் அந்தப் பொதுச்சொல்லின் பொருள் என்ன என்பதைத் தீர்மானிக்கவேண்டும்.

இந்த வாக்கியங்களில் எவை ஒன்றொழி பொதுச்சொற்கள் என்று கண்டுபிடியுங்கள்:

★ அவருடைய மீசை பெரியது
★ அவருடைய வீடு பெரியது
★ கோழி முட்டையிட்டது
★ கோழி ஓடியது

★★★

22. மகனும் மானும்

'எனக்கு இரண்டு குழந்தைகள்' என்றார் ஆசிரியர், 'ஒருவன், என் மகன், இன்னொன்று, என் மான்.'

அவர் இப்படிச் சொன்னதும், குழந்தைகளெல்லாம் விழுந்து விழுந்து சிரித்தார்கள்.

'ஏன் சிரிக்கிறீர்கள்? நிஜமாகவே எங்கள் கிராமத்து வீட்டில் ஒரு மான் இருக்கிறது' என்று விளக்கினார் ஆசிரியர், 'என் மகனை அன்போடு வளர்ப்பதுபோலவே அந்த மானையும் வளர்க்கிறோம்.'

இப்போது அவர் கரும்பலகையில் 'மகன்' என்று எழுதினார், அதன் அருகே, 'மான்' என்று எழுதினார். 'இந்த இரு சொற்களுக்கும் நெருங்கிய தொடர்பு உண்டு, தெரியுமா?'

'எப்படி ஐயா?'

'மருமகன்' என்று ஒரு சொல் கேள்விப்பட்டிருப்பீர்கள், அதன் திரிந்த வடிவம்தான் மருமான். அதேபோல, பெருமகன் என்ற சொல்தான் திரிந்து பெருமான் என்றாகிறது, திருமகன் என்ற சொல் திரிந்து திருமான் என்றாகிறது.'

'ஆக, மகன் என்ற சொல் இன்னொரு சொல்லுக்குப் பின்னால் வரும்போது, மான் என்று திரிகிறது. இது பேச்சுவழக்கில் நிகழுகின்ற இயல்பான திரிபு.'

'அப்படியானால், மகள் என்ற சொல் என்ன ஆகும் ஐயா?' என்று கேட்டாள் ஒரு மாணவி.

'ஆண்பாலில் மகன் என்பது மான் என்று திரிவதுபோல, பெண்பாலில் மகள் என்பது மாட்டி என்று திரிகிறது' என்றார் ஆசிரியர், 'எடுத்துக்காட்டாக, மருமகள் என்பது, மருமாட்டி என்றாகும், இதை மருமாள் என்று சொல்வதும் உண்டு.'

'இதேபோல், பெருமகள் என்பது பெருமாட்டி என்றாகும், திருமகள் என்ற சொல் திருமாட்டி என்றாகும்.'

'ஆனால், நாம் திருமாட்டி என்று அதிகம் எழுதுவதில்லையே, திருவாட்டி என்றுதானே எழுதுகிறோம்?' என்றொரு மாணவன் சந்தேகம் எழுப்பினான்.

'உண்மைதான். ஆனால், அந்தச்சொல் உருவாகும் விதமே வேறு' என்று கரும்பலகையில் எழுதினார் ஆசிரியர்:

திரு + ஆட்டி = திரு + வ் (உடம்படுமெய்) + ஆட்டி = திருவாட்டி

'இங்கே ஆட்டி என்பது பெண்பாலுக்கான விகுதி, பெண்டாட்டி, சீமாட்டி என்றெல்லாம் சொல்கிறோமே, அவையெல்லாம் இந்த விகுதியின் பயன்பாடுகள்தான்.'

'ஆனால், குரங்காட்டி என்பது பெண் இல்லையே ஐயா?' என்று ஒரு குறும்புக்கார மாணவன் கேட்க, எல்லாரும் மறுபடி சிரித்தார்கள்.

ஆசிரியர் கோபப்படவில்லை. 'குரங்கு + ஆட்டி = குரங்காட்டி என அந்தச்சொல் உருவாகிறது' என்று விளக்கினார், அங்கே 'ஆட்டி' என்பதன் பொருள், ஆட்டுவிப்பவன், குரங்கை ஆட்டுவிப்பதால் அவன் 'குரங்காட்டி.'

'அப்படியானால், ஆட்டி என்பதற்கு இணையான ஆண்பால் விகுதி என்ன ஐயா?'

'ஆட்டி என்பது பெண்பால், ஆளன் என்பது ஆண்பால்' என்று எழுதினார் ஆசிரியர்:

திரு + ஆளன் = திரு + வ் (உடம்படுமெய்) + ஆளன் = திருவாளன்

'ஆளன் என்ற ஆண்பால் விகுதியை வைத்துப் பல சொற்கள் உள்ளன, மணவாளன், அன்பாளன், வேட்பாளன், வாக்காளன், பண்பாளன்... இப்படிச் சொல்லிக்கொண்டே போகலாம். இதையே பலர்பாலில் அல்லது மரியாதைப்பன்மையாகச் சொல்லவேண்டுமென்றால், ஆளர் என்ற விகுதியைப் பயன்படுத்தலாம், பண்பாளர், வேட்பாளர், வாக்காளர், அன்பாளர்...'

'நாங்கள் வேடிக்கையாகப் பேசினாலும் கோபப்படாமல் பொறுமையாக எங்களுக்குப் பாடம் சொல்லித்தருகிறீர்களே, நீங்கள் நல்ல பொறுமையாளர்தான் ஐயா!' என்றான் ஒரு மாணவன்.

ஆசிரியர் சிரித்தார், 'பின்னே? உங்களையெல்லாம் அறிவாளர்களாக்கவேண்டிய பொறுப்பு எனக்கு இருக்கிறதே!'

★★★

23. வினையெச்ச வாய்பாடுகள்

பெயர்ச்சொற்கள், வினைச்சொற்கள் இரண்டும் ஒரு வாக்கியத்தை முழுமைப்படுத்தத் துணைபுரிகிறவை. அதன்மூலம் சொல்லவந்த செய்தியைத் தெளிவாகக் கொண்டுசேர்க்கிறவை.

இதில் வினைச்சொற்களின் சிறப்பு, அவை காலம் காட்டுகின்றன. அதாவது, ஒரு பணி நிறைவடைந்துவிட்டதா, இப்போது நிகழ்ந்துகொண்டிருக்கிறதா, அல்லது, இனிமேல்தான் நடக்கப்போகிறதா என்பதை இவை சுட்டிக்காட்டுகின்றன.

சில நேரங்களில், அடுத்தடுத்து இரு வினைச்சொற்களும் வாக்கியத்தில் அமைவதுண்டு. எடுத்துக்காட்டாக: 'நடந்து வந்தான்' என்ற சொல்லில், நடத்தல் என்ற வினைச்சொல்லும், வருதல் என்ற வினைச்சொல்லும் இணைந்து பொருள்தருகின்றன.

இவற்றுள் 'வந்தான்' என்ற சொல் தனித்துப் பொருள்தருகிறது. ஆனால், 'நடந்து' என்ற பொருளுக்குத் தனித்துப் பொருளில்லை. பின்னால் வரும் 'வந்தான்' என்ற சொல்லுடன் இணையும்போதுதான் அதற்குப் பொருள் கிடைக்கிறது. இவ்வகையாக அமையும் வினைச்சொற்களை 'வினையெச்சம்' என்பார்கள். அதாவது, வினைச்சொல்லுக்குப்பின் இன்னொரு வினைச்சொல் எஞ்சியிருக்கும்.

வினையெச்சங்கள் 12 வகையான வாய்பாடுகளில் அமைவதாகச் சொல்கிறது நன்னூல்:

> செய்து, செய்பு, செய்யா, செய்யூ,
> செய்தென, செய, செயின், செய்யிய, செய்யியர்,
> வான், பான், பாக்கு இன வினையெச்சம் பிற
> ஐந்து ஒன்று ஆறும் முக்காலமும் முறைதரும்

பன்னிரண்டு வாய்பாடுகள் என்று சொல்லாமல், ஐந்து ஒன்று ஆறும் என்று பிரித்துச்சொல்வதில் ஒரு நயம் இருக்கிறது. இந்த வாய்பாடுகளில் முதல் ஐந்தும் கடந்தகால வாய்பாடுகள், அடுத்த ஒன்று நிகழ்கால வாய்பாடு, மீதமுள்ள ஆறும் எதிர்கால வாய்பாடுகள். 5 + 1 + 6 = 12.

இந்த வாய்பாடுகள் நமக்குப் புதியவையாக இருக்கலாம். ஆனால், இவற்றில் சிலவற்றைத் தினமும் பேச்சில் பயன்படுத்திக் கொண்டுதான் இருக்கிறோம். சில எடுத்துக்காட்டுகளைப் பாருங்கள்:

★ செய்து எனும் வாய்பாடு: சிரித்து, விழுந்து, எழுந்து... (கடந்தகாலம்)

★ செய்யா எனும் வாய்பாடு: சிரிக்கா, விழா, எழா... (கடந்தகாலம்)

★ செய எனும் வாய்பாடு: சிரிக்க, விழ, எழ... (நிகழ்காலம்)

★ செயின் எனும் வாய்பாடு: சிரிக்கின், விழின், எழின்... (எதிர்காலம்)

இவை தவிர, செய்பு, செய்யூ, செய்தென, செய்யிய, செய்யியர் போன்ற வாய்பாடுகளும் செய்யுள்களில் காணப்படுகின்றன. ஆனால், அவற்றை நாம் தினசரிப்பேச்சில் பயன்படுத்துவதில்லை.

எடுத்துக்காட்டாக, 'உண்குபு சென்றான்' என்றால், 'உண்ணுவதற்காகச் சென்றான்' என்று பொருள், 'உண்ணிய செல்வான்' என்றால், 'உண்ணுவதற்காகச் செல்வான்' என்று பொருள்.

வினையெச்ச வாய்பாடுகளைக் கற்றுக்கொள்வதை ஒரு விளையாட்டாகவே நடத்தலாம்:

★ வகுப்பிலுள்ளோர் இரு குழுக்களாகப் பிரிந்துகொள்ளுங்கள்

★ உங்களுடைய பாடப்புத்தகத்தில் உள்ள செய்யுள்களை வாசியுங்கள், அவற்றிலுள்ள வினையெச்சங்களின் அமைப்பைக் கூர்ந்து கவனியுங்கள், அவை எந்த வாய்பாட்டில் அமைந்துள்ளன என்று கண்டுபிடியுங்கள்

★ மேலே நாம் கண்ட 12 வாய்பாடுகளுக்கும் தலா ஒரு செய்யுள் எடுத்துக்காட்டைக் கண்டுபிடித்து எழுதுங்கள். ஒரு வாய்பாடுக்கு ஓர் எடுத்துக்காட்டு போதும். அதற்குமேல் எழுதவேண்டாம்!

★ ஒரு மணிநேரத்துக்குள் எந்த அணி அதிகபட்ச வாய்பாடுகளுக்கு எடுத்துக்காட்டுகளைக் கண்டுபிடிக்கிறதோ, அந்த அணி வெற்றிபெற்றதாக அறிவிக்கலாம்

★★★

24. மக்கள் மனத்தை மாற்றிய நாடகம்

நாடகம் ஆரம்பமானது. மக்களெல்லாம் ஆவலுடன் மேடையைப் பார்க்கத்தொடங்கினார்கள்.

அன்றைய மேடைகளைச் சரித்திர நாடகங்கள்தான் ஆக்கிரமித்திருந்தன. ஆனால், சமூகம் மேம்படவேண்டும் என்ற சிந்தனை கொண்ட ஓர் எழுத்தாளர், அந்தச் சமூக நாடகத்தை எழுதி அரங்கேற்றியிருந்தார்.

'சமூக நாடகம்' என்றால், என்றைக்கோ நடந்த கதையைச் சொல்லாமல், இன்றைய மனிதர்களை, நிகழ்வுகளை மையமாக வைத்து நடத்தப்படும் நாடகம். அதன்மூலம் பல விஷயங்களைப்பற்றி மக்களிடையே விழிப்புணர்வை உண்டாக்கலாம் என்று அந்த நாடக ஆசிரியர் நம்பினார்.

அப்படி அந்த நாடகத்தில் அவர் எடுத்துக்கொண்ட விஷயம், கதராடைகள்!

அன்றைய மக்கள் பெரும்பாலும் வெளிநாட்டு ஆடைகளை விரும்பி உடுத்தினார்கள். அதுதான் கௌரவம் என்றும், உள்நாட்டில் தயாரான ஆடைகளை உடுத்துவது அவமானம் என்றும் கருதினார்கள்.

இதனால், வெளிநாட்டு நிறுவனங்களின் வருவாய் உயர்ந்தது ஒருபுறமிருக்க, நம்முடைய சொந்த நெசவாளிகள், நூல் நூற்போர், மற்ற உழைப்பாளிகளும் பாதிக்கப்பட்டார்கள். அவர்கள் சிரமப்பட்டுத் தயாரித்த ஆடைகளை வாங்கி உடுத்த ஆளில்லை.

ஆகவே, காந்தியடிகள் கதராடைகளைப் பிரபலப்படுத்துவதற்காக நாடுதழுவிய இயக்கமொன்றை நடத்திக்கொண்டிருந்தார். அவரும் கதர்தான் உடுத்தினார், தன்னைச் சார்ந்தவர்கள், தொண்டர்கள் எல்லாரிடமும் அதையே உடுத்தச்சொன்னார், இந்த விஷயத்தை நாடுமுழுக்க எல்லாரிடமும் சொல்லச்சொன்னார், வெளிநாட்டு ஆடைகளைப் புறக்கணிக்கச்சொன்னார்.

'கதர் உடுத்துங்கள்' என்று ஒவ்வொருவரிடமும் சென்று சொல்வதற்குப் பதிலாக, இதுபோல, ஒரு நாடகத்தில் அந்தக் கருத்தை வைத்தால் எல்லாருக்கும் எளிதில் சென்றுசேரும் என்று நம்பினார் அந்த எழுத்தாளர். ஆகவே, கதரின் பெருமை, அந்நிய ஆடைகளை உடுத்துவதன் இழிவைப்பற்றி ஓர் அருமையான நாடகம் எழுதினார்.

சிறப்பான கதையம்சத்துடன் சொல்லப்பட்டிருந்த அந்த நாடகத்தை மக்கள் வெகுவாக ரசித்தார்கள். 'இனி கதர்தான் உடுத்துவது' என்று சபதமெடுத்துக்கொண்டார்கள்.

இன்னும் சிலர், நாடகம் முடிந்த கையோடு மேடையேறினார்கள், 'நான் இப்போது வெளிநாட்டு ஆடையை உடுத்தியிருக்கிறேன், இதை அவமானமாக உணர்கிறேன்' என்றார்கள், 'எனக்கு ஒரு கதர் வேட்டி கொடுங்கள், அதை உடுத்திக்கொண்டு இந்த வெளிநாட்டு ஆடையை இங்கேயே எரித்துவிடுகிறேன்' என்று உணர்ச்சிவயப்பட்டார்கள்.

இந்த அளவு மக்களின் சிந்தனையைத் தூண்டி வெற்றிபெற்ற அந்தச் சமூக நாடகம், 'கதரின் வெற்றி'. பின்னர் இதே நாடகம் 'கதர் பக்தி' என்ற பெயரிலும் மேடையேறியது.

கதராடைகளின் முக்கியத்துவத்தை ஆயிரக்கணக்கான தமிழர்களிடையே கொண்டுசேர்த்து அவர்களுடைய

மனத்தை மாற்றி வழிநடத்திய அந்த நாடக மேதை, தெ. பொ. கிருஷ்ணசாமிப்பாவலர்.

1920ம் ஆண்டு 'பால மனோகர நாடக சபா' என்ற பெயரில் தன்னுடைய நாடகக்குழுவைத் தொடங்கிய பாவலர் பல பிரபலமான நாடகங்களை எழுதி அரங்கேற்றியிருக்கிறார். மக்களின் ரசனைக்கேற்ற கதைகளிலே சமூக முன்னேற்றத்துக்கான கருத்துகளையும் சேர்த்துச் சுவையாகத் தருவது இவருடைய பாணி. ஆகவே, மக்கள் அவருடைய நாடகங்களை விரும்பிப் பார்த்தார்கள், அவர் சொன்ன நல்ல கருத்துகளை ஏற்றுக்கொண்டு பின்பற்றினார்கள்!

★★★

25. நேர்காணல் கலை

பிரபலமான ஒருவரைச் சந்தித்தால், நீங்கள் என்ன செய்வீர்கள்?

எடுத்துக்காட்டாக, நீங்கள் புகைவண்டியில் சென்று கொண்டிருக்கிறீர்கள். அப்போது உங்களெதிரே ஒரு பெரிய எழுத்தாளர் வந்து அமர்கிறார். அப்போது நீங்கள் எப்படி நடந்துகொள்வீர்கள்?

சிலர் பிரமிப்பில் வாய்பிளந்து நிற்பார்கள். என்ன பேசுவது என்றே தெரியாமல் திகைப்பார்கள். பின்னர் தட்டுத்தடுமாறி, 'நான் உங்க கதைகளையெல்லாம் படிச்சிருக்கேன்' என்பார்கள்; தங்களிடமிருக்கும் புத்தகமொன்றில் அவருடைய கையெழுத்தை வாங்கிக்கொள்வார்கள்; செல்பேசியில் படம் பிடித்துக்கொள்வார்கள்; அவ்வளவுதான்.

ஒரு பெரிய பிரபலத்தைச் சந்திக்கும்போது இவை அனைத்துமே எதிர்பார்க்கக்கூடிய எதிர்வினைகள்தாம். அதேசமயம், இவற்றோடு நின்றுவிட்டால் நட்டம் நமக்குதான்.

அத்தனை பெரிய எழுத்தாளர், ஒரே நாளிலா எழுதக் கற்றுக்கொண்டிருப்பார்? ஒரே கதையிலா வெற்றி பெற்றிருப்பார்? எத்தனையோ அனுபவங்களைத் தாண்டித்தானே அவர்

இந்த நிலைக்கு வந்திருப்பார்? அவை அனைத்தும் நமக்குப் பாடங்கள் அல்லவா?

எழுத்தாளர்கள் மட்டுமல்ல, எந்தவொரு துறையிலும் வென்றவர்களிடம் நாம் இந்த விஷயங்களைதான் கற்றுக்கொள்ள வேண்டும். இந்த அறிவு, ஆயிரம் புத்தகங்களைப் படித்தாலும் கிடைக்காது.

அதேசமயம், ஒரு பிரபலம் நம்மருகே இருக்கிறார் என்பதற்காக அவரை மிகவும் தொந்தரவுசெய்வதும் கூடாது. பணிவாக விவரங்களைக் கேட்டுப்பெறவேண்டும். ஒருவேளை அவர்கள் களைப்பாகத் தோன்றினாலோ, வேறு வேலையில் மும்முரமாக இருந்தாலோ, அவர்களை மேலும் சிரமப்படுத்தாமல் விலகியிருந்துவிடுவது நல்லது.

பிரபலங்களைச் சந்தித்து அவர்களுடைய அனுபவங்களைக் கேட்டறிவதை 'நேர்காணல்' என்பார்கள். அதாவது, அவர்களை நேருக்குநேர் கண்டு பேசுவது. இதைப் பேட்டி, செவ்வி, சந்திப்பு, நேர்முகம் என்று குறிப்பிடுவதும் உண்டு.

நம் எல்லாருக்கும் தினந்தோறும் பிரபலங்களைச் சந்திக்கிற அனுபவம் வாய்ப்பதில்லை. ஆகவே, இதுபோல் பிறர் நிகழ்த்திய 'நேர்காணல்'களை வாசிக்கலாம். பத்திரிகைகள், செய்தித்தாள்கள், தொலைக்காட்சிகளில் இதுபோன்ற பலப்பல நேர்காணல்கள் தொடர்ந்து வெளிவருகின்றன.

நேர்காணல்களின் சிறப்பம்சம், வெற்றிபெற்ற ஒருவரைப்பற்றி அவருடைய வாயிலிருந்தே நேரடியாகக் கேட்டறிவதுதான். தனது வாழ்க்கையில் அவர் கடந்துவந்த இடைஞ்சல்கள், அவற்றைத் தனது திறமையின்மூலம் சமாளித்தது, அதற்கு உதவியவர்கள், இதே துறையில் புதிதாக நுழைகிறவர்களுக்கு அவருடைய அறிவுரைகள் எனப் பலப்பல விஷயங்களை நாம் அவர்களிடமிருந்தே கேட்டறியலாம்.

ஆகவே, அடுத்தமுறை நீங்கள் ஒரு பிரபலத்தைச் சந்தித்தால், பேசாமல் இருந்துவிடாதீர்கள். சின்னச்சின்னக் கேள்விகளை எழுப்பி அவர்களைப் பேசவிடுங்கள், கற்றுக்கொள்ளுங்கள்.

எடுத்துக்காட்டாக, எழுத்தாளரிடம் அவர் எழுதிய நூல்களைப் பற்றிக் கேட்கலாம், அவருடைய முதல் கதை எங்கே, எப்படிப் பிரசுரமானது என்று கேட்கலாம், ஒரு நூலுக்கு அவர் எப்படி உழைக்கிறார் என்று கேட்கலாம், புதிய எழுத்தாளர்கள் எப்படிச் சுவையாக எழுதுவது என்று கேட்கலாம்... இப்படி ஒவ்வொரு துறைக்கும் வெவ்வேறு கேள்விகள்.

யாரிடம் என்னமாதிரி கேள்விகளைக் கேட்பது என்று தெரிய வேண்டுமானால், உங்களுக்குப் பிடித்த பிரபலங்களின் சமீபத்திய நேர்காணல்கள் சிலவற்றை வாசித்துப்பாருங்கள். பத்திரிகையாளர்கள் அவர்களிடம் எத்தகைய கேள்விகளைக் கேட்கிறார்கள், அவர்களுடைய பதில்கள் எப்படி அமைகின்றன என்று கவனியுங்கள்.

கேள்வி கேட்பது சுலபம் என்றா நினைத்தீர்கள்? அதுவும் ஒரு கலைதான்!

★★★

26. படிவங்கள்

வனஜாவின் தந்தைக்கு வங்கியில் ஏதோ வேலை. அவளையும் உடன் அழைத்துச்சென்றிருந்தார்.

அங்கே தந்தை வங்கி வேலையைக் கவனிக்க, வனஜா அங்கே வந்தவர்களைக் கவனித்துக்கொண்டிருந்தாள். ஒவ்வொருவரும் வரிசையில் நின்று தங்களுடைய பணிகளைச் செய்வதை வியப்போடு பார்த்தாள் அவள்.

அப்போது, ஒரு முதியவர் வனஜாவை நெருங்கினார், 'எனக்கு ஒரு சின்ன உதவி செய்வியாம்மா?' என்றார்.

'சொல்லுங்க ஐயா, என்ன செய்யணும்?'

'நான் வங்கியிலே பணம் எடுக்க வந்தேன், அதுக்கு ஒரு படிவத்தை நிரப்பணும்' என்றார் அவர், 'ஆனா, நான் இன்னிக்கு என்னோட மூக்குக்கண்ணாடியைக் கொண்டுவரலை. அதனால, என்னால இதைச் சரியா நிரப்பமுடியலை. நீ கொஞ்சம் உதவினா நல்லாயிருக்கும்.'

'கண்டிப்பா உதவறேன் ஐயா' என்றாள் வனஜா. 'ஆனா, வங்கிப்படிவம்ன்னா என்னன்னே எனக்குத் தெரியாதே.'

அவர் சிரித்தார், 'கவலைப்படாதே, நான் உனக்கு விளக்கிச் சொல்றேன்' என்றார். 'வங்கி, தபால் நிலையம் போன்ற அலுவலகங்கள்ல, சில குறிப்பிட்ட வேலைகளைச் செய்யறதுக்காகப் படிவங்களை வெச்சிருப்பாங்க, அவற்றை நிரப்பினாதான் அந்த வேலை நடக்கும்.'

'ஆனா, படிவம்ங்கறது என்ன?'

'அது ஒரு நிரப்பப்படாத விண்ணப்பம்னு சொல்லலாம்' என்றார் அவர். 'இப்போ இந்த வங்கிப்படிவத்தையே எடுத்துக்கோ, இது வங்கியிலேர்ந்து பணம் எடுக்கறதுக்கான விண்ணப்பம், அதுல பெயர்ன்னு போட்டுப் பக்கத்துல ஒரு நீண்ட கோடு போட்டிருக்காங்களா?'

'ஆமாங்கய்யா.'

'அந்த இடத்துல நீ என்னோட பெயரை எழுதணும்' என்று பேனாவைத் தந்தார் அவர். வனஜாவும் அவருடைய பெயரைக் கேட்டு எழுதினாள்.

'அடுத்து, தேதின்னு போட்டுப் பக்கத்துல ஒரு கோடு போட்டிருக்காங்கதானே? அங்கே நீ இன்றைய நாள் என்னன்னு எழுதணும்' என்றார் அவர். 'இதேமாதிரி என்னோட வங்கிக் கணக்கு எண், நான் எடுக்க விரும்பற தொகைன்னு எல்லாத்துக்கும் காலியிடங்களோ கோடுகளோ கட்டங்களோ இருக்கும், அதை அங்கே பிழையில்லாம நிரப்பணும்.'

அவர் சொல்லச்சொல்ல எல்லாவற்றையும் நிரப்பினாள் வனஜா. பின்னர் குறும்பாக, 'கையெழுத்துன்னு ஒரு கட்டம் போட்டிருக்காங்க ஐயா' என்றாள்.

'அதைமட்டும் நீ நிரப்பக்கூடாது, நான்தான் நிரப்பணும்' என்று சிரித்தார் அவர். பிறகு, பேனாவை வாங்கி அந்தப் படிவத்தில் மெதுவாகக் கையெழுத்துப்போட்டார்.

'கொஞ்ச நேரத்துக்கு முன்னாடி உன் கையிலே இருந்தது காலிப் படிவம். அதாவது, நிரப்பப்படாத படிவம், இப்போ, அது நிரப்பப்பட்ட படிவம், இதை நான் வங்கி அதிகாரிகிட்டே

கொடுத்தா, அவர் எனக்குப் பணம் தருவார்!'

'புரிஞ்சதுங்கய்யா, ரொம்ப நன்றி!' என்றாள் வனஜா.

'இதுமாதிரி ஒவ்வோர் அலுவலகத்திலும் வெவ்வேற வேலைகளுக்கு வெவ்வேற படிவங்கள் உண்டு' என்றார் அவர். 'நமக்கு அந்த வேலைகள் தேவைப்படும்போது, அந்தப் படிவங்களைப் படிச்சுப் புரிஞ்சுக்கணும், முறைப்படி நிரப்பித்தரணும்.'

'அப்புறம் ஒரு விஷயம், தொழில்நுட்பம் எவ்வளவோ மாறிடுச்சு, இப்போ பல இடங்கள்லே காகிதப் படிவங்கள் இல்லை, எல்லாம் டிஜிட்டல் மயமாகிடுச்சு. கணினி, செல்பேசியைப் பயன்படுத்திப் படிவங்களை நிரப்பலாம்.'

'ஆமாங்கய்யா, நேத்திக்குக்கூட எங்க அப்பா கணினியிலே வீட்டுவரி செலுத்தினார். அதுவும் ஒரு டிஜிட்டல் படிவம்தானே?'

'புத்திசாலிப்பொண்ணு, சட்டுன்னு புரிஞ்சுகிட்டே, நல்லா இரு' என்று வனஜாவை வாழ்த்திவிட்டு, அவள் நிரப்பித்தந்த படிவத்துடன் வங்கி அதிகாரியை நோக்கி நடந்தார் அந்தப் பெரியவர்.

★★★

27. இணைக் காப்பியம்

காவியங்கள் பொதுவாக ஒரு தலைவரின் பெருமையைப் பாடும். அவருடைய வாழ்க்கையையும் சாதனைகளையும் முழுமையாகச் சொல்லும்.

அதேசமயம், அந்தத் தலைவருடைய வாழ்வின் முக்கியமான பகுதிகளை மட்டுமே விவரிக்கின்ற காவியங்களும் உண்டு. இதற்குச் சிறந்த எடுத்துக்காட்டு, உமறுப்புலவர் எழுதிய சீறாப்புராணம்.

'சீறத்' என்ற அரபுச்சொல்தான் இங்கே 'சீறா' என்று பயின்றுவந்துள்ளது. இச்சொல்லின் பொருள், வாழ்க்கை. நபிகள் நாயகத்தின் வாழ்க்கையைச் சொல்லும் நூல் என்பதால் இது 'சீறாப்புராணம்' என்றானது.

ஐயாயிரத்துக்கும் மேற்பட்ட விருத்தப்பாடல்களில் நபிகள் நாயகத்தின் கதையை அழகுற விவரித்தபோதும், கதையளவில் இந்நூல் முழுமையடையவில்லை. அவரது வாழ்வின் கடைசி ஆறு ஆண்டுகள் இக்காவியத்தில் பதிவுசெய்யப்படவில்லை.

ஏன் இப்படி? உமறுப்புலவர் நூலைப் பூர்த்திசெய்யவில்லையா? அல்லது, இதற்குமேல் அவர் எழுதிய பாடல்கள் தொலைந்து

விட்டனவா? இந்தக் கேள்விக்கான விடை யாருக்கும் தெரியவில்லை!

அதேசமயம், இதனைச் சீறாப்புராணத்தின் குறையாகச் சொல்ல இயலாது. அதிலே சொல்லப்பட்டிருக்கும் பகுதிகள் அனைத்தும் சிறப்பாக அமைந்து மொழியழகோடு திகழ்வதால், அதனை ஒரு முழுமையான காவியமாகவே கருதி இன்றைக்கும் வாசிக்கிறோம்.

ஆனால், நபிகள் நாயகத்தின் வாழ்க்கையை முழுக்கத் தெரிந்துகொள்ள வேண்டும் என்ற விருப்பத்துடன் சீறாப்புராணத்தை வாசிக்கத் தொடங்குபவர்கள், இந்நூலைப் படித்தபிறகு கொஞ்சம் ஏமாற்றமடைவார்களல்லவா? இங்கே கதை நின்றுவிடுகிற இடத்துக்குப்பிறகு அவருடைய வாழ்க்கையில் என்னென்ன நடந்தது என்று தெரிந்துகொள்ள விரும்புவார்களல்லவா?

அப்படி ஒரு புலவர் நினைத்தார். சீறாப்புராணம் எழுதப்பட்டுப் பல ஆண்டுகளுக்குப்பிறகு, அதில் விடுபட்ட பகுதிகளைத் தொகுத்து எழுதத்தொடங்கினார். அவை 'சின்னச்சீறா' என்ற பெயரில் வெளிவந்தன.

'சின்னச்சீறா'வை எழுதியவர் பனீ அகமது மரைக்காயர். இதிலே ஆயிரத்து ஐநூறுக்கும் மேற்பட்ட பாடல்கள் இடம்பெற்றிருந்தன. சீறாப்புராணத்தின் தொடர்ச்சியாக அமைந்த நூல் என்பதால், இதனை, 'இணைக்காப்பியம்' என்கிறார்கள். அதாவது, ஒரு காப்பியத்துக்கு இணையாக நிற்கும் இன்னொரு காப்பியம்.

கதையமைப்பில் மட்டுமல்ல, பாடல்களின் பாணியிலும் சீறாப்புராணமும் சின்னச்சீறாவும் இயைந்து நிற்கின்றன. உமறுப் புலவரின் கவித்திறனால் ஈர்க்கப்பட்ட பனீ அகமது மரைக்காயர் அதேபோன்ற அமைப்பில் தன்னுடைய நூலையும் அழகுற அமைத்திருக்கிறார். சீறாப்புராணத்தில் தமிழ்ப் பாடல்களிடையே அரபுச்சொற்கள் கலந்திருப்பதைப்போலவே சின்னச்சீறாவிலும் காணமுடிகிறது. இலங்கை யாழ்ப்பாணத்தைச் சேர்ந்த பக்கீர் முகியித்தீன் என்பவர்தான் சின்னச்சீறாவைப் பதிப்பித்தார்.

இதுபோல் இன்னும் பல இஸ்லாமிய இலக்கியங்களின் ஏட்டுப்பிரதிகளைத் தேடியெடுத்து, அவற்றைச் சரிபார்த்து வெளியிட்டுச் சேவைபுரிந்தவர் இவர் என்கிறார் ஆய்வாளர் நாஞ்சில் நன்மொழியோன்.

சுவடிகளாக இருந்த நூல்களையெல்லாம் அச்சிலேற்றி எல்லாரும் வாசிக்கும்வண்ணம் வழங்கிய இவரைப்போன்றோரை நாம் என்றென்றும் நன்றியோடு நினைக்கவேண்டும். தமிழ் இலக்கியத்தின் செழுமையை அடுத்தடுத்த தலைமுறைகள் அறியச் செய்தவர்களல்லவா இவர்கள்!

★★★

28. மனம் செய்யும் மாயம்

பள்ளி விழாக்களில் குழு நடனமாடும் மாணவர்களைப் பார்த்திருக்கிறீர்களா?

அடுத்தமுறை அவர்களுடைய நடனத்தைமட்டும் கவனிக்காமல், முகங்களையும் கவனியுங்கள். யார் சிறப்பாக ஆடுகிறார்கள், ஏன் என்று யோசியுங்கள்.

ஒரு குழுவில் இருபது பேர் ஆடுகிறார்கள் என்றால், எல்லாரும் ஒரேமாதிரி ஆடுவதில்லை. சிலருடைய நடனம் சிறப்பாக இருக்கிறது, சிலர் சுமாராகவே ஆடுகிறார்கள். இதற்கு என்ன காரணம்?

நடனத்திறமை ஒரு காரணம்தான். ஆனால், அதையும் மீறி ஓர் 'உள்காரணம்' இருக்கிறது.

'உள்'ளே இருப்பது, உள்ளம், மனம், அது ஒரு செயலில் ஈடுபடும்போது, நம்மால் சிறப்பாகப் பணியாற்றமுடிகிறது. அது நடனமானாலும் சரி, பாடம் படிப்பதானாலும் சரி, சமையலானாலும் சரி, அலுவலகம் சென்று பணியாற்றுவதனாலும் சரி.

இதற்கு நேரெதிராக, மனம் ஈடுபடாத செயல்களை நாம் ஆர்வத்துடன் செய்வதில்லை. ஏதோ கடமைக்குச் செய்கிறோம், இதனால், திறமையிருப்பினும் அது சிறப்பாக வெளிப்படுவதில்லை.

ஒரு செயலை நம் மனம் ஏற்றுக்கொள்ளும்போது, அது மூன்றுவிதங்களில் அமைகிறது:

★ மனவிருப்பம்

★ மன ஊக்கம்

★ மன உறுதி

'மனவிருப்பம்' என்றால், ஒன்றைச் செய்ய விரும்புதல். 'நான் நன்றாக நடனமாட விரும்புகிறேன்' என்று நீங்களே மனத்தில் நினைத்தல், விரும்புதல். அதாவது, தாய் சொல்கிறார், தந்தை சொல்கிறார், நண்பர் சொல்கிறார், ஆசிரியர் சொல்கிறார் என்றில்லாமல், நீங்களே விரும்பி அதில் ஈடுபடுகிறீர்கள்.

அடுத்து, 'மன ஊக்கம்' என்றால், அதைச் சிறப்பாகச் செய்யவேண்டும் என்று உங்களை நீங்களே ஊக்கப்படுத்திக் கொள்ளுதல். 'மன உறுதி' என்றால், என்னால் இதைச் சிறப்பாகச் செய்ய இயலும் என்று நீங்கள் உறுதியாக நம்புதல், எத்தனைத் தடைகள் வந்தாலும் விடமாட்டேன், நன்கு ஆடுவேன் என்று உறுதியெடுத்துக்கொள்ளுதல்.

ஒரு விஷயத்தில் இந்த மூன்றும் நமக்கு இருந்துவிட்டால், வேறு யாருடைய தூண்டுதலும் தேவையில்லை. நாமே சிறப்பாகச் செயல்படுவோம்.

இதில் ரகசியம் என்னவென்றால், இந்த மூன்றில் முதலாவது (மனவிருப்பம்) இருந்துவிட்டால், மற்ற இரண்டும் தானே வரும். அதாவது, ஒன்றைச் செய்யவேண்டும் என்ற விருப்பம் உள்ளே வந்துவிட்டால், நாமே நம்மை ஊக்கப்படுத்திக்கொள்வோம், அதிலிருந்து பின்வாங்காமல் உறுதியுடன் செயல்படுவோம்.

அப்படி நீங்கள் மனவிருப்பத்துடன் செயல்படும் விஷயம் எது? யோசியுங்கள். அதைச் செய்கிற ஊக்கமும் உறுதியும் தானே

வருகிறதா என்று சிந்தித்துப்பாருங்கள். அதேபோல், நீங்கள் செய்ய நினைக்கிற, ஆனால், செய்யாமலிருக்கிற விஷயத்தையும் யோசியுங்கள். அதில் மனவிருப்பம் ஏன் ஏற்படவில்லை என்று சிந்தித்து விருப்பத்தை உண்டாக்கிக்கொள்ளுங்கள். பின்னர் அதையும் சிறப்பாகச் செய்வீர்கள்.

★★★

29. ஆள்மாறும் கதைகள்

அன்றைய பாடம் சீக்கிரமாகவே முடிந்துவிட்டது. 'கொஞ்சம் கதை பேசலாமா?' என்று கேட்டார் ஆசிரியர்.

சட்டென்று மாணவர்களின் முகத்தில் மலர்ச்சி. 'ஓ, பேசலாமே' என நிமிர்ந்து உட்கார்ந்தார்கள்.

'சரி, யாராவது ஒரு கதை சொல்லுங்கள்' என்றார் ஆசிரியர்.

முதல் வரிசையில் ஒருவன் எழுந்தான். தெனாலிராமன் கதையொன்றைச் சுவையாகச் சொன்னான்.

அவன் சொல்லிமுடித்ததும், பின்வரிசையிலிருந்த ஒருவன் குழப்பத்தோடு எழுந்தான், 'ஐயா, இதே கதையை நானும் வாசித்திருக்கிறேன்' என்றான், 'ஆனால், நான் வாசித்த கதையில் தெனாலிராமன் இல்லை; பீர்பால்தான் இருந்தார்.'

ஆசிரியர் வாய்விட்டுச் சிரித்தார், 'அப்படியானால், நீ வாசித்த கதையில் அரசர் கிருஷ்ணதேவராயரும் இருந்திருக்கமாட்டாரே' என்றார்.

'ஆமாம் ஐயா; அவருக்குப்பதிலாக அங்கே அக்பர் இருந்தார்' என்றான் அந்த மாணவன். 'அப்படியானால், இந்த இரு கதைகளில் எது உண்மை? எது பொய்?'

‘இரண்டுமே உண்மைதான்’ என்றார் ஆசிரியர். ‘ஒரு ஊரில் ஒரு பிரச்னை ஏற்பட்டது; அதை ஒரு புத்திசாலி நபர் தீர்த்துவைத்தார்; அதுதான் அடிப்படைக் கதை. அந்த நபர் யார் என்பது முக்கியமில்லை, சிலர் அதைத் தெனாலிராமன் என்பார்கள், சிலர் பீர்பால் என்பார்கள், இன்னும் மரியாதைராமன், முல்லா நசிருத்தீன் என்று விதவிதமான பாத்திரங்கள் உள்ளன. இவர்களைப் பயன்படுத்தி விதவிதமாகக் கதைகள், வெவ்வேறு கலாசாரங்களுக்குப் பரவுகின்றன.’

‘இப்போது, இவை அனைத்தையும் உண்மையில் தெனாலிராமனோ பீர்பாலோ செய்தார்களா என்றால், நமக்குத் தெரியாது. அவர்களைப் புத்திசாலிகளாக நாம் அறிந்துவைத்திருக்கிறோம். ஆகவே, புத்திசாலிக் கதைகளையெல்லாம் அவர்கள்மேல் ஏற்றிவிடுகிறோம். அவற்றைச் சுவையாக வாசிப்பதற்கு, எல்லாரும் விரும்பிக் கேட்பதற்கு இந்தத் தந்திரம் பயன்படுகிறது.’

‘இதேபோல், உலகெங்கும் புத்திசாலிக் கதாபாத்திரங்கள் இருக்கின்றன; அவர்கள் பல சிக்கலான பிரச்னைகளைத் தீர்த்துவைத்ததாகக் கதைகள் உருவாக்கப்பட்டுள்ளன. இந்தக் கதைகளில் சில, அந்தந்த உள்ளூரில் பிறந்தவை, மற்ற பல, வெளியிலிருந்து வந்தவை.’

‘இதனால், வெவ்வேறு புத்திசாலிக் கதாபாத்திரங்களின் கதைகளை ஒப்பிட்டால், பல ஒற்றுமைகளைப் பார்க்கமுடிகிறது; ஒரு கலாசாரத்தில் பேசப்படும் கதை, இன்னொரு கலாசாரத்துக்குச் சென்று, இன்னொரு நபரின் கதையாக மாறிவிடுகிறது.’

’இப்போது, நம் பள்ளியில் ஒரு பிரச்னை ஏற்படுவதாக வைத்துக்கொள்வோம். அதை நீங்கள் புத்திசாலித்தனமாகச் சிந்தித்துத் தீர்த்துவைக்கிறீர்கள். அதையே தெனாலிராமன் செய்ததாக ஒரு கதை எழுதிப் பத்திரிகைக்கு அனுப்புகிறீர்கள். அதுவும் அச்சாகிவிடுகிறது. அவ்வளவுதான். என்றைக்கோ வாழ்ந்த தெனாலிராமனின் சாதனைகளில் இன்னொன்று சேர்ந்துவிடுகிறது.’

'இதுபோன்ற நீதிக்கதைகள், பிரச்னைகளைத் தீர்த்துவைக்கும் கதைகள் நம்முடைய சிந்திக்கும்திறனை மேம்படுத்தக்கூடியவை. அவை உண்மையில் நிகழ்ந்தவையா என்றெல்லாம் யோசித்துக் குழம்பவேண்டியதில்லை. கதைகளை வாசிப்போம்; அவற்றின் நாயகர்கள் எப்படி வேகமாகவும் புத்திசாலித்தனத்தோடும் சிந்திக்கிறார்கள், பிரச்னைகளைத் தீர்க்கிறார்கள் என்பதைத் தெரிந்துகொள்வோம்; அதன்மூலம் நமது அறிவைக் கூர்தீட்டிக்கொள்வோம்; அந்த அணுகுமுறையைப் பயன்படுத்தி நம்முடைய பிரச்னைகளைத் தீர்த்து வெற்றிபெறுவோம்; அதுதான் நமக்கு முக்கியம். இப்படிப்பட்ட கதைகள் எங்கிருந்து வந்தவை என்பதைப்பற்றிக் கவலைப்படாமல் ஏற்றுக்கொண்டு பயன்படுத்திக்கொள்வோம்!'

★★★

30. சொற்பொருள் பின்வரு நிலையணி

பள்ளியில் ஆண்டுவிழா. மாணவர்களெல்லாம் கலைநிகழ்ச்சிகளுக்குத் தயாராகிக் கொண்டிருந்தார்கள்.

முதல் அறையில் நடனப்பயிற்சி. ஒலிநாடாவிலிருந்து குழந்தைக் கவிஞரின் பாடல் ஓடிவர, அதற்கேற்ப மாணவிகள் ஆடினார்கள்:

> 'மாம்பழமாம் மாம்பழம்,
> மல்கோவா மாம்பழம்,
> சேலத்து மாம்பழம்,
> தித்திக்கும் மாம்பழம்,
> அழகான மாம்பழம்,
> அல்வாபோல் மாம்பழம்,
> தங்கநிற மாம்பழம்,
> உங்களுக்கும் வேண்டுமா?
> இங்கே ஓடி வாருங்கள்,
> பங்குபோட்டுத் தின்னலாம்.'

அழகாக ஆடி முடித்துவிட்டு எல்லாரும் ஓய்வெடுக்க, கவிதாமட்டும் தமிழாசிரியரை நோக்கி நடந்தாள், 'ஐயா, எனக்கு ஒரு சந்தேகம்.'

'நடனத்திலா?' என்று சிரித்தார் தமிழாசிரியர், 'எனக்கு ஆடத்தெரியாதே' என்று அவர் சொன்னதும், சுற்றியிருந்த எல்லாரும் சிரித்தார்கள்.

'இல்லை ஐயா, பாடத்தில்தான் சந்தேகம்' என்றாள் கவிதா, 'கொஞ்சநாள் முன்பு நீங்கள் கூறியது கூறல்பற்றிச் சொன்னீர்கள்தானே?'

'ஆமாம், சொன்னேன், அதற்கென்ன?'

'கூறியது கூறல் என்றால், ஒரு பாடலில் ஏற்கெனவே சொன்ன விஷயம் இன்னொருமுறை வரக்கூடாது, அப்படி வந்தால், வாசிப்பவர்கள் சலிப்படைவார்கள் என்று நீங்கள் சொன்னீர்கள்' என்று விளக்கினாள் கவிதா, 'அப்படியானால், கவிஞர்கள் கூறியது கூறல் குற்றத்தைச் செய்யக்கூடாதுதானே?'

'ஆமாம் கவிதா' என்றார் தமிழாசிரியர், 'நூலில் ஏற்படக்கூடிய பலவகைக் குற்றங்களை நன்னூல் பட்டியலிடுகிறது. அதில் கூறியது கூறலும் உண்டு.'

'ஆனால், இந்தப் பாடலில் மாம்பழம் என்ற சொல் திரும்பத்திரும்ப வருகிறதே', கவிதாவின் முகத்தில் குழப்பம், 'பத்தே வரிக்குள் எட்டுமுறை இதே சொல் வரலாமா? குற்றமில்லையா?'

'அட, இவ்வளவுதானா?' என்று வாய்விட்டுச் சிரித்தார் தமிழாசிரியர், 'கவிதா, கூறியது கூறல் என்பது குற்றம்தான். ஆனால், இது குழந்தைகளுக்கான பாடல். அவர்களுக்கு ஒரே சொல்லைத் திரும்பத்திரும்பக் கேட்பது மிகவும் பிடிக்கும். அப்போதுதான் அவர்கள் சொற்களை நன்கு கற்றுக்கொள்வார்கள். அதனால்தான் குழந்தைக்கவிஞர் மாம்பழம், மாம்பழம் என்று திரும்பத்திரும்ப எழுதுகிறார்.'

'அதுமட்டுமில்லை. இப்படி ஒரே சொல்லை அதே பொருளில் திரும்பத்திரும்பப் பயன்படுத்துவது ஓர் அழகு. கேட்பதற்கு இனிமையாக இருக்கும். அதைச் சொற்பொருள் பின்வரு நிலையணி என்பார்கள். அதாவது, செய்யுளின் தொடக்கத்தில்

வந்த ஒரு சொல், அதே பொருளில் பின்னால் திரும்பத்திரும்ப வருவது.'

'செல்வத்துள் செல்வம் செவிச்செல்வம், அச்செல்வம் செல்வத்துள் எல்லாம் தலை என்கிற குறளிலே செல்வம் என்ற சொல் ஐந்துமுறை வருகிறதே, அதுவும் சொற்பொருள் பின்வரு நிலையணிதானா ஐயா?'

'ஆமாம் கவிதா' என்றார் ஆசிரியர், 'சில நேரம் வகுப்பில் நான் என்னதான் கஷ்டப்பட்டுப் பாடம் நடத்தினாலும் நீங்களெல்லாம் புரியவில்லை, புரியவில்லை, புரியவில்லை என்று திரும்பத்திரும்பச் சொல்கிறீர்களே, அதுகூட சொற்பொருள் பின்வரு நிலையணிதான்!'

★★★

31. ஒரு புலவர், ஏழு பெயர்கள்

உங்களுக்கு எத்தனை பெயர்கள் உண்டு?

பெரும்பாலானோருக்கு ஒரே ஒரு பெயர்தான். சிலருக்கு மட்டும் பள்ளியில் ஒரு பெயர், வீட்டில் ஒரு (செல்லப்) பெயர் இருக்கும். ஆனால், அந்தக்காலத்தில் நிலைமையே வேறு. ஒருவருடைய செயல்பாடுகள், சிறப்புகளைப் பொறுத்து அவர்களுக்குப் பல பெயர்கள் சூட்டப்படும். எடுத்துக்காட்டாக, தமிழ்ப் பக்தி இலக்கியத்திற்குப் பல இணையற்ற பாடல்களை வழங்கிய திருநாவுக்கரசருக்கு எத்தனைப் பெயர்கள் தெரியுமா?

1. மருணீக்கியார்: அவருடைய இயற்பெயர், அதாவது, இயல் + பெயர் => இயல்பாக அவருடைய தந்தை, தாய் அவருக்குச் சூட்டிய பெயர் இது. மருள் + நீக்கியார் என்பதுதான் மருணீக்கியார் என்று மாறியுள்ளது. மருள் என்றால் மயக்கம், மருள் நீக்கியார் என்றால், மயக்கத்தை நீக்கித் தெளிவைத் தருபவர் என்று பொருள்.

2. தருமசேனர்: சைவ சமயத்திலிருந்து மருணீக்கியார் சமண சமயத்துக்கு மாறியபோது அவர் இந்தப் பெயரை ஏற்றுக்கொண்டார்

3. நாவுக்கரசர்: மீண்டும் சைவ சமயத்துக்குத் திரும்பிய அவர் இறைவனைப் போற்றிப் பல திருப்பாடல்களைப் பாடினார்.

அவரது பாடல்களின் சிறப்பைச் சுட்டிக்காட்டும்வகையில் அவருக்கு இறைவனே இந்தப் பெயரைச் சூட்டியதாக நம்பப்படுகிறது.

நாவுக்கு அரசர் => நாவுக்கரசர். அத்துடன் 'திரு' என்ற பெருமைக்குரிய சொல்லைச் சேர்த்துத் திருநாவுக்கரசர் என்பார்கள். நாவால் சிறந்த பாடல்களைத் தரும் கவியரசர் என்று பொருள்.

4. அப்பர்: சைவத் திருப்பாடல்களை வழங்கிய நான்கு பெரும்புலவர்களை 'நால்வர்' என்று அழைப்பார்கள். அவர்களில் இளையவரான திருஞானசம்பந்தர், திருநாவுக்கரசரைச் சந்தித்தபோது, அவருடைய வயதைக் கருதி 'அப்பரே' (தந்தையே) என்று அழைத்தாராம். ஆகவே, அதுவும் அவருடைய சிறப்புப்பெயர்களில் ஒன்றாகிவிட்டது.

5. உழவாரத்தொண்டர்: சிவாலயங்களைத் தூய்மைப்படுத்துவதற்காக, 'உழவாரம்' என்கிற சிறு கருவியைத் திருநாவுக்கரசர் எப்போதும் தன் கையில் வைத்திருந்தார். அவருடைய இந்தத் தொண்டைப் போற்றும்வகையில் அவருக்கு இந்தப் பெயர் அமைந்தது.

6. தாண்டகவேந்தர்: தாண்டகம் என்கிற கவிதை வடிவத்தில் சிறந்து விளங்கியவர் திருநாவுக்கரசர். அதைச் சுட்டிக்காட்டும் வகையில் இந்தப் பெயர் அமைந்தது.

7. வாகீசர்: இதுவும் நாவுக்கரசரின் மொழிச்சிறப்பைப் போற்றும் பெயர்தான். 'வாக்' என்றால் சொல், 'ஈசர்' என்றால் தலைவர், சொல்லுக்குத் தலைவர் என்ற பொருளில் அவரை 'வாகீசர்' என்றழைத்தார்கள்.

எத்தனை அழகழகான பெயர்கள், அழகழகான விளக்கங்கள், சும்மா 'பேருக்கு' ஏதோ ஒரு பெயரை வைக்காமல், எப்படிச் சிந்தித்துப் பெயர்களைச் சூட்டியிருக்கிறார்கள் அன்றைய தமிழர்கள்!

★★★

32. இதழியல்

உலகெங்கும் பலப்பல வீடுகளில் காலை எழுந்து பல்தேய்த்தவுடன் மக்கள் செய்கிற முதல் வேலை, செய்தித்தாளைத் திறப்பதுதான்!

இத்தனைக்கும், தொலைக்காட்சி, வானொலி, இணையம், மொபைல் தொழில்நுட்பங்கள் என்று காலம் எவ்வளவோ மாறிவிட்டது. ஆனாலும், செய்தித்தாள்களுக்கு முக்கியத்துவம் குறையவில்லை. இணையத்திலும் அதே செய்தித்தாள்கள் வருகின்றன, தொலைக்காட்சி நிகழ்ச்சிகளில் செய்தித்தாள்களில் வரும் முக்கியச் செய்திகளை முன்வைத்து விவாதிக்கிறார்கள். மொபைலில் உட்கார்ந்த இடத்தில் நான்கைந்து செய்தித்தாள்களைப் படிக்கமுடிகிறது.

செய்தித்தாள்கள் ஒவ்வொருநாளும் வெளியாகிறவை என்பதால், அவற்றை 'நாளிதழ்கள்' என்கிறோம். இதேபோல், வாரந்தோறும் வருகிற 'வார இதழ்கள்', மாதம் ஒருமுறை வருகிற 'மாத இதழ்கள்', இன்னும் மாதமிருமுறை இதழ்கள், வாரமிருமுறை இதழ்கள், காலாண்டிதழ்களெல்லாம் உண்டு. அச்சிதழ்களோடு மின்னிதழ்கள், ஒலியிதழ்கள், வீடியோ இதழ்களெல்லாம்கூட வருகின்றன.

இப்படித் தொடர்ந்து வாசகர்களின் அறிவுப்பசிக்குத் தீனி போட்டுக்கொண்டிருக்கும் இதழ்களில் பணியாற்றுவோரை 'இதழாளர்கள்' என்கிறார்கள். பல நாடுகளில் பல ஊடகங்களில் லட்சக்கணக்கான இதழாளர்கள் பணியாற்றிவருகிறார்கள். மிகுந்த அறிவையும் உழைப்பையும் கோரக்கூடிய பணி இது:

★ செய்திகளைத் தொடர்ந்து கவனிக்கவேண்டும், அவைபற்றிய கூடுதல் விவரங்களைச் சேகரிக்கவேண்டும், நிபுணர்களின் கருத்துகளைச் சேர்க்கவேண்டும், இவற்றைச் சுவையாகவும் விரைவாகவும் எழுதித்தரவேண்டும்

★ பிழையின்றி எழுதத்தெரியவேண்டும், அதேபோல் வாசிப்போர் விரும்பும்வண்ணம் எளிய, இனிய நடையும் வேண்டும்

★ மக்களுக்கு என்ன தேவை என்பதை அறிந்து நல்ல, பயனுள்ள கட்டுரைகள், கதைகள், கவிதைகள் போன்றவற்றைச் சிறந்த வடிவமைப்புடன் வழங்கவேண்டும்

உங்களுக்கு இதழாளராகும் விருப்பம் உண்டா? அதற்கான தொடக்கம் உங்கள் பள்ளியிலேயே இருக்கக்கூடும்.

பல பள்ளிகளில் மாணவர் இதழொன்று நடத்தப்படும். அவை மாதம் ஒன்றாகவோ, வருடத்துக்கு ஒன்றிரண்டு பிரதிகளாகவோ வெளிவரக்கூடும். அந்த இதழில் வெளிவரும் படைப்புகள், செய்திகள், ஓவியங்கள் என அனைத்தையும் மாணவர்களேதான் (சில ஆசிரியர்களின் வழிகாட்டுதலுடன்) எழுதுவார்கள், தேர்ந்தெடுப்பார்கள், திருத்தம்செய்வார்கள்.

அப்படிப்பட்ட மாணவர் இதழ் உங்கள் பள்ளியில் உண்டென்றால், அதைத் தேடிச்சென்று வாசியுங்கள். அதில் என்னமாதிரி படைப்புகள் வெளியாகின்றன என்று கவனியுங்கள். அதன் இதழாளர் குழுவில் பங்கேற்க என்ன தகுதி என்று விசாரியுங்கள்.

அதேபோல், உங்கள் வீட்டருகே இருக்கும் நூலகத்துக்குச் சென்று, அங்கே கையெழுத்து இதழ்கள் எவையேனும்

வெளியாகின்றனவா என்று விசாரியுங்கள். இவற்றிலும் உங்களைப்போல் ஆரம்பநிலை எழுத்தாளர்கள், இதழாளர்களுக்கு எளிதில் வாய்ப்புகள் கிடைக்கும். எப்படியாவது உள்ளே நுழைந்துவிட்டால், ஏராளமாகக் கற்க வாய்ப்புண்டு.

ஒருவேளை உங்கள் பகுதியில் அப்படிப்பட்ட மாணவர் இதழ், உள்ளூர் இதழ் எவையும் இல்லாவிட்டால்?

அது இன்னும் வசதி. உங்கள் ஆசிரியரின் உதவியுடன் நீங்களே ஒரு மாணவர் இதழைத் தொடங்குங்கள். கையில் எழுதி வெளியிடும் 'கையெழுத்து இதழாக' இருந்தாலும் பரவாயில்லை, கணினியில் வடிவமைத்து அச்சிடும் இதழானாலும் பரவாயில்லை, கற்றுக்கொள்வதற்கு எந்த ஊடகமும் நல்லதுதான்!

★★★

33. தொடராட்சிகள்

'**யா**தும் ஊரே, யாவரும் கேளிர்.'

புறநானூற்றில் கணியன் பூங்குன்றனார் எழுதிய சொற்றொடர்கள் இவை. இவற்றின் பொருள், '(உலகில்) எல்லாமே நம்முடைய ஊர்தான். (உலக மக்கள்) எல்லாரும் நம் உறவினர்கள்தான்.'

கணியன் பூங்குன்றனார் இதனை ஒருமுறைதான் எழுதினார். ஆனால், அதன்பிறகு எண்ணற்ற கட்டுரைகள், மேடைப் பேச்சுகளில் இந்தச் சொற்றொடர் திரும்பத்திரும்பப் பயன் படுத்தப்பட்டுள்ளது. ஆகவே, அதே கவிதையின் பிற வரிகளைக் காட்டிலும், இந்த வரி அதிகப்பேருக்குத் தெரிந்துள்ளது.

இதுபோன்ற நயமான பயன்பாடுகளைப் பல கவிதைகள், சிறுகதைகள், கட்டுரைகள், புதினங்கள், சொற்பொழிவுகளில் கேட்கிறோம், அவற்றை மேற்கோளாகப் பயன்படுத்துகிறோம்.

'யாதும்' என்ற சொல்லிலோ, 'ஊரே' என்ற சொல்லிலோ புதுமையில்லை. அவை இணைந்து, 'யாதும் ஊரே' என்று பயன்படுத்தப்படும்போது அங்கே ஒரு நயம் பிறக்கிறது. இதனை அறிஞர்கள், 'தொடராட்சி' என்று வழங்குகிறார்கள்.

தொடர் + ஆட்சி => தொடராட்சி. அதாவது, சொற்களை ஒரு குறிப்பிட்ட முறையில் அமைத்து ஆளுதல். அதன்மூலம் அந்தப் படைப்புக்குத் தனியழகை உருவாக்குதல், பொருளை எளிதில் புரியவைத்தல். மேற்கண்ட வாக்கியத்திலேயே, 'தனியழகு'

என்பது ஓர் எளிய தொடராட்சிதான். தனித்துவமான அழகு, வேறெங்கும் காண இயலாத சிறப்பு என்கிற பல பொருள்களை இது புரியவைக்கிறது.

தொடராட்சியின் சிறப்பே இதுதான். சில சொற்களின்மூலம் பல விஷயங்களைப் புரியவைத்துவிடலாம். வாசகர்கள் மனத்தில் ‘நமக்கு ஏற்கெனவே பழகிய ஒன்றைத்தான் வாசிக்கிறோம்’ என்ற உணர்வை உருவாக்கி அவர்களை ஈர்க்கலாம்.

நல்ல தொடராட்சிகளை அடையாளம் காண்பது எப்படி?

அதற்கு நாம் நிறைய வாசிக்கவேண்டும். பல எழுத்தாளர்களுடைய எழுத்துநடையைக் கூர்ந்து கவனிக்கவேண்டும். அவர்கள் எந்தச் சொற்களைப் பயன்படுத்துகிறார்கள், என்னமாதிரியாக அவற்றை ஒன்றுசேர்க்கிறார்கள், இந்த இடத்தில் அவர்கள் ஏன் வேறொரு சொல்லைப் பயன்படுத்தவில்லை என்று சிந்திக்கவேண்டும், சிறப்பான தொடராட்சிகளை நினைவில் வைத்துக்கொண்டு பொருத்தமான இடத்தில் பயன்படுத்தவேண்டும்.

எழுத்துகளுடன், தமிழில் நல்ல புலமை கொண்டோரின் பேச்சையும் கூர்ந்து கவனிக்கலாம். கிராமத்து மனிதர்களின் பேச்சில்கூடப் பல நயமான தொடராட்சிகள் கிடைக்கும். ஆனால் ஒன்று, நாம் பயன்படுத்தும் தொடராட்சி வாசகர்களுக்குப் புரிகிறதா என்பதைச் சிந்திக்கவேண்டும். ஒருவேளை புரியாவிட்டால், மொத்தப் படைப்பும் புரியாமல் போய்விடக்கூடும். எடுத்துக்காட்டாக, ‘களிநடம்’ என்பது ஓர் அழகிய தொடராட்சி. ஆனால், ‘களி’ என்றால் களித்தல், மகிழ்தல், ‘நடம்’ என்றால் நடனம் என்கிற பொருள் வாசகர்களுக்குப் புரியாவிட்டால், அது குழப்பத்தையே விளைவிக்கும். ஆகவே, வாசிப்போரை மனத்தில் கொண்டே தொடராட்சிகளைத் தேர்ந்தெடுக்கவேண்டும். தேவைப்பட்டால், உரிய அடிக்குறிப்புகளைத் தந்து விளக்கலாம்.

தொடராட்சிகள் உங்கள் எழுத்துநடைக்கு அழகும் வேகமும் சேர்ப்பவை. அவற்றை அடையாளம்கண்டு பயன்படுத்தத் தொடங்குங்கள்.

★★★

34. தற்சிந்தனை

அன்று பவளவிழிக்குப் பிறந்தநாள். அழகான மஞ்சள் உடையொன்றை உடுத்திவந்தாள்.

அதைப்பார்த்த தோழிகள் வியந்துபோனார்கள். 'பிரமாதமா இருக்கு' என்று பாராட்டினார்கள், 'நீயே தேர்ந்தெடுத்தியா?'

'இல்லை, எங்க அண்ணன் தேர்ந்தெடுத்தார்' என்றாள் பவளவிழி, 'எனக்கு எப்பவும் அவர்தான் உடைகளைத் தேர்ந்தெடுப்பார்.'

'ஏன்? உனக்குத் தற்சிந்தனையே கிடையாதா?' என்று ஒரு தோழி குறும்பாகக்கேட்டாள். எல்லாரும் விழுந்துவிழுந்து சிரித்தார்கள்.

அவர்களுடைய கேலியைப் பவளவிழி பொருட்படுத்தவில்லை. பேச்சை மாற்றுவதற்காக, 'அதென்ன தற்சிந்தனை?' என்று கேட்டாள்.

'தன் + சிந்தனை => தற்சிந்தனை' என்று விளக்கினாள் ஒருத்தி, 'அதாவது, தானே சொந்தமாச் சிந்திச்சுத் தீர்மானங்களை எடுக்கறது.'

'எல்லாரும் சொந்தமாத்தானே சிந்திக்கறாங்க?'

'இல்லையே, பல பேர் எப்பவும் மத்தவங்களோட பேச்சைக்கேட்டுக் குழம்புவாங்க. இவர் அதைச்சொன்னார், அவர் இதைச்சொன்னார்ன்னு எல்லாத்தையும் கேட்டுட்டு, என்னசெய்யறதுன்னு திகைச்சுப்போவாங்க.'

'அதுக்காக, யார் பேச்சையும் கேட்காம இருக்கறதா? அதுவும் தப்புதானே?'

'ஆமா, யார் என்ன சொன்னாலும் நான் என் விருப்பப்படிதான் செய்வேன்னு நினைச்சாலும் தப்பு, தற்சிந்தனையே இல்லாம எப்பவும் அடுத்தவங்க பேச்சையே கேட்கிறதும் தப்பு, எல்லாரோட கருத்துகளையும் கேட்டுக்கணும், அப்புறம் நாமே சொந்தமாச் சிந்திச்சு ஒரு தீர்மானமெடுக்கணும். அதுதான் நல்ல தலைவருக்கு அடையாளம்!'

'அது சரி, நாமெல்லாம் தலைவருங்க இல்லையே, சாதாரண மாணவர்கள்தானே?'

'தலைமைக்குணம்ன்னா பெரிய முதலாளிகள், நிறுவனங்கள், அமைப்புகளோட தலைவர்கள், அரசாங்க அதிகாரிகள், ஆட்சியாளர்கள், அமைச்சர்களுக்குமட்டும் இருக்கக்கூடிய குணமில்லை. அது எல்லாருக்கும் அவசியம். அதுதான் நம்மை வேகமா முன்னேத்தும்.'

'அப்படியா? தற்சிந்தனையால என்ன பயன்?' என்றாள் ஒரு தோழி.

'சிந்திக்கத்தெரிஞ்ச ஒருத்தரை யாராலும் ஏமாத்தமுடியாது. அதுதான் முக்கியமான பயன்!' என்று விளக்கினாள் பவளவிழி, 'ஒருவேளை நீ எப்பவும் மத்தவங்களோட பேச்சையே கேட்டுக்கிட்டிருக்கேன்னா, நாளைக்கே ஒரு பிரச்னை வரும்போது சிலர் உன்னைத் திட்டமிட்டு ஏமாத்தக்கூடும். அதிலேர்ந்து தற்சிந்தனைதான் உன்னைக் காப்பாத்தும்.'

'அதுமட்டுமில்லை. உலகச் சரித்திரத்துல பெரிய அளவுல சாதிச்சவங்க எல்லாருமே தற்சிந்தனையோட வாழ்ந்தவங்கதான். அவங்களோட சொந்தச் சிந்தனைகள்தான் நம்ம சமுதாயத்தை

இந்த அளவுக்கு முன்னேத்தியிருக்கு. அதனால, நாம ஒவ்வொருத்தரும் சொந்தமாச் சிந்திக்கணும். அதுதான் நமக்கும் நல்லது, சமுதாயத்துக்கும் நல்லது.'

'அது சரி பவளவிழி, இவ்ளோ தூரம் பேசறே, ஆனா நீ எப்பவும் உங்க அண்ணனையே உனக்கு உடைகளைத் தேர்ந்தெடுக்கச் சொல்றியே. அது ஏன்? உனக்குத் தற்சிந்தனையே கிடையாதா?'

'எனக்குத் தற்சிந்தனை இருக்கறதாலதான் எங்க அண்ணனை உடை தேர்ந்தெடுக்கச்சொல்றேன்' என்றாள் பவளவிழி, 'திருக்குறள் கேள்விப்பட்டதில்லையா? இதனை இதனால் இவன்முடிக்கும் என்றாய்ந்து அதனை அவன்கண் விடல்... எங்க அண்ணனுக்கு உடைகளைத் தேர்ந்தெடுக்கறதுல அருமையான ரசனை. அதனால, நான் தற்சிந்தனையோட சிந்திச்சு, அந்த வேலையை அவர்கிட்டே விட்டிருக்கேன். அவரோட திறமையைப் பயன்படுத்திக்கறேன். அதுதானே புத்திசாலித்தனம்!'

★★★

35. நூலும் கணக்கும்

ஒரு நூலில் எத்தனைப் பாடல்கள் இருக்கலாம்?

அப்படியெல்லாம் அன்றைய புலவர்கள் கணக்குவைத்துக் கொள்ளவில்லை. சொல்லவந்த விஷயத்தைச் சொல்வதற்கு எத்தனைப் பாடல்கள் தேவைப்படுகின்றனவோ அத்தனைப் பாடல்களை எழுதினார்கள்.

ஆகவே, ஒரே ஒரு நீண்ட பாடலைக்கொண்ட நூல்களும் உண்டு, நூற்றுக்கணக்கான, ஆயிரக்கணக்கான பாடல்களைக்கொண்ட நூல்களும் உண்டு. சில இடங்களில் 'ஐங்குறுநூறு', 'புறநானூறு', 'அகநானூறு' என்று நூலின் பெயரிலேயே இந்த எண்ணிக்கை வருவதைப் பார்க்கலாம்.

எடுத்துக்காட்டாக, 'குறிஞ்சிப்பாட்டு' என்பது, கபிலர் எழுதிய ஒரே ஒரு நீண்ட பாடலைக்கொண்ட நூல். 'கம்பராமாயணம்' என்பது, கம்பர் எழுதிய ஆயிரக்கணக்கான பாடல்களைக்கொண்ட நூல். அதேபோல், ஒரு பாடல் இத்தனை வரிதான் இருக்கவேண்டும் என்றும் புலவர்கள் கணக்கு வைத்துக்கொள்ளவில்லை. ஒரே ஒரு வரியுள்ள பாடல்களும் உண்டு. நூறுக்கும் மேற்பட்ட வரிகளைக்கொண்ட

பாடல்களும் உண்டு. எடுத்துக்காட்டாக, ‘அறம் செய்ய விரும்பு’, ‘ஆறுவது சினம்’ என்று சிறுவயதில் படித்த நினைவிருக்கிறதா? அவை ஒவ்வொன்றும் ஒரு பாடல். ஒரே வரியைக்கொண்ட பாடல்.

இன்னொருபக்கம், குறிஞ்சிப்பாட்டில் 261 வரிகள் இருக்கின்றன. இதைவிட, அதிக வரிகளைக்கொண்ட பாடல்களும் உண்டு.

ஒரு விஷயம், நாம் ‘வரி’ என்று சொல்லும் விஷயத்தை இலக்கணத்தில் ‘அடி’ என்பார்கள். அதாவது, திருக்குறளில் ஒவ்வொரு பாடலும் இரண்டு அடிகளைக் கொண்டவை. நாலடியாரில் ஒவ்வொரு பாடலும் நான்கு அடிகளைக் கொண்டவை, அதனால்தான் அந்த நூலுக்கே ‘நாலடியார்’ என்று பெயர் சூட்டினார்கள்!

இந்தப் பாடல்களில் ஒவ்வோர் அடியிலும் எத்தனைச் சொற்கள் இருக்கின்றன என்பதையும் கவனிப்பார்கள். அவற்றுக்குச் ’சீர்’ என்று பெயர். சில பாடல்களில், ஓர் அடியில் நான்கு சொற்கள் (அதாவது, சீர்கள்) இருக்கும். வேறு சில பாடல்களில் ஓர் அடிக்கு இரண்டு, மூன்று, ஐந்து சீர்களெல்லாம்கூட இருக்கும். ஒரே பாடலில் முதல் அடியில் நான்கு சீர்கள், இரண்டாவது அடியில் மூன்று சீர்கள், மூன்றாவது அடியில் மீண்டும் நான்கு சீர்கள் என்று மாறிமாறி வருவதும் உண்டு.

நூல்களும் இப்படிதான். கம்ப ராமாயணத்தில் எல்லாப் பாடல்களும் நான்கே அடிகள், திருக்குறளில் எல்லாப் பாடல்களும் இரண்டே அடிகள், ஆனால், குறுந்தொகையில் சில பாடல்கள் நான்கு அடிகளாகவும், சில பாடல்கள் ஐந்து அடிகளாகவும் மாறிமாறி வருகின்றன. பாடல்களைப் படிக்காமல் இப்படியெல்லாம் கணக்குப் பார்க்கலாமா என்று கேட்கிறீர்களா?

அட, கணக்கு என்ற சொல்லுக்கே ‘நூல்’ என்று ஒரு பொருள் உண்டு. பதினெண்மேற்‘கணக்கு’, பதினெண்கீழ்க்‘கணக்கு’ என்று கேள்விப்பட்டதில்லையா?

★★★

36. சோலையில் மயில்கள்

ஒரு சோலை. அங்கே மயில்கள் ஆடுகின்றன. அருகே குவளை பூத்திருக்கிறது. இந்தக்காட்சியை வர்ணிக்கும் புலவர், 'மயில்கள் விறலியரைப்போல் ஆடுகின்றன, அவர்களுடைய ஆட்டத்தை ரசிக்கும் அரசனைப்போல் குவளை தோன்றுகிறது' என்கிறார்.

அவருடைய வர்ணனை நமக்குப் புரிகிறது. ஆனால், அதன் பின்னணியிலிருக்கும் பழந்தமிழர் வாழ்வியலைப் புரிந்துகொண்டால், இந்த விவரிப்பை இன்னும் ரசிக்கலாம்.

'விறலியர்' என்போர், அன்றைய தமிழகத்திலிருந்த நடனக் கலைஞர்கள். இவர்கள் நன்கு பாடுவார்கள், இசைக்கேற்ப ஆடுவார்கள், பாடல் வரிகளின் பொருளை உணர்ந்து அதற்கேற்ப நன்கு நடனமாடுவார்கள்.

இவ்வாறு உடலை அசைத்து நடனமாடுவதை 'விறல்' என்று அழைத்தார்கள். ஆகவே, அதில் ஈடுபடும் பெண்களுக்கு 'விறலி' என்ற பெயர் அமைந்தது. அழகான பெண்களை, 'அழகி' என்கிறோம், நீண்ட கூந்தலை(குழலை)க்கொண்ட பெண்களைக் 'குழலி' என்கிறோம், அதுபோல்தான். விறலியர் எட்டுவகைச் சுவைகளைக் காட்டி ஆடுவார்கள் என்று பழந்தமிழ் நூல்கள் குறிப்பிடுகின்றன. அவை: வீரம், அச்சம், இழிவு, வியப்பு, விருப்பம், அவலம், கோபம், மகிழ்ச்சி.

அழகாக ஆடும் விறலியருக்கு, அழகாக ஆடும் மயில்களை உவமையாகச் சொல்லும் வழக்கம் உண்டு. மேலே நாம் கண்ட வர்ணனை இதனைத் தலைகீழாக உரைக்கிறது, மயில்களின் நடனம் விறலியரின் நடனத்தைப்போல் இருந்தது என்கிறது.

சரி, அந்த மயிலைக் காணும் குவளையை அரசன் என்று குறிப்பிட்டது ஏன்?

குவளைமலரின் தோற்றம் ஓர் அழகிய கண்ணைப்போலத் தோன்றும். மயில் நடனமாடும்போது அருகே இருந்த இரு குவளைமலர்கள் புலவருக்கு அரசனின் கண்களைப்போல் தோன்றியிருக்கின்றன.

அன்றைய விறலியர் அரசனின் அவையில் சென்று தங்களுடைய நடனத்திறமையைக் காட்டுவார்கள். அரசர்களும் அவர்களுக்குப் பரிசுகளை வழங்குவார்கள்.

விறலியர்மட்டுமில்லை, அந்தக்காலக் கலைஞர்கள் எல்லாரையும் அரசர்கள்தான் ஆதரித்துவந்தார்கள். நன்கு பாடுகிறவர்கள், பாட்டெழுதும் புலவர்கள், நடனமாடுவோர் எனப் பலரும் அரசர்களைச் சென்று சந்திப்பதும், அவர்களிடம் தங்களுடைய திறமையைக் காட்டிப் பரிசு பெறுவதும் வழக்கமாக இருந்தது. அந்தப் பரிசுகளை வைத்துத்தான் அவர்களுடைய வாழ்க்கையே நடந்தது. இதனால், நல்ல கலைரசனையுள்ள, பரிசுகளை வாரி வழங்குகிற அரசர்களிடம் கலைஞர்கள் வரிசையாகச் சென்று நிற்பார்கள். அவர்களுடைய ஆதரவைப் பெற்று வாழ்த்துவார்கள்.

இந்தப் பின்னணியில், அந்தச் சோலை வர்ணனையை மீண்டும் வாசித்துப்பாருங்கள். அதனை மேலும் ஆழமாக அனுபவிக்கலாம். கதை, கவிதை, கட்டுரை எனப் படைப்பு எதுவானாலும் சரி, நீங்கள் வாசிக்கும் ஒவ்வொரு வர்ணனையும், சொல்லளவில் வாசித்துவிட்டு நிறுத்திவிடாதீர்கள், அதன் பின்னணியைத் தெரிந்துகொண்டு வாசித்தால் சுவை பெருகும்!

★★★

37. மயங்கொலிச்சொற்கள்

'அந்த அறையில் அரைவாசி நிரம்பியிருந்தது.'

'ஆற்றங்கரையில் கறைவேட்டி காய்கிறது.'

'பனியில் பணி செய்யாதே.'

'ஆனி மாதம் அடித்த ஆணி.'

'கழைக்கூத்தாடி தன்னுடைய கலையை நிகழ்த்திவிட்டுக் களைத்து அமர்ந்தார்.'

இந்த வாசகங்களில் ஒரு சுவையான ஒற்றுமை இருக்கிறது. கவனித்தீர்களா?

இவை ஒவ்வொன்றிலும் இரண்டு அல்லது மூன்று சொற்கள் கிட்டத்தட்ட ஒரேமாதிரியாக ஒலிக்கின்றன. அறை/அரை, கரை/கறை, பனி/பணி, ஆனி/ஆணி, கழை/கலை/களை ஆகிய இந்தச் சொற்களை எழுத்தில் பார்க்கும்போது அவை முற்றிலும் வேறுபட்டவை என்று நமக்குப் புரிகிறது; அவற்றின் பொருளும் மாறுபடுவதை அறிகிறோம். ஆனால், அவற்றை யாரேனும் சொல்லக்கேட்கும்போது, அவர் சொல்வது 'அறை'யா, அல்லது 'அரை'யா என்கிற மயக்கம் ஏற்படும்.

ஆகவே, இவ்வகைச் சொற்களை 'மயங்கொலிச்சொற்கள்' என்று அழைக்கிறோம். அதாவது, கிட்டத்தட்ட ஒரேமாதிரி ஒலித்து மயக்கத்தை உண்டாக்குகிற சொற்கள்.

மயங்கொலிச்சொற்களை உருவாக்குபவை பெரும்பாலும் இந்த எழுத்து இணைகள்தாம்:

★ ன, ண, ந

★ ல, ள, ழ

★ ர, ற

பொதுவாக ஒலி மயக்கம் உண்டாகக் காரணம், எழுத்துகள் பிழையாக உச்சரிக்கப்படுவதுதான். எடுத்துக்காட்டாக, ன, ண, ந ஆகிய மூன்று எழுத்துகளும் சரியானபடி உச்சரிக்கப்பட்டால் மயக்கம் ஏற்பட வாய்ப்பே இல்லை.

ஆகவே, நம்முடைய பேச்சில் ஒலி மயக்கம் ஏற்படாமலிருக்கவேண்டுமென்றால், இந்த எட்டு எழுத்துகளையும் நாம் சரியாக உச்சரிக்கக் கற்கவேண்டும். மற்ற எழுத்துகளைச் சரியாக உச்சரிப்பதும் முக்கியம்தான்; ஆனால், இந்த எட்டையும், அவற்றின் குடும்ப எழுத்துகளையும் உச்சரிக்கும்போது பிழை ஏற்படவே கூடாது. ஒருவேளை ஏற்பட்டுவிட்டால், பேச்சின் பொருளே மாறிவிடும்.

எடுத்துக்காட்டாக:

★ 'வேல் முருகன்' என்றால், கையில் வேலை வைத்திருக்கும் முருகக்கடவுள். 'வேள் முருகன்' என்றால், முருகன் என்ற அரசன்

★ 'அறம் செய்ய விரும்பு' என்றால், நல்ல செயல்களைச் செய்ய விரும்பவேண்டும் என்னும் அறிவுரை, 'அரம் செய்ய விரும்பு' என்றால், தொழிற்சாலையில் அரம் என்கிற அறுக்கும் கருவியைச் செய்வதற்கான கட்டளை

★ 'மலைச்சாரல்' என்றால் மலையின் சரிவான பக்கம். 'மழைச்சாரல்' என்றால் மழைத்துளிகள் சிதறுதல்

★ ‘அன்னம்’ என்றால் ஒரு பறவை. ‘அண்ணம்’ என்றால் உள்வாயின் மேற்பகுதி

இப்படி நூற்றுக்கணக்கான எடுத்துக்காட்டுகளை அடுக்கலாம். மயங்கொலிச்சொற்களைக் கவனமாகப் பொருளுணர்ந்து பயன்படுத்தினால் இதுபோன்ற குழப்பங்களைத் தவிர்க்கலாம்.

ஒலி மயக்கத்தை உண்டாக்கக்கூடிய எழுத்துகள் எட்டையும் எப்படிச் சரியாக உச்சரிப்பது? இதற்கான பயிற்சியைத் தரும் பல வாசகங்கள் தமிழில் உண்டு. எடுத்துக்காட்டாகச் சிலவற்றை இங்கே தந்திருக்கிறோம். இவற்றுக்குப் பொருள் என்ன என்றெல்லாம் யோசித்துக் குழம்பவேண்டாம், அப்படியே மனப்பாடம் செய்து பலமுறை உச்சரித்துப் பயிற்சியெடுத்துக்கொள்ளுங்கள்:

★ கொல்லத்தில் வெல்லத்தைத் திருடவந்த கள்ளன் பள்ளத்தில் விழுந்து பல்லுடைந்தான்

★ வாழைப்பழம் கொழகொழவென அழுகிக் கீழே விழுந்தது

★ ஓடுற நரியில ஒரு நரி கிழநரி, கிழநரி முதுகுல ஒரு பிடி நரைமுடி

★ பருந்தைப் பார்த்த கருங்குயில் பரபரவென்று சிறகடித்துப் பறந்தது

★ அண்ணாந்து பார்த்தால் முந்நூறு காக்காய்

★ சென்னையில் பண்ணையில் ஒரு தென்னை

★★★

38. பேச்சுக்கலை

மேடைப்பேச்சைக் குறிப்பிடத் தமிழில் ஓர் அழகான சொல் இருக்கிறது: சொற்பொழிவு.

இந்தச்சொல்லை உச்சரிக்கும்போதே, அதன் தன்மை மனத்துக்குள் அழகாக விரியும். மழை பொழிவதுபோல் சொற்கள் பொழிகின்றன. அந்த மழையாலே நிலம் நன்மைபெறுவதுபோல, அங்கே பயிர்கள் விளைந்து பசி தீர்வதுபோல, சொற்பொழிவாலே கேட்டவர்கள் நன்மைபெறுகிறார்கள், அவர்களுடைய அறிவுப்பசி தீர்கிறது.

அந்நாளில் சிறந்த அறிஞர்கள், ஆன்மிகப் பெரியோர்கள், சமூகத் தலைவர்களெல்லாம் தங்களுடைய மாணவர்கள், சீடர்கள்மத்தியில் உரையாற்றிவந்தார்கள். பின்னர் இவை பலதரப்பட்ட மக்கள் கேட்கும்படி மேடைகளில் பேசப்பட்டன. மேடைப்பேச்சும் ஒரு கலையாக வளர்ந்தது.

உலக அளவில் புகழ்பெற்ற தலைவர்கள், ஆட்சியாளர்கள், சிந்தனையாளர்களில் பெரும்பாலானோர் மேடைப்பேச்சிலும் வல்லவர்களாக இருந்திருக்கிறார்கள். மக்களுக்குச் சென்றுசேரவேண்டிய விஷயங்களை அழகாக, அவர்களுக்குப் புரியும்வண்ணம் சொல்லி வழிநடத்திச்சென்றிருக்கிறார்கள்.

இன்றைக்கும், சிக்கலான விஷயங்களைக்கூட எளிய மொழியில் எல்லாருக்கும் விளங்கும்படி சொல்லக்கூடியவர்கள், குழப்பமான நேரங்களில் 'அடுத்து என்ன செய்யவேண்டும்?' என்பதைப் பிறருக்குத் தெளிவாக உணர்த்தக்கூடியவர்களுக்குப் பெரிய மரியாதை உண்டு. நன்கு பேசத்தெரிந்தவர்கள்தான் சிறந்த தலைவர்களாக வருவார்கள் என்று மேலாண்மை நிபுணர்களும் சொல்லுவதால், வேலைக்கான நேர்முகத்தேர்வுகளின்போது இதையும் கூர்ந்து கவனிக்கிறார்கள்.

நம் தமிழகத்தில், மேடைப்பேச்சுகள் ஒரு தனித்துவமான கலைவடிவமாகவே வளர்ந்துவந்துள்ளன. திரு. வி.க., முன்னாள் முதல்வர் அண்ணாதுரை, ரா. பி. சேதுப்பிள்ளை, நாவலர் சோமசுந்தர பாரதியார், குன்றக்குடி அடிகளார், திருமுருக கிருபானந்த வாரியார், ஔவை நடராசன், சாரதா நம்பி ஆரூரன், சாலமன் பாப்பையா, புலவர் கீரன், இளசை சுந்தரம் என்று தொடங்கி, தமிழில் மேடைப்பேச்சுக்காகப் புகழ்பெற்ற ஆளுமைகளின் பட்டியல் மிகப் பெரியது. இன்றைக்கும், பள்ளி, கல்லூரி மாணவர்களுக்கான பேச்சுப்போட்டிகள் ஆண்டுமுழுதும் நடைபெறுகின்றன. விவாதமேடைகள், பட்டிமன்றங்கள், வழக்காடுமன்றங்கள் என்று பலவிதங்களில் பேச்சுக்கலை ஊக்குவிக்கப்படுகிறது. தொலைக்காட்சி நிகழ்ச்சிகள், சமூக, ஆன்மிகத் திருவிழாக்கள் போன்றவற்றிலும் சொற்பொழிவுகள் தொடர்ச்சியாக நடைபெறுகின்றன.

இந்த மேடைப்பேச்சுகள் பலவகைகளில் அமைகின்றன. எடுத்துக்காட்டாக:

★ தனியுரை / சிறப்புரை / பேருரை: ஒரு தலைப்பை எடுத்துக் கொண்டு விரிவாக ஆராய்ந்து பேசுதல்

★ வாழ்த்துரை

★ விழாக்கள் போன்றவற்றைத் தொடங்கிவைத்து நிகழ்த்தும் தலைமையுரைகள்

★ ஒருவர் அல்லது பலருடன் விவாதிக்கும் உரைகள்

- ★ இசைப் பேருரைகள்: உரையோடு பாடல்களையும் இணைத்துப் பாடி விளக்குதல்
- ★ விரிவுரைகள்: பெரிய தலைப்புகளை எடுத்துக்கொண்டு தினமும் சில மணி நேரம் எனத் தொடர்ச்சியாகப் பல நாட்களுக்கு நிகழ்த்தப்படுபவை
- ★ ஆய்வுரைகள்: ஆய்வுக்கட்டுரை சமர்ப்பித்தல்

இலக்கியம், வரலாறு, அறிவியல், ஆன்மிகம், தத்துவம், அரசியல் எனப் பல களங்களில் சொற்பொழிவுகள் நம்முடைய சமூகத்துடன் பிணைந்திருக்கின்றன. பேசியும் கேட்டும் அறிவை வளர்த்துக்கொள்வது நமக்கு விருப்பமான செயல்பாடாக உள்ளது!

★★★

३୨. நேரம் சொல்லும் சூரியன்

இப்போது மணி என்ன?

உடனே கடிகாரத்தையோ செல்பேசியையோ பார்க்காதீர்கள். உங்கள் கைவசம் கடிகாரமோ செல்பேசியோ இல்லை என்று நினைத்துக்கொள்ளுங்கள். அப்போது எப்படி நேரத்தைக் கண்டுபிடிப்பீர்கள்?

சூரியன் இருக்கும் நிலையை வைத்து ஓரளவு குத்துமதிப்பாக மணி சொல்லலாம். எடுத்துக்காட்டாக:

★ ஒருவருடைய தலைக்கு நேர்மேலே சூரியன் இருந்தால், மதியம் 12மணி (அதனாலேயே இதனை, ‘உச்சிப்பொழுது’ என்றும் சொல்வார்கள்.)

★ சூரியன் கிழக்குத்திசையில் இருந்தால், காலைநேரம்; மேற்குத் திசையில் இருந்தால், மாலைநேரம்; இதை அறிந்துகொண்டபிறகு, வெய்யிலின் அளவைப்பொறுத்து அப்போதைய மணியை ஊகிக்கலாம்

ஆனால், இவையெல்லாம் குத்துமதிப்பான கணக்குதானே. சூரியனை வைத்து மணியைத் துல்லியமாகச் சொல்லமுடியுமா?

நிச்சயமாகச் சொல்லலாம். இயந்திரக் கடிகாரங்களெல்லாம் கண்டுபிடிக்கப்படுவதற்கு முன்னாலேயே, நம் தமிழர்கள் மணிபார்க்கப் பல உத்திகளை வைத்திருந்தார்கள். எடுத்துக்காட்டாக, இந்தப் பாடல்:

> ‘காட்டுத்துரும்பு எடுத்துக்
> கண்டம் பதினாறு ஆக்கி
> நீடிக் கடந்ததுபோக
> நின்றது நாழிகை.’

காட்டுத்துரும்பு என்றால், காட்டிலே கிடைக்கிற ஒரு குச்சி. அதில் பதினாறு கண்டங்கள், அதாவது, சரியாகப் பதினாறு விரல் அளவுமட்டும் எடுத்துக்கொள்ளவேண்டும். அதற்குமேல் குச்சியோ கயிறோ இருந்தால் வெட்டி எறிந்துவிடவேண்டும்.

இப்போது, அந்தக் குச்சியைத் தரையில் நிறுத்திவைக்கவேண்டும். கீழே விழும் அதன் நீளத்தை அளந்துகொள்ளவேண்டும். குச்சியின் நீளத்துக்கும் நிழலின் நீளத்துக்கும் உள்ள வித்தியாசத்தைக் கண்டுபிடிக்கவேண்டும். அதுதான் அப்போதைய நேரம். இது ‘நாழிகை’ என்ற அளவால் குறிப்பிடப்படும்.

அதென்ன ‘நாழிகை’?

ஒரு நாளைக்கு அறுபது நாழிகை என்று கணக்கு. இதை வைத்துக் கொஞ்சம் கணக்குப்போடுவோமா?

60 நாழிகை = 1 நாள் = 24 மணி நேரம் ★ 60 நிமிடம்

அப்படியானால்,

1 நாழிகை = 24 நிமிடம்

இப்போது, ஒருவர் குச்சியைத் தரையில் வைக்கிறார். அதன் நிழலுடைய நீளத்தை அளக்கிறார். அதிலிருந்து குச்சியின் நீளத்தைக் கழிக்கிறார். மீதம் எட்டு விரல் அளவு வருகிறது.

அப்படியானால், நேரம் எட்டு நாழிகை = 8 ★ 24 = 192 நிமிடம் = சூரியன் உதித்துச் சுமார் மூன்றேகால் மணிநேரம் ஆகிறது. இதே கணக்கை மாலையிலும் போடலாம்; ஆனால்

அப்போது, சூரியன் மறைவதற்கு இன்னும் எவ்வளவு நேரம் இருக்கிறது என்று கணக்கிடவேண்டும். கணிதத்தில் நேர் எண்கள், எதிர்மறை எண்கள் என்று வருவதுபோலதான் இதுவும்.

'இதெல்லாம் ரொம்பக் குழப்பமாக இருக்கிறதே; இத்தனைச் சிரமப்படுவதற்கு ஒரு கடிகாரத்தைப் பார்த்துவிட்டுப்போகலாமே' என்று தோன்றுகிறதா? அன்றைய தமிழர்கள் அப்படியெல்லாம் இதற்காகச் சிரமப்படவில்லை. பாமரமக்கள்கூட, இதுபோன்ற எளிய நுட்பங்களைப் பயன்படுத்தி நேரத்தை அறிந்து தங்களுடைய வேலைகளை முறையாகச் செய்துகொண்டிருந்தார்கள் என்றால், அவர்களுடைய அனுபவ அறிவை எண்ணி வியக்கலாம், பெருமைப்படலாம்!

★★★

40. நாலடியார் பிறந்த கதை

'அரசே, ஒரு விண்ணப்பம்' என்றார் அந்தச் சமண முனிவர்.

'என்ன முனிவரே? சொல்லுங்கள், எதுவானாலும் உடனே தீர்த்துவைக்கிறேன்' என்று பணிந்தான் பாண்டிய அரசன்.

முனிவர் சற்றே தயங்கினார். பிறகு, சொல்லத்தொடங்கினார், 'அரசே, தங்கள் நாட்டில் என்னைப்போல் எட்டாயிரம் சமண முனிவர்கள் இருக்கிறோம். பல ஆண்டுகளுக்கு முன்னால் எங்களுடைய சொந்த நாடுகளில் பஞ்சம் ஏற்பட்டதால் நாங்கள் இங்கே வந்தோம். அதன்பிறகு, வந்தாரை வாழவைக்கும் தமிழகத்தில் சிறப்பாக வாழ்கிறோம்.'

'நீங்கள் எல்லாரும் இங்கே வந்தது எங்கள் பெருமை' என்றான் அரசன், 'மக்களுக்கு நல்ல போதனைகளைச் சொல்லி வழிநடத்தும் உங்களைக் காக்கவேண்டியது எங்கள் கடமை.'

'அது சரிதான் அரசே, ஆனால், இதற்குமேலும் நாங்கள் இங்கே தங்க இயலாத சூழ்நிலை ஏற்பட்டிருக்கிறது.'

'அப்படியா?' என்று அதிர்ந்தான் அரசன், 'ஏன் அப்படிச் சொல்கிறீர்கள்? இங்கே உங்களுக்கு என்ன குறை?'

‘எந்தக் குறையும் இல்லை. ஆனால், எங்கள் நாடுகளில் பஞ்சம் தீர்ந்துவிட்டதாக அறிகிறோம். ஆகவே, ஊர் திரும்ப விரும்புகிறோம். அரசர் இதைப் புரிந்துகொண்டு எங்களை வழியனுப்பிவைக்கவேண்டும்.’

அரசனுக்கு அவர்களுடைய விருப்பம் புரிந்தது. ஆனால், அவர்களை அனுப்ப மனமில்லை. ஆகவே, ’அப்புறம் பார்க்கலாம்’ என்று தள்ளிப்போட்டான்.

பல நாள்களாகிய பிறகும், அரசன் விடைதரவில்லை. ஆகவே, சமண முனிவர்கள் தாங்களே புறப்பட்டுச்செல்லத் தீர்மானித்துவிட்டார்கள்.

ஒருநாள், அவர்கள் எல்லாரும் ஆளுக்கொரு பாடல் எழுதினார்கள். தாங்கள் அதுவரை தங்கிய இடத்தில் வைத்தார்கள். தங்களுடைய நாட்டுக்குக் கிளம்பிவிட்டார்கள்.

அடுத்தநாள் காலை, ஒருவர் அரசனிடம் ஓடினார், ‘அரசே, நம் நாட்டில் தங்கியிருந்த சமண முனிவர்கள் எல்லாரும் தங்கள் நாடுகளுக்குச் சென்றுவிட்டார்கள்.’

இதைக்கேட்ட அரசன் மிகவும் வருந்தினான். தன் நாட்டுக்கு வழிகாட்டிய அம்முனிவர்களைப் பிரிந்து வாடினான்.

‘அரசே, அவர்கள் நமக்காகச் சில பாடல்களை எழுதி வைத்திருக்கிறார்கள்’ என்றான் வந்தவன்.

‘முனிவர்களே இல்லை, பாடல்களை வைத்துக்கொண்டு என்ன செய்வது?’ என்று கோபப்பட்டான் அரசன், ‘எல்லாப் பாடல்களையும் வையையாற்றில் வீசிவிடுங்கள்.’

அரசன் சொன்னபடி அந்த எட்டாயிரம் பாடல்களும் வையை ஆற்றில் வீசப்பட்டன. ஆனால், அவற்றில் 400 பாடல்கள்மட்டும் திரும்பிவந்தன.

இதைக்கண்ட அரசன் வியந்தான். அந்த நானூறு பாடல்களையும் தொகுக்கச்செய்தான். அதற்கு ‘நாலடி நானூறு’ (அதாவது, நான்கு அடிகளைக்கொண்ட நானூறு பாடல்கள்) என்றும் ‘நாலடியார்’ என்றும் பெயர் சூட்டினான்.

சங்க இலக்கியத்தின் பதினெண்கீழ்க்கணக்கு நூல்களில் ஒன்றான ‘நாலடியார்’ நூலின் தோற்றத்தைப்பற்றிச் சொல்லப்படும் பழங்கதை இது. பின்வரும் பழம்பாடலில் அதனைக் காணலாம்:

மன்னன் வழுதியர்கோன் வையைப் பேராற்றின்
எண்ணி இருநான்கோடு ஆயிரவர் உன்னி
எழுதி இடு மேட்டில் எதிரே நடந்த
பழுது இலா நாலடியைப் பார்

★★★

41. பன்மைத்தன்மை

இதோ, ஒரு கதைப்புத்தகம், படிக்கலாமா?

முதல் அத்தியாயத்தில், நாயகன் ஒரு புதிய ஊருக்குச் செல்கிறான். அங்கே அவனைச் சிலர் தாக்குகிறார்கள். அவர்களை அடித்து விரட்டி வெல்கிறான்.

அடுத்த அத்தியாயத்தில், நாயகன் இன்னொரு புதிய ஊருக்குச் செல்கிறான். அங்கேயும் அவனைச் சிலர் தாக்குகிறார்கள். அவர்களையும் அடித்து விரட்டி வெல்கிறான்.

மூன்றாவது அத்தியாயமும் இதேதான், நான்காவது அத்தியாயமும் இதேதான், பின்னால் வருகிற இருபது அத்தியாயங்களிலும் இதே கதைதான்.

இப்படியொரு புத்தகத்தை வாசித்தால் நீங்கள் என்ன சொல்வீர்கள்?

'நாயகன் பெரிய வீரன், அவன் எல்லாரையும் ஜெயிப்பான் என்பது உண்மைதான். ஆனால், அதற்காக ஒவ்வோர் அத்தியாயத்திலும் இதேபோன்ற கதையமைப்பா? இந்தக் கதையில் வேறு எதுவுமே இல்லையா?' என்றுதானே கேட்பீர்கள்?

ஒரு நல்ல கதையென்றால், அதில் ஏற்ற, இறக்கங்கள் இருக்கவேண்டும், வேகம், விறுவிறுப்பு, நிதானம், நகைச்சுவை, உருக்கம் என்று பலவிதமான அம்சங்களும் மாறிமாறி வரவேண்டும். கதாபாத்திரங்களில் ஆண்கள், பெண்கள், சிறுவர்கள், நடுத்தர வயதினர், முதியவர்கள், இந்தியர்கள், வெளிநாட்டினர் என்று பலரும் இடம்பெறவேண்டும். அப்போதுதான் நம்மால் அந்தக் கதையை ரசிக்க இயலும். அப்படியில்லாமல், ஒரேமாதிரி கதை நகர்ந்துகொண்டிருந்தால், வாசகனுக்குச் சலித்துவிடும்.

உணவகத்தில் சென்று அமர்கிறோம். அவர்களுடைய உணவுப்பட்டியலில் காரமானவை, இனிப்பானவை, சூடான பானங்கள், குளிர்பானங்கள், நொறுக்குத்தீனிகள் என்று பலவிதமான உணவுவகைகள் இடம்பெற்றிருந்தால்தான் நமக்குப்பிடிக்கிறது. ஒரு கடைக்குச்சென்றால் அங்கே பலவிதமான பொருட்களை எதிர்பார்க்கிறோம்... இப்படி ஒவ்வொன்றிலும் நாம் ‘பன்மைத்தன்மை’யைத் தேடுகிறோம்.

இலக்கணத்தில் ஒருமை, பன்மை என்று படித்திருப்பீர்கள். ஒன்றைமட்டும் குறிப்பிடுவது ஒருமை, பலவற்றைக் குறிப்பிடுவது பன்மை.

ஒரு கடையில் வெறுமனே சிவப்புநிறச்சட்டைகளைமட்டும் விற்கிறார்கள் என்றால், அது ‘ஒருமைத்தன்மை’, அதாவது ஒரேமாதிரியான பொருட்கள்மட்டுமே அங்கே கிடைக்கின்றன.

அதே கடையில் பல நிறச் சட்டைகள், கால்சட்டைகள், வேட்டிகள், சேலைகள், சுரிதார்கள், தொப்பிகள் போன்றவையும் கிடைத்தால், அது ‘பன்மைத்தன்மை’, அதாவது, பலவிதமான பொருட்கள் அங்கே கிடைக்கின்றன.

ஒருமைத்தன்மை நிறைந்த விஷயங்கள் மனிதனுக்கு எளிதில் சலித்துவிடும். பல வாய்ப்புகளைத் தருகிற பன்மைத்தன்மையை அவன் விரும்புகிறான்.

உங்கள் பாடப்புத்தகங்களையே எடுத்துப்பாருங்கள்: செய்யுள், உரைநடை, இலக்கணம், வாழ்வியல், பயிற்சிகள் என்று

பலவிதமான பாடங்களைக் கலந்துதானே தருகிறார்கள்? ஆங்காங்கே விளையாட்டுகள், பயிற்சிகள் என்றெல்லாம் தந்து, விதவிதமான வண்ணங்களில் அவற்றை அமைத்துப் பன்மைத்தன்மையை உருவாக்குகிறார்களல்லவா?

பிறருடன் பழகும்போது, அந்த நட்பை, உறவை வலுவாக்குவதும் பன்மைத்தன்மைதான். நண்பர்களுடன் ஓடி, ஆடி, விளையாடி, நகைச்சுவைத் துணுக்குகளைப் பகிர்ந்துகொண்டு, குறும்பு செய்து... இப்படி ஒவ்வொரு நாளும் ஒவ்வொருவிதமாக அமைவதால்தான் நட்பு இனிமையாக இருக்கிறது. மாறாக, எப்போதும் ஒரேமாதிரி இருந்தால் விரைவில் சலித்துவிடும்.

பன்மைத்தன்மைதான் இயற்கை. பலவிதமான தாவரங்கள், பறவைகள், விலங்குகள், மொழிகள், மனிதர்கள், கலாசாரங்கள்... உலகை இனிமையாக்குவதே இந்த வேறுபாடுகள்தான். இது உயர்வு, இது தாழ்வு என்றெல்லாம் எண்ணாமல், அனைத்தையும் ரசிப்போம், அரவணைப்போம்!

★★★

42. வேட்டல்

'அடடா, என்ன வெய்யில்!'

'உண்மைதான். வெப்பத்தில் அலைந்து திரிந்து நீர்வேட்கை அதிகமாகிவிட்டது.'

'நீர்வேட்கையா? அப்படியென்றால் என்ன?'

'உனக்குத் தெரியாதா? தாகம் என்று சொல்வோமே, அதற்கு இணையான தூய தமிழ்ச்சொல்தான் நீர்வேட்கை.'

'அட, இந்தச் சொல் எப்படி வந்தது?'

'வேட்டல் என்றால் ஒன்றை விரும்புதல் என்று பொருள். அதிலிருந்து வேட்கை என்ற சொல் வந்தது, நீர்வேட்கை என்றால், உடல் நீரை விரும்புகிறது.'

'அப்படியா? இப்படியொரு சொல்லைக் கேள்விப்பட்டதே இல்லையே.'

'இப்போது அதிகம் புழக்கத்தில் இல்லை. ஆனால், முன்பெல்லாம் இந்தச் சொல் பரவலாகப் பயன்பாட்டில் இருந்திருக்கிறது. திரு.வி.க. தன்னுடைய ஆறு நூல்களுக்கு இந்தச் சொல்லைப் பயன்படுத்திப் பெயர் சூட்டியிருக்கிறார்.'

'ஆறு நூல்களுக்கு ஒரே பெயரா? அதெப்படி சாத்தியம்?'

'ஒரே பெயர் அல்ல, ஒரே பொருள். எடுத்துக்காட்டாக, முருகன் அருள்வேட்டல் என்ற நூலில் முருகனின் அருளை வேண்டிப் பாடிய பாடல்கள் இடம்பெற்றிருந்தன. அதேபோல,

திருமால் அருள்வேட்டல், சிவன் அருள்வேட்டல், கிறிஸ்துவின் அருள்வேட்டல், இன்னும் பொதுமைவேட்டல், புதுமைவேட்டல் என்றெல்லாம் நூல்களுக்குத் தலைப்பிட்டிருக்கிறார்.'

'மிகவும் வித்தியாசமான பெயர்கள்தான்!'

'இந்த விஷயத்தில் திரு.வி.க. அவர்களுக்கு முன்னோடி யார் தெரியுமா? ராமலிங்க வள்ளலார்தான். திருவருட்பாவில் அவர் 'பணித்திறம்வேட்டல்', அதாவது, இறைவனுக்குப் பணிசெய்யவேண்டும் என்கிற விருப்பத்தைத் தெரிவித்துப் பல பாடல்களைப் பாடியிருக்கிறார்.'

'வேட்டல் என்றாலே பக்திதானா?'

'இல்லை, இதனைப் பல இடங்களில் பயன்படுத்துகிறார்கள். ஆங்கிலத்தில் *Adventurism* என்று ஒரு சொல் கேள்விப்பட்டிருக்கிறாயா?'

'ஓ, தெரியுமே, புதுப்புது இடங்களுக்குச் செல்லவேண்டும், யாரும் செய்யாத விஷயங்களைச் செய்துபார்க்கவேண்டும் என்று விரும்புகிறவர்களை அப்படிச் சொல்வார்கள்.'

'ஆமாம், அந்தச் சொல்லைத் தமிழில் புதுமுயற்சிவேட்டல் என்று எழுதுகிறார்கள்.'

'அருமை. புதிய முயற்சிகளை விரும்புதல்... பொருத்தமான சொல்!'

'இப்படி எங்கெல்லாம் விருப்பம் என்ற பொருள் வருகிறதோ, அங்கெல்லாம் நாம் வேட்டல் என்ற பின்னொட்டை இணைத்துக் கொள்ளலாம். எதிலும் வெல்லவேண்டும் என்று ஒருவர் முயன்று பாடுபடுகிறார் என்றால், அதனை வெற்றிவேட்டல் எனலாம்; மக்கள் தன்னைப் பாராட்டவேண்டும் என்று இன்னொருவர் நினைக்கிறார் என்றால், அதனைப் புகழ்வேட்டல் எனலாம்.'

'சரி சரி, இப்போது நீர்வேட்டல்தான் நமக்கு முக்கியம். அதோ, அங்கே ஒரு குடிநீர்க் குழாய் இருக்கிறது, வேட்கை தீரப் பருகுவோம், வா.'

★★★

43. கடிதங்கள்

நீங்கள் யாருக்காவது கடிதம் எழுதியதுண்டா?

நம் நாட்டிலும் உலகெங்கும் அஞ்சல்துறையின் வலுவான தகவல்தொடர்புக் கட்டமைப்பு உள்ளது. இதனால் நாம் எங்கிருந்தும் யாருக்கும் கடிதம் எழுதலாம், அதே ஊர் என்றால் ஓரிரு நாட்களில் சென்றுவிடும், வேறு ஊர் என்றால் சில நாட்கள் ஆகலாம், வேறு மாநிலம், வேறு நாடு என்றால், சில வாரங்கள்கூட ஆகலாம். இப்படிக் கடிதம் சென்றுசேர்வதற்கான கால அளவு மாறுபட்டாலும், யாரும் எங்கிருந்தும் யாருக்கு வேண்டுமானாலும் கடிதம் எழுதமுடியும் என்பது உறுதி. இதற்கான செலவும் மிகக்குறைவுதான்.

தொலைபேசியும் இணையமும் பரவலாகிவிட்ட இன்றைய சூழலில், கடிதங்களை எழுதுவோர் குறைந்துவிட்டார்கள். ஏதேனும் பேசவேண்டுமென்றால் சட்டென்று இந்த நவீன தொழில்நுட்பங்களைப் பயன்படுத்திப் பேசிவிடுகிறார்கள். அப்புறம், கடிதத்தில் என்ன எழுதுவது? நாம் புதிய தொழில்நுட்பங்களை அவசியம் பயன்படுத்திக்கொள்ள வேண்டும். அதற்காக, ஒரு நண்பருக்கோ உறவினருக்கோ விரிவாகக் கடிதம் எழுதும் சுகத்தை இழந்துவிடவேண்டியதில்லை. உங்கள் பெற்றோர் அல்லது தாத்தா, பாட்டியிடம் சென்று, 'உங்களுக்கு வந்த பழைய கடிதம் எதையாவது பத்திரமா வெச்சிருக்கீங்களா?' என்று கேட்டுப்பாருங்கள். மகிழ்ச்சியோடு எடுத்துக்காட்டுவார்கள்: முதன்முதலாக வேலை கிடைத்த

கடிதம், வெளியூரில் தங்கிப் பெற்றோருக்கு எழுதிய கடிதம், திருமண அழைப்பிதழ், புதுமனைப் புகுவிழா அழைப்பிதழ், நெருங்கிய உறவினர்களுக்குக் குழந்தை பிறந்த மகிழ்ச்சியைப் பகிர்ந்துகொண்ட கடிதங்கள், பாராட்டுக் கடிதங்கள், வாழ்த்தட்டைகள், உதவி கேட்டு எழுதிய கடிதங்கள், முன்பின் பார்த்திராத பேனா நண்பர்களை அறிமுகப்படுத்திக்கொண்ட கடிதங்கள் என ஒவ்வொன்றும் ஒவ்வொரு வகை, ஒவ்வொன்றையும் புரட்டிப்பார்ப்பது தனி சுகம்.

யோசித்துப்பாருங்கள், தொலைபேசி அழைப்புகள் என்னதான் உடனடி சுகத்தைத் தந்தாலும், அவற்றை இப்படி நிதானமாக வைத்திருந்து ரசிக்கமுடியுமா? திரும்பத்திரும்பப் படிக்கமுடியுமா? அன்றைய சூழ்நிலையை அவை நம் கண்முன்னே கொண்டுவருமா?

இவற்றையெல்லாம் மின்னஞ்சலில் செய்யலாமே என்கிறீர்களா? உண்மைதான். ஆனால், அந்தப் பெயரையே கவனித்துப் பாருங்கள்: மின் + அஞ்சல், அதுவும் கடிதம்தான், காகிதத்தில் பேனா பிடித்து எழுதுவதற்குப்பதிலாக, கணினியில் விசைப் பலகையில் தட்டச்சு செய்கிறீர்கள், அவ்வளவுதான் வித்தியாசம்.

இப்போதெல்லாம், கைபேசியிலும் கடிதம் எழுதலாம்:

★ குறுஞ்செய்திகள் அன்றைய தந்திச்சேவையைப்போல: சிறிய விஷயங்களைச் சுருக்கமாக எழுதுகிறோம்

★ வாட்ஸாப், ஹைக் போன்ற இணையம்சார்ந்த சேவைகள் அன்றைய தபால் அட்டைகளைப்போல: சற்றே விரிவான விஷயங்களை எழுதலாம்

★ இந்தச் சேவைகளில் பகிர்ந்துகொள்ளும் புகைப்படங்கள், அன்றைய வாழ்த்தட்டைகளைப்போல: வண்ணமயமாக நம் மனத்தில் உள்ளவற்றைச் சொல்லலாம்

ஆக, இன்றைக்கும் கடிதமெழுதும் பழக்கம் தொலைந்து விடவில்லை. அதன் வடிவம்தான் மாறியிருக்கிறது. மனிதன் எப்போதும் எழுத்தின்மூலம் சக மனிதனுடன் உறவாடுவதை விரும்புகிறான்.

★★★

44. நிரல்

பள்ளியில் தமிழ்மன்ற விழா. அதற்கான அழைப்பிதழ் அழகாக அச்சாகி வந்துள்ளது.

அழைப்பிதழின் மேற்பகுதியில் நிகழ்ச்சிக்கு வரும் சிறப்பு விருந்தினர்களின் பெயர்கள், அவர்களுடைய பட்டங்கள், சிறப்புகள் அச்சிடப்பட்டுள்ளன. அதற்குக்கீழே, 'நிகழ்ச்சி நிரல்'.

'நிகழ்ச்சி' புரிகிறது, அதென்ன 'நிரல்'?

இதற்குப்பின் இது என்று சிலவற்றை வரிசையாக அமைப்பதை 'நிரல்' என்பார்கள். மாலையில் மணிகளை ஒன்றன்கீழ் ஒன்றாகக் கோக்கிறோம் அல்லவா, அதுபோலதான் இதுவும்.

நிகழ்ச்சி நிரலில் என்ன இருக்கிறது? முதலில் தமிழ்த்தாய் வாழ்த்து, அதன்பிறகு, சிறப்பு விருந்தினர் அறிமுகம், பிறகு, சிறப்புரை, பிறகு, பரிசுகள் வழங்குதல், பிறகு, நன்றியுரை, நிறைவாக, நாட்டுப்பண் என்று ஒன்றன்கீழ் ஒன்றாக நிகழ்ச்சிகள் குறிப்பிடப்பட்டுள்ளன. ஆகவே, அது நிகழ்ச்சி நிரல் என்றாகிறது.

கணிதத்திலும் இந்த 'நிரல்' என்ற சொல்லை நீங்கள் கேள்விப் பட்டிருக்கலாம். ஓர் அட்டவணையில் உள்ள எண்களைக்

குறிப்பிடும்போது, மேலிருந்து கீழாக வரும் தொகுப்பை 'நிரல்' என்பார்கள், இடமிருந்து வலமாக வரும் தொகுப்பை 'நிரை' என்பார்கள்.

எடுத்துக்காட்டாக, ஒரு வகுப்பில் இரண்டு வரிசைகளில் நாற்காலிகள் இருக்கின்றன. அதில் ஆறு மாணவர்கள் இவ்வாறு அமர்ந்திருக்கிறார்கள்:

முதல் வரிசை: அமுதன், ஆசைத்தம்பி, இனியன்

இரண்டாம் வரிசை: அருணா, ஆனந்தி, இன்மொழி

இப்போது, இந்த வரிசைகள் ஒவ்வொன்றையும் 'நிரை' என்பார்கள். அதில் அமுதனுக்குப் பின்னே அருணா அமர்ந்திருப்பதால், அவர்கள் ஒரு நிரல், ஆசைத்தம்பிக்குப் பின்னே ஆனந்தி அமர்ந்திருப்பதால், அவர்கள் இன்னொரு நிரல், இனியனுக்குப் பின்னே இன்மொழி அமர்ந்திருப்பதால், அவர்கள் இன்னொரு நிரல்... ஆக இங்கே இரண்டு நிரைகள் மூன்று நிரல்கள் இருக்கின்றன.

கணினித்துறையிலும் 'நிரல்' உண்டு. கணினி என்னென்ன செய்யவேண்டும் என்று கட்டளையிடும்போது, அந்தக் கட்டளைகள் ஒன்றன்கீழ் ஒன்றாக அமையும். அவற்றை 'நிரல்' என்பார்கள். எடுத்துக்காட்டாக:

'ஐந்தையும் ஆறையும் கூட்டு.'

'வந்த விடையை இரண்டால் பெருக்கு.'

'வந்த விடையைத் திரையில் அச்சிடு.'

மேலே நாம் பார்ப்பது ஒரு சிறிய கணினி நிரல் *(Program)*. இந்தப் பெயருக்கேற்ப, இதில் கட்டளைகள் ஒன்றன்கீழ் ஒன்றாக அமைந்திருக்கின்றன.

ஆக, 'நிரல்' என்ற சொல் எந்தத்துறையில் பயன்பட்டாலும், ஒழுங்கைக் குறிக்கிறது. இது வெறும் பட்டியல் அல்ல, இதற்குப்பிறகு இது வரவேண்டும் என்கிற தெளிவு. அதன்மூலம் நம்முடைய செயலில் வேகமும் விவேகமும் கூடும்.

எடுத்துக்காட்டாக, கடைக்குச் செல்லுகிற ஒருவர் சும்மா உப்பு, புளி, மிளகாய் என்று பட்டியல் போட்டுச்சென்றால், அது ஓரளவுதான் பயன்படும். அந்தக்கடையில் பொருட்கள் எந்த வரிசையில் உள்ளன என்பதைக் கவனித்து அதற்கேற்பத் தன்னுடைய பட்டியலை ஒழுங்குபடுத்திக் கொண்டுசென்றால், அதாவது, நிரலாக ஒழுங்குற அமைத்துக் கொண்டுசென்றால், விரைவாகப் பொருட்களை வாங்கிவிட்டுச் சீக்கிரத்தில் வீடு திரும்பலாம்!

★★★

45. தொழில்நுட்பமும் தமிழும்

இந்தக் கட்டுரையை நான் எப்படி எழுதிக்கொண்டிருக்கிறேன் தெரியுமா?

காகிதத்தில் எழுதுகோல்வைத்து எழுதவில்லை. கணினியில் தட்டச்சு செய்கிறேன். அவசரமென்றால், நான் ஒரு செல்பேசியிலும் இக்கட்டுரையை எழுதலாம்.

கட்டுரையை எழுத எழுத, பக்கத்திலேயே அதில் உள்ள சொற்களின் எண்ணிக்கை தெரிகிறது. கட்டுரையின் தலைப்பு, துணைத்தலைப்புகளைத் தடிமனாக்கி, அடிக்கோடிட்டு, தேவையான இடங்களில் அட்டவணைகளை அமைத்து ஒழுங்காக்க இயலுகிறது. பின்னர் அதனை அச்சிட்டுத் தபாலில் அனுப்பலாம் அல்லது கோப்பாக மின்னஞ்சலில் அனுப்பலாம்.

இந்த வசதிகள் அனைத்தும், இன்றைக்குத் தமிழில் எளிதாகக் கிடைக்கின்றன. ஆனால், சில ஆண்டுகளுக்கு முன்புவரை, இவை ஆங்கிலத்தில்மட்டுமே கிடைத்துவந்தன. அதனால், ஆங்கிலம் அறிந்தோர்தான் கணினியை, செல்பேசியை அதிகம் பயன்படுத்தும் நிலை இருந்தது.

தொழில்நுட்பத்துக்கு மொழி தெரியாது. ஆங்கிலமோ, தமிழோ அது மின்சமிக்ஞைகளாக மாற்றித்தான் சேமிக்கிறது. ஆகவே,

அதனை ஆங்கிலத்துக்கென்று நிறுத்திவைக்கவேண்டிய அவசியமில்லையே.

இப்படி எண்ணிய பல அறிஞர்கள் ஆங்கிலம் அல்லாத மொழிகளில் தனி இயங்குசெயலிகள்(*Operating Systems*), மென்பொருள்கள்(*Software*), இடமுகங்கள்(*Interfaces*) போன்றவற்றை உருவாக்கத்தொடங்கினார்கள். கொஞ்சம் கொஞ்சமாக, இவை எல்லா மொழிகளிலும் பயன்படுத்தக்கூடிய வகையில் மாறின. இதேபோல், செல்பேசிகளிலும் பிறமொழிகள் இடம்பிடித்தன. தொலைக்காட்சி, குளிர்பதனப்பெட்டி என்று எங்கெல்லாம் ஆங்கிலம் இடம்பெறுகிறதோ அங்கெல்லாம் பிறமொழிகளும் நுழையத்தொடங்கிவிட்டன.

இன்றைக்குத் தமிழில் தட்டச்சு செய்கிற மென்பொருள்கள், அழகழகான எழுத்துருக்கள் இலவசமாகவே கிடைக்கின்றன, தமிழ் அகராதி மென்பொருள்கள் ஏராளமாக உள்ளன, அச்சிட்ட பக்கங்களைத் தமிழ் எழுத்துகளாக மாற்றித்தரும் தொழில்நுட்பம் வந்துவிட்டது, பிழைதிருத்தும் மென்பொருள்கூட இருக்கின்றன. பல மொழி வாசகங்களைச் சட்டென்று தமிழில் மொழிபெயர்த்துத்தரும் இணையத்தளங்கள் உள்ளன.

இதனால், இணையத்தில் தமிழ் மிக வேகமாக வளர்கிறது. தினந்தோறும் ஏராளமான சிறு, பெரிய கட்டுரைகள் எழுதப்படுகின்றன. பிரபல மென்பொருள்கள், இணையத்தளங்கள் தமிழிலும் கிடைக்கின்றன.

இந்தத்துறையில் இன்னும் பல முன்னேற்றங்களுக்கு இடமிருக்கிறது. குறிப்பாக, நம்முடைய பேச்சை உடனுக்குடன் எழுத்தாக மாற்றித்தரும் தொழில்நுட்பம் ஆங்கிலத்தில் சிறப்பாக உள்ளது, தமிழில் அது ஆரம்பநிலையில் இருக்கிறது. பெரும்பாலான பிழைகளைத் திருத்தித்தரும் மென்பொருள்கள் நமக்குத் தேவை.

இதுபோன்ற தொழில்நுட்பங்களையெல்லாம் கண்டுபிடிப் பதற்கு வெறுமனே கணினி அறிவு போதாது. தமிழறிவும் தேவை. மொழியைச் சரியாகப் பயன்படுத்துவது

எப்படி என்று தெரிந்தால்தான் அதனைப் பலருக்கும் பயனுள்ளவகையில் மென்பொருளாக, வன்பொருளாக மாற்றமுடியும். தமிழறிந்த தொழில்நுட்ப நிபுணர்கள் இதனை முன்னெடுத்துச்செல்லவேண்டும். அப்போதுதான், ஆங்கிலம் தெரியாத, தமிழ்மட்டும் அறிந்த லட்சக்கணக்கானோர் நவீன கருவிகளை உபயோகப்படுத்தும் வாய்ப்பைப் பெறுவார்கள்.

★★★

46. சிலேடைகள்

அரசரின் சபைக்கு ஒரு புலவர் வந்தார். தான் எழுதியிருந்த ஒரு பாடலைப் பாடினார்.

'சிறப்பான பாடல்' என்று பாராட்டினார் அரசர். புலவருக்கு விலையுயர்ந்த பட்டாடையொன்றை வழங்கினார்.

'நன்றி அரசே' என்றார் புலவர். அரசர் தனக்கு வழங்கிய பட்டாடையை ஆசையோடு தடவிப்பார்த்தார்.

அப்போது, அவருடைய கைகளில் ஒரு கிழிசல் தட்டுப்பட்டது. புலவர் அதிர்ந்துபோனார். 'அரசர் வழங்கிய பட்டாடையில் கிழிசலா!'

புத்தம்புதிய பட்டாடைதான் அது. எப்படியோ கிழிந்துவிட்டது. இந்த விஷயம் தெரியாமல் அரசர் அதனைப் புலவருக்கு வழங்கிவிட்டார்.

புலவருக்குக் கிழிந்த பட்டாடையை வாங்கிச்செல்ல மனமில்லை. அதேசமயம், 'அரசே, நீங்கள் தந்த பட்டாடை கிழிந்துள்ளது' என்று சபையினர் முன்னே சொல்லமுடியுமா? அது அரசருக்கு அவமானமல்லவா?

ஆகவே, புலவர் இப்படிப் பேசினார், 'அரசே, நீங்கள் தந்துள்ள பட்டாடை மிக அருமை. இதில் மரம் இருக்கிறது, இலை இருக்கிறது, கிளை இருக்கிறது, பூ இருக்கிறது, பக்கத்தில் பிஞ்சும் இருக்கிறது.'

இதைக்கேட்ட அரசர் விஷயத்தைப் புரிந்துகொண்டார், 'புலவரே, பட்டாடை பிய்ந்திருக்கிறது என்பதைக்கூட நயமாகச் சொன்னீர்கள். உங்கள் திறமைக்குப் பட்டாடை போதாது, பொன்முடிப்பு வழங்குகிறேன்' என்றார்.

'பிஞ்சும் இருக்கிறது' என்று புலவர் சொன்ன வாக்கியத்தை, இப்படி இருவிதமாகப் புரிந்துகொள்ளலாம்:

★ பிஞ்சும் இருக்கிறது: இந்த ஆடையில் பிஞ்சுகூட இருக்கிறது

★ பிஞ்சுமிருக்கிறது: ஆடை பிய்ந்தும் இருக்கிறது

இப்படி ஒரு வாக்கியம் இரு பொருள்களைத் தரும்போது, அதனைச் 'சிலேடை' அல்லது 'இரட்டுறமொழிதல்' என்பார்கள். அதாவது, இரண்டு பொருள்கள் வருமாறு பேசுதல்.

பழங்காலத்தில் பாடல்களிலே இருபொருள் வருமாறு அமைத்துப்பாடும் பழக்கம் இருந்தது. அதாவது, பாடல் ஒன்றுதான், ஆனால், அதை வெவ்வேறுவிதமாகப் பிரித்து இரண்டு பொருள்களுக்குப் பொருந்தும்படி அமைப்பார்கள்.

எடுத்துக்காட்டாக, சிலேடைப்பாடல்களில் சிறந்துவிளங்கிய கவிஞர் காளமேகத்தின் பாடலொன்று இப்படித் தொடங்குகிறது:

'நஞ்சிருக்கும், தோலுரிக்கும்.'

இந்தப் பாடல் பாம்புக்கும் வாழைப்பழத்துக்கும் எழுதப்பட்ட சிலேடைப்பாடல். இதே வரிகள் இந்த இரண்டுக்கும் எப்படிப் பொருந்துகின்றன என்று பாருங்கள்:

★ பாம்பு: நஞ்சு (விஷம்) இருக்கும், தோலை அவ்வப்போது உரிக்கும்

★ வாழைப்பழம்: நஞ்சி (நைந்து, நன்றாகக் கனிந்து) இருக்கும், தோலை உரித்து மக்கள் உண்பார்கள்

இப்படி இன்னும் பலப்பல சிலேடைப்பாடல்கள் உள்ளன. ஒவ்வொன்றையும் பலவிதமாகப் பிரித்துப் பொருள்கொள்வது தனிச்சுவை.

சிலேடை என்பது செய்யுளுக்கு மட்டுமல்ல, உரையாடலிலும் இதைப் பயன்படுத்தியவர்கள் உண்டு. எடுத்துக்காட்டாக, கி.வா.ஜ. அவர்களுடைய சிலேடைப் பேச்சுகள் தனிநூலாகவே வெளிவந்துள்ளன. அதிலிருந்து ஒரு நகைச்சுவையான எடுத்துக்காட்டு:

கி.வா.ஜ. கலந்துகொண்ட ஒரு கவியரங்கத்தில் எல்லாக் கவிஞர்களுக்கும் பொன்னாடை போர்த்தப்பட்டது. அதில் ஒரு கவிஞர்,]வெறும் பொன்னாடைதானா? மாலை இல்லையா?' என்றார்.

உடனே கி.வா.ஜ., 'கவிகளுக்கு மாலை போட்டால் என்ன ஆகும் என்று தெரியாதா?' என்று குறும்பாகக் கேட்டார்.

இந்தச் சிலேடைக்கு விளக்கம்: கவி என்றால், கவிஞர் என்று ஒரு பொருள், குரங்கு என்று இன்னொரு பொருள். குரங்கு கையில் பூமாலை கிடைத்தால் என்ன ஆகும்!

இதுபோல், சிலேடைகளைப் புரிந்துகொள்ள நல்ல தமிழறிவும் சொல்வளமும் தேவை. அவ்வகையில், விளையாட்டாக நல்லறிவைப் புகட்டும் உத்தி இது!

★★★

47. கனிச்சீர்

‘அம்மா, இந்தத் தம்பியைப் பாருங்களேன்’ என்று குற்றம் சாட்டியபடி உள்ளே வந்தாள் கமலா.

‘என்னாச்சு கமலா?’ விசாரித்தார் அவளுடைய தாய்.

‘அப்பா வாங்கிட்டு வந்த எல்லா மாம்பழத்தையும் அவனே எடுத்துக்கிட்டான்’ என்று சிணுங்கினாள் கமலா.

‘இல்லைம்மா’ என்றபடி அங்கே வந்தான் வரதன், ‘நான் அவளுக்கு ரெண்டு மாம்பழம் கொடுத்தேன்.’

‘வெவ்வெவ்வே. அது மாம்பழமே இல்லை. வெறும் காய்தான்’ என்றாள் கமலா, ‘எனக்குக் காய் பிடிக்காது, பழம்தான் பிடிக்கும்.’

‘ஏன்? நீ காய் சாப்பிடமாட்டியோ? பழம்தான் வேணுமா?’

‘ஆமாம் வரதா’ என்றார் அவர்களுடைய தாய், ‘அவள் வஞ்சியில்லையா? அவளுக்குக் கனிதான் பிடிக்கும்.’

‘என்னம்மா சொல்றீங்க?’

‘வஞ்சிப்பா அப்படீன்னு தமிழ்ல ஒரு பாடல் வகை இருக்கு, அதுல கனிச்சீர்தான் அதிகமா வரும். அதுமாதிரி, உன் அக்கா,

அவளும் ஒரு வஞ்சி, அவளுக்கும் கனி, அதாவது, பழம்தான் அதிகமாப் பிடிக்கும்ன்னு சொன்னேன்.'

இப்போது, அக்காவும் தம்பியும் சண்டையை மறந்துவிட்டார்கள். 'வஞ்சிப்பா-வைப்பத்தி இன்னும் கொஞ்சம் சொல்லுங்கம்மா' என்று நச்சரிக்கத்தொடங்கினார்கள்.

'மரபுக்கவிதையில வர்ற ஒவ்வொரு சொல்லையும் தனித்தனி அசையாப் பிரிப்பாங்க' என்று விளக்கினார் அவர்களுடைய தாய், 'அதுல ரெண்டு வகையான அசைகள் இருக்கு: நேர், நிரை.'

'ஒரே ஒரு எழுத்து, குறிலோ, நெடிலோ, தனியா வந்தா, அல்லது, ஒரு மெய்யெழுத்தோட சேர்ந்து வந்தா அது நேரசை.'

'அடுத்தடுத்து இரண்டு குறில்கள், அல்லது, ஒரு குறில், ஒரு நெடில் சேர்ந்து வந்தா, அது நிரையசை.'

'இந்த நேர், நிரை அசைகள் தனித்தனியே வரலாம், அப்போ அதை ஓரசைச்சீர்ன்னு சொல்வாங்க. எடுத்துக்காட்டா, மான், தேன், பூ... இதெல்லாம் நேரசை, மலர், மரம், செடி.... இதெல்லாம் நிரையசை.'

'கொஞ்சம் பெரிய சொற்கள்ல, ரெண்டு அசைகள் வரும், அதையெல்லாம் ஈரசைச்சீர்ன்னு சொல்வாங்க. எடுத்துக்காட்டா, பாலம்-ங்கற சொல்லுல, 'பா' என்பது நேரசை, 'லம்' என்பது இன்னொரு நேரசை.'

'இன்னும் கொஞ்சம் பெரிய சொற்கள்ல, மூணு அசைகள் வரும். அதையெல்லாம் மூவசைச்சீர்ன்னு சொல்வாங்க. எடுத்துக்காட்டா, பாலங்கள்-ங்கற சொல்லுல, 'பா' என்பது நேரசை, 'லங்' என்பதும் நேரசை, 'கள்' என்பது இன்னொரு நேரசை, ஆகமொத்தம் மூணு அசைகள்.'

'இப்படி மூணு அசைகள் வர்ற சொற்கள்ல, மூணாவது அசை நேரசையா இருந்தா, அதைக் காய்ச்சீர்ன்னு சொல்வாங்க, அதுவே 'நிரை'யசையாக இருந்தா, அதைக் கனிச்சீர்ன்னு சொல்வாங்க. அந்தமாதிரி கனிச்சீர்கள் நிறைய வர்ற பாடல் வஞ்சிப்பா.'

'எடுத்துக்காட்டா, பூமரக்கிளி-ங்கற சொல்லை எடுத்துக்குவோம். இதுல 'பூ' என்பது நேரசை, 'மரக்' என்பது நிரையசை, மூணாவதா வர்ற 'கிளி'யும் நிரையசை. ஆகவே, இது கனிச்சீர். புரிஞ்சதா?'

'நல்லாப் புரிஞ்சதும்மா' என்றார்கள் கமலாவும் வரதனும்.

'அப்படீன்னா, இந்த நாலு சொற்கள்ல எதெல்லாம் கனிச்சீர்ன்னு கண்டுபிடிங்க பார்க்கலாம்' என்று சொல்லத்தொடங்கினார் அவர்களுடைய தாய்:

★ சாப்பிட்டேன்

★ துளசிச்செடி

★ கண்ணாடி

★ செந்தாமரை

கமலாவும் வரதனும் பதில்சொல்வதற்குள், நீங்கள் இவற்றைக் கண்டுபிடியுங்கள், பார்க்கலாம்.

விடை: துளசிச்செடி, செந்தாமரை

★★★

48. நேரும் எதிரும்

'நன்மை' என்ற சொல்லின் எதிர்ப்பதம் என்ன?

நல்லனவற்றைச் செய்வது நன்மை. அதற்கு எதிராகத் தீயவற்றைச் செய்வது தீமை.

இப்போது, இந்த நன்மை, தீமை ஆகிய இரு சொற்களையும் இணைத்து ஒரு வாக்கியத்தில் பயன்படுத்திப்பார்ப்போம்:

'அவருக்கு நன்மை, தீமை நன்றாகத் தெரிந்திருந்தது.'

இந்த வாக்கியத்தின் பொருள், அவருக்கு நன்மையும் தெரிந்திருந்தது; அதற்கு மாறான தீமையும் தெரிந்திருந்தது; ஆகவே, அவருக்கு எல்லாமே தெரிந்திருந்தது.

ஆக, ஒரு சொல்லுக்கு அருகே அதன் எதிர்ச்சொல்லைச் சேர்த்து எழுதும்போது, 'அனைத்தும்' என்ற பொருள் வருகிறது. இதற்கு இன்னும் சில எடுத்துக்காட்டுகள்:

★ சாலையில் ஏற்ற இறக்கங்கள்/மேடு பள்ளங்கள் மிகுந்திருந்தன

★ அவன் இரவு, பகலாக (எந்நேரமும்) உழைத்தான்

★ ஆண்களும் பெண்களும் (மக்கள் எல்லாரும்) அந்த நாடகத்தை ரசித்தார்கள்

★ வீட்டின் வரவு, செலவுகளை எழுதிவைக்கவேண்டும்

இந்த எடுத்துக்காட்டுகள் அனைத்திலும் சொற்கள், அவற்றின் எதிர்ச்சொற்கள் மிக இயல்பாக இணைந்து பயன்படுத்தப்பட்டுள்ளன. இப்படித் தினந்தோறும் நாம் பல சொற்களை எதிர்ச்சொற்களோடு இணைத்துப் பேசிவருகிறோம்.

உண்மையில், இவற்றை எதிர்ச்சொற்கள் என்று சொல்வதைவிட, 'முழுமையாக்கும் சொற்கள்' (ஆங்கிலத்தில் *Complementing Words*), எனலாம். அதாவது, ஒரு சொல்லை முழுமையாக்குகிற இன்னொரு சொல்.

எடுத்துக்காட்டாக, ஒரு பெட்டியில் இனிப்புகள் உள்ளன, காரமான தின்பண்டங்களும் உள்ளன. இவை இரண்டும் சேர்ந்ததுதான் அந்தப் பெட்டி.

இப்போது, 'பெட்டியில் இனிப்புகள் உள்ளன' என்று ஒருவர் சொன்னால் அது உண்மையா, பொய்யா?

உண்மைதான். ஆனால், முழுமையான உண்மை இல்லை. காரணம், பெட்டியில் காரப்பண்டங்களும் உள்ளன. ஆகவே, இனிப்பு என்ற சொல்லைக் காரம் என்ற சொல் முழுமையாக்குகிறது. அந்தப் பெட்டியில் இருந்தவற்றை முழுமையாக விவரிக்கிறது.

இதையே மாற்றியும் சொல்லலாம். அதாவது, காரம் என்ற சொல்லை இனிப்பு என்ற சொல் முழுமையாக்குகிறது. மேலே நாம் பார்த்த அனைத்து எடுத்துக்காட்டுகளிலும் இதனைப் பொருத்திப்பார்க்கலாம்:

★ நன்மை, தீமை (உலகில் உள்ள முழுமையான செயல்கள்/ குணங்கள்)

★ ஏற்ற இறக்கம் (சாலையின் முழுமையான தன்மை)

★ இரவு பகல் (ஒரு முழுமையான நாள்)

★ ஆண்கள், பெண்கள் (முழுச் சமுதாயத்தின் உறுப்பினர்கள்)

★ வரவு, செலவு (பணத்தின் முழுமையான ஓட்டம்)

கணிதத்தில் நேர் எண்கள், எதிர் எண்கள் என்று சொல்வார்கள். 3 என்ற எண்ணின் எதிர் எண் '-3'. அதேபோல், '-3' என்ற எண்ணின் எதிர் எண் '3'. இந்த இரண்டையும் கூட்டினால் என்ன வருகிறது?

3 + -3 = 0

ஆம், நேர் எண்ணையும் எதிர் எண்ணையும் கூட்டினால் இரண்டுமே அழிந்துபோய்விடும். நமக்குப் பூஜ்ஜியம்தான் கிடைக்கும்.

ஆனால் மொழியைப் பொறுத்தவரை, நேர்ச்சொற்களும் எதிர்ச்சொற்களும் சேரும்போது அவை இரண்டும் இல்லாமல் போய்விடுவதில்லை. முழுமைப்பொருளைத் தருகின்றன!

★★★

49. தலைப்புகள்

‘நேற்றைக்கு ஒரு நல்ல கதை படித்தேன். அருமையாக இருந்தது’ என்கிறான் உங்கள் பள்ளித்தோழன்.

இதைக்கேட்டதும், உங்களுக்கும் அந்தக் கதையைப் படிக்கவேண்டும் என்று ஆவல் ஏற்படுகிறது, ‘எந்தக் கதை? என்ன தலைப்பு?’ என்று கேட்கிறீர்கள். உங்கள் நண்பன் அந்தக் கதையின் தலைப்பைச் சொல்கிறான்.

‘அட, அந்தக் கதையா? நானும் படித்துவிட்டேன். விறுவிறுப்பான திருப்பங்கள், பிரமாதமான வசனங்கள்’ என்று நீங்களும் பாராட்டுகிறீர்கள்.

சில நிமிடங்களுக்குமுன் உங்கள் நண்பன் அந்தக் கதையைப் புகழ்ந்தபோது, உங்களுக்கு அதைப்பற்றி எதுவும் தெரிந்திருக்கவில்லை. இப்போதோ, நீங்களும் அதைப் புகழ்கிறீர்கள். இரண்டுக்கும் நடுவே நடந்தது ஒரே ஒரு விஷயம்தான்: அந்தக் கதையின் தலைப்பு உங்களுக்குத் தெரிந்துவிட்டது. உடனே கதையைத் தெரிந்துகொண்டுவிட்டீர்கள். அதைப்பற்றிப் பேசத்தொடங்கிவிட்டீர்கள்.

எந்தவொரு படைப்புக்கும் தலைப்பு என்பது ஓர் அடையாளமாக அமைகிறது. உங்களுக்கென்று ஒரு பெயர் உள்ளதல்லவா, அதைப்போல.

ஆனால், உலகில் ஒரே பெயரில் பலர் இருப்பார்களே.

உண்மைதான். ஒரே பெயரில் பல கதைகள், கவிதைகள் எழுதப் படுவதும் உண்டு. ஆனால், பெரும்பாலான படைப்புகளுக்குத் தனித்துவமான பெயர்கள் இருக்கும். அவற்றைக் கேட்டவுடன் அந்தப் படைப்பு எது என்று புரிந்துவிடும்.

இதனால், ஒவ்வொரு படைப்பாளியும் தன்னுடைய படைப்புகளுக்குச் சிறந்த பெயர்களைச் சிந்தித்துச் சூட்டுகிறார். அபூர்வமாகச் சில நேரங்களில் மட்டுமே பெயரில்லாத படைப்புகள் (பெரும்பாலும் கவிதைகள்) எழுதப்படுகின்றன. எடுத்துக்காட்டாக, சங்க இலக்கியப் படைப்புகள் பலவற்றுக்குப் பெயர் கிடையாது. அதனால், அவற்றின் சுவை குறைந்துவிட்டதா என்ன?

அதேசமயம், நல்ல படைப்புக்கு ஒரு நல்ல பெயரும் சூட்டப் பட்டிருந்தால் அதன் சுவை இன்னும் கூடும். எடுத்துக்காட்டாக, 'நெடுநல்வாடை' (நீண்ட, நல்ல வாடைக்காற்று) என்ற சங்க இலக்கியப் படைப்பின் பெயரே தனி அழகு.

பல நேரங்களில், தலைப்பு என்பது அந்தப் படைப்பின் தன்மையைச் சுருக்கமாகச் சொல்வதாக அமைந்துவிடுகிறது. எடுத்துக்காட்டாக, 'தமிழின் பெருமை' என்று ஒரு கட்டுரைக்குத் தலைப்பு வைக்கப்பட்டிருந்தால், அந்தக் கட்டுரையில் என்ன எதிர்பார்க்கலாம் என்று நாம் புரிந்துகொள்கிறோம்; ஆவலுடன் உள்ளே செல்கிறோம்.

அதேசமயம், தலைப்பில் எல்லாவற்றையும் சொல்லிவிடக்கூடாது. அப்போது யாருக்கும் படைப்பை வாசிக்கவேண்டும் என்கிற ஆவலே இருக்காது. ஒரு சிறு அறிமுகத்தைக் கொடுத்து வாசகர்களைக் கவர்ந்திழுப்பதே தலைப்பின் நோக்கம்.

எது முதலில் வரவேண்டும்: படைப்பா? அல்லது, தலைப்பா?

இந்தக் கேள்விக்கு வெவ்வேறு படைப்பாளிகள் வெவ்வேறு விதமாகப் பதில் சொல்கிறார்கள். நன்கு சிந்தித்து ஓர் அருமையான தலைப்பை வைத்துவிட்டுப் படைப்பைத் தொடங்குகிறவர்கள் உண்டு. படைப்பை எழுதியபின் என்ன தலைப்பு வைக்கலாம் என்று சிந்திக்கிறவர்களும் உண்டு. சில நேரங்களில், படைப்பாளி வைக்கிற பெயரைப் பத்திரிகை ஆசிரியரோ, பதிப்பாளரோ மாற்றுவதும் உண்டு.

உங்கள் பாடப்புத்தகம் அல்லது ஒரு வார இதழை எடுத்துக்கொள்ளுங்கள். அதிலிருக்கும் படைப்புகளையும், அவற்றின் தலைப்புகளையும் கவனியுங்கள். எந்தெந்தத் தலைப்புகள் பொருத்தமாக இருக்கின்றன, உங்களைக் கவர்கின்றன என்று சிந்தியுங்கள். சில படைப்புகளுக்கு நீங்களே வேறு பெயர்களைச் சூட்டிப்பாருங்கள். இது ஒரு சுவையான விளையாட்டு.

படைப்புகளுக்குப் பொருத்தமான, நெஞ்சில் நிற்கும் பெயர்களைச் சூட்டுவதும் ஒரு கலைதான்!

★★★

50. ஊடகங்கள்

நாட்டில் ஒரு பெரிய மாற்றம் நிகழ்கிறதென்றால், அதைப்பற்றி நீங்கள் எப்படித் தெரிந்துகொள்கிறீர்கள்?

ஊடகங்களின் வழியேதான்!

பலவகை ஊடகங்கள் உள்ளன: அச்சில் வெளியாகும் செய்தித்தாள்கள், பத்திரிகைகளை 'அச்சு ஊடகங்கள்' என்கிறோம்; மின்னணுத் தொழில்நுட்பத்தின் துணையோடு பரப்பப்படும் வானொலி, தொலைக்காட்சி, இணையம் போன்றவற்றை 'மின்னணு ஊடகங்கள்' என்கிறோம். இவற்றை எழுத்து ஊடகங்கள், காட்சி ஊடகங்கள் என்று பிரிப்பதும் உண்டு.

'ஊடகம்' என்ற சொல்லை ஊடு+அகம் என்று பிரித்துக்காணலாம். 'ஊடு' என்றால் ஒன்றின்வழியே செல்வது, அகம் என்றால் உள்ளே. ஆக, 'ஊடகம்' என்பது உள்ளே சென்று உண்மையைக் கண்டு அதனை உலகுக்குச் சொல்வதாகும்.

ஒரு பொதுக்கூட்டத்தில் சில விஷமிகள் கலந்துவிட்டார்கள் என்று சொல்லும்போது, அதனை 'ஊடுருவல்' என்று குறிப்பிடுகிறோம். இது ஊடு+உருவல் எனப் பிரியும்.

கூட்டத்தினூடே அவர்கள் நுழைந்துசென்றுவிட்டார்கள் என்று பொருள்.

அதுபோல, ஊடகத்தில் உள்ள எழுத்தாளர்களும் புகைப்படக் கலைஞர்களும் நிருபர்களும் ஒலிப்பதிவு, ஒளிப்பதிவு நிபுணர்களும் எந்தவொரு விஷயத்தையும் ஊடுருவிச்சென்று பார்க்கிறார்கள்; தவறான நோக்கத்துடன் அல்ல, உண்மையை உலகுக்குச் சொல்லும் விருப்பத்துடன்.

'நிருபர்' என்ற சொல்லின் இன்றைய பொருள், இதழாளர். இவர் ஒரு செய்தித்தாள், பத்திரிகை அல்லது காட்சி ஊடகத்தின் சார்பாகப் பல இடங்களுக்குச் சென்று விவரங்களைத் திரட்டிவருகிறார்; அவற்றைத் தொகுத்து எழுதுகிறார், அல்லது, பேசுகிறார்.

ஆனால், பழந்தமிழில் 'நிருபர்' என்ற சொல் அரசர்களைக் குறித்தது. கம்பராமாயணத்தில் தசரதன் தனக்குக்கீழே உள்ள மன்னர்களைப் பார்த்து, 'நிருபர்! கேண்மின்கள்' என்று சொல்வதாக வருகிறது. இதன் பொருள், 'அரசர்களே, கேளுங்கள்!'

அன்றைக்கு அரசர்களைக் குறித்த ஒரு சொல், இன்றைக்குச் செய்திகளைத் திரட்டிவரும் இதழாளர்களைக் குறிப்பதாக மாறியது வியப்புதான்!

'ஊடகம்' என்ற சொல்லை நீங்கள் அறிவியல் பாடத்திலும் வாசித்திருப்பீர்கள். எடுத்துக்காட்டாக, 'ஒலியலைகள் பரவுவதற்கு ஓர் ஊடகம் தேவை' என்பார்கள்.

இங்கே 'ஊடகம்' என்றால், ஒலி பரவிச்செல்வதற்கு உதவுகின்ற ஒரு பொருள், அதனூடே ஒலி பரவிச்செல்கிறது.

எடுத்துக்காட்டாக, உங்கள் நண்பர் ஒருவர் மதுரையில் இருக்கிறார். அவருடைய பிறந்தநாளைக்கு நீங்கள் ஒரு சட்டையைப் பரிசளிக்க விரும்புகிறீர்கள். அந்த நேரத்தில் உங்கள் மாமா மதுரைக்குச் செல்கிறார். அவரிடம் அந்தச் சட்டையைத் தந்து உங்கள் நண்பரிடம் சேர்ப்பிக்கச்சொல்கிறீர்கள்.

இப்போது, அந்தச் சட்டை உங்கள் மாமா வழியாக உங்கள் நண்பரைச் சென்றுசேர்ந்திருக்கிறது. ஆகவே, உங்கள் மாமாதான் இங்கே ஊடகமாகச் செயல்பாட்டிருக்கிறார்.

அதுபோல, சமூகத்தில் செய்திகள் வந்துசேர்வதற்கு அச்சு ஊடகங்களும் மின்னணு ஊடகங்களும் துணைபுரிகின்றன. மக்களின் அறிவைப் பெருக்குவதில் இவற்றின் பங்களிப்பு முதன்மையானது!

★★★

51. துணுக்குகள்

சரவணனின் வீட்டில் எல்லாரும் மதுரைக்குச் சென்றிருந்தார்கள். அங்கே பக்கத்தில் உள்ள பல சுற்றுலாத்தலங்களைப் பார்த்துவந்தார்கள்.

அவன் மீண்டும் பள்ளிக்குத் திரும்பியதும், நண்பர்களெல்லாம் அவனைச் சூழ்ந்துகொண்டார்கள்; 'எப்படியிருந்தது மதுரை?' என்று விசாரித்தார்கள்.

சரவணன் மகிழ்ச்சியோடு தன்னுடைய அனுபவங்களைச் சொன்னான்; தான் பார்த்த இடங்களைப்பற்றி விவரித்தான்.

'இந்த நாலு நாள்ல நீ பார்த்ததிலேயே உனக்கு ரொம்பப் பிடிச்ச இடம் எது?' என்று கேட்டான் ஒருவன்.

சரவணன் கொஞ்சம் யோசித்துவிட்டு, 'நாங்க மதுரையிலேர்ந்து இன்னோர் ஊருக்குப் போய்கிட்டிருந்த வழியில ஒரு சின்ன ஆறு ஓடிகிட்டிருந்தது; ஜிலுஜிலுன்னு அருமையான தண்ணி; அங்கே ஒரு மணிநேரம் மகிழ்ச்சியாக் குளிச்சோம். அதுதான் எனக்கு ரொம்பப் பிடிச்ச இடம்' என்றான்.

இதைக்கேட்ட மற்ற பையன்கள் திகைத்துப்போனார்கள், 'உங்க அப்பா, அம்மா பணம் செலவழிச்சு ஏதேதோ பெரிய

சுற்றுலாத்தலத்துக்கெல்லாம் கூட்டிகிட்டுப்போயிருக்காங்க; ஆனா நீ என்னடான்னா வழியில பார்த்த ஓர் ஆறு பிடிச்சிருக்குன்னு சொல்றியே' என்றார்கள்.

நண்பர்களின் வியப்பில் நியாயமுண்டு; அதேசமயம், சரவணன் சொன்ன பதிலும் இயல்பானதுதான். ஆயிரம் ரூபாய் செலவழித்து வாங்கிய பொம்மையைவிட, அந்தப் பொம்மையைச் சுற்றிவந்த அட்டைப்பெட்டியை விரும்பி விளையாடுகிற குழந்தைகள் உண்டல்லவா? அதுபோலத்தான் சரவணனும், பெரிய சுற்றுலாத்தலங்களையெல்லாம் விட்டுவிட்டு, வழியில் பார்த்த ஒரு சின்னஞ்சிறு இடத்தைப் பிடித்திருப்பதாகச் சொல்கிறான்.

நீங்கள் இதேபோன்ற அனுபவத்தைப் பல இடங்களில் பார்க்கலாம். எடுத்துக்காட்டாக, வகுப்பில் ஆசிரியர் சுவாரஸ்யமாகப் பாடம் நடத்துவார்; ஆனால் அதனிடையே அவர் சொல்லும் ஒரு சிறிய நகைச்சுவைதான் நம் மனத்தில் நன்றாகப் பதியும். பத்திரிகை அல்லது செய்தித்தாளில் பல பக்கங்களுக்கு நீளும் சுவையான கட்டுரைகள் இருந்தாலும், ஒரு சிறிய பெட்டிச்செய்தி நம்மைக் கவர்ந்துவிடும்.

இதுபோன்ற விஷயங்களைத் 'துணுக்கு'கள் என்பார்கள். அதாவது, துண்டு விஷயங்கள். இவை நகைச்சுவையாக இருக்கலாம், புதுமையாக இருக்கலாம், வழக்கத்துக்கு மாறானவையாக இருக்கலாம், புதிர்களாக இருக்கலாம்... விஷயம் எதுவாக இருந்தாலும், அது சுருக்கமாக இருக்கவேண்டும்; அதுதான் முக்கியம்.

இந்தத் 'துணுக்கு'களைத் 'துக்கடா' என்று அழைப்போரும் உண்டு. ஆனால் அது 'டுக்டா' என்ற வடமொழிச்சொல்லின் தமிழ் வடிவம். இதேபோல் '*Bits*', '*Tips*', '*Tidbits*' போன்ற ஆங்கிலச்சொற்களையும் பயன்படுத்துகிறார்கள்.

'துணுக்கு'களை எல்லாரும் விரும்பிக் கேட்பார்கள், படிப்பார்கள்; ஆகவே, பெரிய பத்திரிகைகள் தொடங்கிப் புத்தகங்கள்வரை எங்கும் துணுக்குகள் சேர்க்கப்படுகின்றன. சில துணுக்குகள்

மையக் கருத்தோடு பொருந்தியிருக்கும்; பல துணுக்குகள் அப்படிப் பொருந்தாமல் தனித்து நிற்கும்; ஒரு பக்கம்முழுக்க விதவிதமான துணுக்குகளைக் கொட்டி, அதனைத் 'துணுக்குத் தோரணம்' என்று அழைப்பவர்களும் உண்டு.

நம்முடைய பேச்சிலும் இதுபோன்ற 'துணுக்கு'களை ஆங்காங்கே சேர்த்துக்கொள்ளலாம்; எழுத்துக்கு நடுவே உறுத்தாமல் அவற்றை நுழைக்கலாம்; அதன்மூலம் கேட்பவர்களை, வாசிப்பவர்களை ஈர்க்கலாம்.

ஆனால் அதற்காக, முழுக்க முழுக்கத் துணுக்குகளையே தந்துவிடக்கூடாது. அது எளிதில் சலிப்பை உண்டாக்கிவிடும். வழக்கமான (அதாவது, நீளமான) விஷயங்களுக்கு மத்தியில் ஆங்காங்கே சிறு துணுக்குகளைச் சேர்த்துச் சுவையைக் கூட்டவேண்டும். அப்போது நம் பேச்சும் எழுத்தும் எல்லாருக்கும் பிடிக்கும்.

இப்போது, உங்களுக்கு ஒரு பயிற்சி: இந்திய விடுதலைப் போராட்டத்தைப்பற்றி நீங்கள் பேசவேண்டும், அந்தப் பேச்சின் நடுவே சுவை கூட்டுகிற துணுக்குச்செய்திகளாக எவற்றைச் சேர்ப்பீர்கள்? மையத் தலைப்புடன் தொடர்புடைய ஒன்றிரண்டு துணுக்குகளைச் சிந்தித்து எழுதுங்கள்!

★★★

52. விகற்பங்கள்

உங்கள் வகுப்பில் பல மாணவர்கள் இருக்கிறார்கள். எல்லாரும் ஒரேமாதிரியா தோன்றுகிறார்கள்?

ம்ஹூம், இல்லை; ஒவ்வொருவரும் ஒவ்வொருமாதிரி இருக்கிறார்கள். சிலர் குள்ளம், சிலர் உயரம், சிலர் ஒல்லி, சிலர் குண்டு, சிலர் வெள்ளை, சிலர் கருப்பு, சிலர் சுறுசுறுப்பு, சிலர் சோம்பல்...

கடைக்குச்சென்று ஒரு புத்தகம் வாங்கினால், அதில் எல்லாப் பக்கங்களும் ஒரேமாதிரி அளவோடு இருக்கவேண்டும் என்று எதிர்பார்க்கிறோம். அதுதான் பார்ப்பதற்கு அழகு.

ஆனால், மனிதர்கள் எல்லாரும் அப்படி ஒரேமாதிரி இருக்கவேண்டும் என்று எதிர்பார்க்க இயலாது. பலவிதமான மனிதர்கள் ஒன்றாக இருப்பது இன்னோர் அழகு.

செய்யுளிலும் இப்படித்தான். ஒரேமாதிரி சொற்கள் வரிசையாக அமைந்தால் ஓர் அழகு; வெவ்வேறுவிதமான சொற்கள் வரிசையாக அமைந்தால் இன்னோர் அழகு.

எடுத்துக்காட்டாக, இந்த வரிகளைப் பாருங்கள்:

மல்லிகைப் பூவே இங்கே வா,
அல்லிப் பூவே அருகில் வா,
முல்லைப் பூவே விரைவில் வா,
நல்லது சொல்வேன், உடனே வா.

இந்தப் பாடலின் ஒவ்வோர் அடியிலும் முதல் சொற்கள் ஒரேமாதிரி அமைப்பில் உள்ளன: ம'ல்'லிகை, அ'ல்'லி, மு'ல்'லை, ந'ல்'லது என நான்கு சொற்களிலும் இரண்டாம் எழுத்து 'ல்' என அமைந்துள்ளது. இதனை எதுகை என்பார்கள்.

ஆக, இந்தப் பாடலில் நான்கு அடிகள், ஒவ்வோர் அடியிலும் ஒரே எதுகை வந்திருக்கிறது. ஆகவே, இதனை 'ஒரு விகற்பம்' என்பார்கள்.

'விகற்பம்' என்ற சொல்லின் பொருள், வேறுபாடு அல்லது வகை. 'ஒரு விகற்பம்' என்றால், நான்கு அடிகளின் தொடக்கமும் ஒரே வகையில் அமைந்துள்ளன.

இப்போது, இந்தப் பாடலைக் கொஞ்சம் மாற்றுவோம்:

மல்லிகைப் பூவே இங்கே வா,
அல்லிப் பூவே அருகில் வா,
சாமந்திப் பூவே விரைவில் வா,
தாமரைப் பூவே ஓடி வா.

இங்கே முதல் இரண்டு அடிகளிலும் ம'ல்'லிகை, அ'ல்'லி என ஒரே எதுகை வந்துள்ளது; அடுத்த இரண்டு அடிகளிலும் சா'ம'ந்தி, தா'ம'அரை என ஒரே எதுகை வந்துள்ளது. ஆகவே இதனை 'இரு விகற்பம்' என்பார்கள்.

அடுத்து, இதே பாடலை மீண்டும் மாற்றுவோம்:

மல்லிகைப் பூவே இங்கே வா,
அல்லிப் பூவே அருகில் வா,
சாமந்திப் பூவே விரைவில் வா,
ரோஜாப் பூவே உடனே வா.

இங்கே முதல் இரண்டு அடிகளிலும் ம'ல்'லிகை, அ'ல்'லி என ஒரே எதுகை வந்துள்ளது; ஆனால் மூன்றாவது, நான்காவது

அடிகளில் அவ்வாறு அமையவில்லை: அங்கே சாமந்தி, ரோஜா என எதுகை அல்லாத அமைப்பு வந்துள்ளது. இப்படி மூன்று வெவ்வேறு அமைப்புகள் இங்கே வந்திருப்பதால், இதனை 'மூ விகற்பம்' என்பார்கள்.

இப்போது, உங்களுக்கு ஒரு பயிற்சி: உங்களுடைய பாடப் புத்தகத்தில் உள்ள செய்யுள்களைக் கவனியுங்கள்; அவற்றில் உள்ள ஒரு விகற்ப, இரு விகற்ப, மூ விகற்பப் பாடல்களைக் கண்டுபிடியுங்கள்!

★★★

53. மேற்கோள்கள்

பள்ளியில் வரலாற்று ஆசிரியர் பாடம் நடத்திக்கொண்டிருந்தார். காந்தியடிகளைப்பற்றி உணர்ச்சிமயமாக விளக்கினார்.

‘காந்தி என்றைக்கும் பொய்யே பேசியதில்லை. தன் நெஞ்சு அறிவது பொய்யற்க, பொய்த்தபின் தன் நெஞ்சே தன்னைச் சுடும் என்று திருவள்ளுவர் சொன்னதை உணர்ந்தவர்போல் அவர் வாழ்ந்தார்.’

ஆசிரியர் நடத்திய பாடம் மாணவர்களுக்கு மிகவும் பிடித்திருந்தது. காந்தியை எண்ணி நெகிழ்ந்தார்கள்.

சிறிது நேரத்தில், மணி ஒலித்தது. அன்றைய வகுப்புகள் நிறைவடைந்தன. பையன்கள் வீடு திரும்பினார்கள்.

ராமுவைப் புன்னகையோடு வரவேற்ற தாய் அவனுக்குச் சூடாகப் பால் கொடுத்தார், பிறகு, ‘இன்னிக்குப் பள்ளிக்கூடத்துல என்ன படிச்சீங்க?’ என்று கேட்டார்.

‘காந்தியைப்பத்திப் படிச்சோம்’ என்றான் ராமு, ‘காந்தியைப்போல நாமும் பொய்யே சொல்லக்கூடாதுன்னு தெரிஞ்சுகிட்டோம்.’

‘ஆமா கண்ணு’ என்றார் அவனுடைய தாய், ‘நாம பொய் சொல்றோம்ங்கறது யாருக்குத் தெரியலைன்னாலும் நம்ம

நெஞ்சுக்குத் தெரியும்ல? அது நம்மை உறுத்துமே. இதைத்தானே திருவள்ளுவரும் சொல்றாரு!'

பள்ளியில் ஆசிரியரும் இதே கருத்தைச் சொன்னார், திருவள்ளுவரின் பெயரையும் சொன்னார். வீட்டில் ராமுவின் தாயும் இதே கருத்தைச் சொல்கிறார், திருவள்ளுவரின் பெயரையும் சொல்கிறார். ஆனால் இந்த இரண்டுக்கும் இடையே ஒரு சிறு வித்தியாசம் உள்ளது, கவனித்தீர்களா?

ஆசிரியர், திருவள்ளிவர் எழுதிய திருக்குறளை ஒரு சொல் மாறாமல் அப்படியே சொன்னார். ஆனால் ராமுவின் தாய், அந்தத் திருக்குறளின் பொருளைமட்டும் தொகுத்துச் சொன்னார். அதாவது, திருவள்ளுவர் பயன்படுத்திய சொற்களைப் பயன்படுத்தாமல், அவர் முன்வைத்த கருத்தைக் குறிப்பிட்டார்.

இதுபோல் ஒருவருடைய எழுத்தை இன்னொருவர் சுட்டிக்காட்டிப் பேசும்போது, அதனை 'மேற்கோள் காட்டுதல்' என்பார்கள். அப்படிச் சுட்டிக்காட்டப்படும் பகுதிக்கு 'மேற்கோள்' என்று பெயர்.

எடுத்துக்காட்டாக, மேடையில் ஒருவர் பேசுகிறார், 'மாணவர்களே, சுவாமி விவேகானந்தர் சொன்னதுபோல், எழுமின், விழிமின், உழைமின்...'

இங்கே 'எழுமின், விழிமின், உழைமின்' என்பது பேச்சாளர் சொல்வதல்ல; விவேகானந்தர் சொன்னதை அவர் மேற்கோள் காட்டுகிறார்.

இப்படி ஒருவருடைய சொற்களை இன்னொருவர் மேற்கோள் காட்டும்போது, அவர் பயன்படுத்திய சொற்களை அப்படியே எடுத்துக்காட்டினால், அதனை 'மொழிந்தது காட்டும் மேற்கோள்' என்பார்கள். அவர் சொன்ன கருத்தைமட்டும் வைத்துக்கொண்டு, அதைத் தன்னுடைய சொற்களில் திரும்பச்சொன்னால், அதனைக் 'கருத்து மேற்கோள்' என்பார்கள்.

ஆகவே, திருவள்ளுவரின் திருக்குறளை அப்படியே சொன்ன ஆசிரியர், 'மொழிந்தது காட்டும் மேற்கோளை'ப்

பயன்படுத்தியிருக்கிறார்; அந்தக் குறளின் கருத்தை வேறு சொற்களில் சொன்ன ராமுவின் தாய், ‘கருத்து மேற்கோளை’ப் பயன்படுத்தியிருக்கிறார்.

‘மொழிந்தது காட்டும் மேற்கோளை’ப் பயன்படுத்துவதற்கு நல்ல நினைவுத்திறன் தேவை. பாடல்கள், வசனங்கள், பொன்மொழிகளை ஒரு சொல் மாறாமல் அப்படியே சொல்லவேண்டும். மேடைகளில் திருக்குறள்கள், சங்க இலக்கியப் பாடல்கள், கம்பனின் விருத்தங்கள், பாரதியார் பாடல்களையெல்லாம் சடசடவென்று பொழிந்து அசத்தும் பேச்சாளர்களைப் பார்த்து வியந்திருப்பீர்களே, அவர்களெல்லாம் இந்த வகையில் வருவார்கள்.

மாறாக, கருத்து மேற்கோளை யார் வேண்டுமானாலும் பயன்படுத்தலாம். நல்ல கருத்துகளைமட்டும் நினைவில் வைத்திருந்தால் போதும். இதனால், பாமரர்களுடைய பேச்சிலும் கருத்து மேற்கோள்களைப் பார்க்கலாம்.

மேற்கோள்களைப் பொருத்தமாக உணர்ந்து பயன்படுத்தினால், அவை பேச்சுக்கும் எழுத்துக்கும் கனம் சேர்க்கும், அழகைக் கூட்டும்.

★★★

54. ஒப்பந்தங்கள்

நண்பர்கள் இருவர் இணைந்து தொழில் நடத்த விரும்புகிறார்கள். அதுதொடர்பான விஷயங்களையெல்லாம் உட்கார்ந்து பேசித் தீர்மானிக்கிறார்கள். அடுத்து என்ன? தொழிலைத் தொடங்கவேண்டியதுதானே?

அவர்களில் ஒருவர் சொல்கிறார், 'அதுக்குமுன்னாடி, நாம உட்கார்ந்து பேசித் தீர்மானிச்ச விஷயங்களையெல்லாம் ஒரு காகிதத்துலே எழுதுவோம்; அதுல ரெண்டு பேரும் கையெழுத்துப் போடுவோம். அதுக்கப்புறம் தொழிலை ஆரம்பிப்போம்.'

'அதெல்லாம் எதுக்குங்க?' என்கிறார் மற்றவர், 'நமக்குள்ள நம்பிக்கை இருந்தாப் போதாதா?'

'நம்பிக்கையெல்லாம் நிறைய இருக்கு; ஆனா, சட்டப்படி இதுமாதிரி வேலைகளையெல்லாம் தொடங்கும்போது முறைப்படி ஒப்பந்தம் செஞ்சுக்கறதுதான் நல்லது. நாளைக்கே ஏதாவது ஒரு பிரச்னை வந்ததுன்னா, இந்த ஒப்பந்தம் உதவும்.'

'ஒப்பந்தம்' என்பதன் வேர்ச்சொல், 'ஒப்பு', அதாவது, இது சரி என்று ஏற்றுக்கொள்ளுதல். வீட்டில் எல்லாரும் துணிக்கடைக்குச் செல்கிறீர்கள். உங்கள் தாய் உங்களுக்கு ஓர் ஆடையைத் தேர்ந்தெடுக்கிறார், 'இது நல்லாயிருக்கா?' என்று கேட்கிறார். நீங்கள் 'சரி' என்று தலையசைக்கிறீர்கள். அதாவது, அவருடைய தேர்வை ஒப்புக்கொள்கிறீர்கள்.

'ஒப்பு' என்ற கட்டளைச்சொல், 'ஒப்புதல்' என்ற தொழிற்பெயராக மாறுகிறது. தாய் தேர்ந்தெடுத்த ஆடைக்கு நீங்கள் ஒப்புதல் தெரிவிக்கிறீர்கள்!

கையெழுத்தைக்கூட, 'கையொப்பம்' என்று எழுதுகிற வழக்கம் உண்டு. கை + ஒப்பம் => கையொப்பம். அதாவது, அந்தக் காகிதத்தில் எழுதப்பட்டுள்ள விஷயங்கள் அனைத்தும் சரியானவை என்று ஒருவர் ஒப்புக்கொள்கிறார்; அதற்கு அடையாளமாகக் கையால் தன் பெயரை எழுதுகிறார்; ஆகவே, அது கையொப்பம் ஆகிறது.

ஒப்பந்தம் என்பது, ஏதோ ஒரு விஷயத்தில் ஒத்துப்போக விரும்பும் இருவர் அதைப்பற்றி எழுதிக் கையெழுத்திடும் சட்டப்பூர்வமான காகிதம் ஆகும். எடுத்துக்காட்டாக, சேர்ந்துதொழில் செய்ய விரும்பும் இருவர் அதைப்பற்றி ஒப்பந்தம் எழுதுகிறார்கள், ஒரு வீட்டையோ நிலத்தையோ வாங்குபவரும் விற்பவரும் அந்தச் சொத்தின் விலை, மற்ற விவரங்களை எழுதி ஒப்பந்தம் செய்துகொள்கிறார்கள், புதிதாக வேலைக்குச் சேர்கிறவர் ஒரு நிறுவனத்துடன் ஒப்பந்தம் செய்துகொள்கிறார், இரு நாடுகள் தங்களுக்கிடையிலான வணிக விவகாரங்களை எழுதி ஒப்பந்தம் செய்துகொள்கின்றன... இப்படி இன்னும் பலப்பல.

இது ஒரு சட்டப்பூர்வமான ஆவணம் என்பதால், சில முக்கியமான ஒப்பந்தங்களை அரசு அங்கீகரித்த முத்திரைத் தாள்களில்தான் எழுதுவார்கள்; அவற்றைப் 'பத்திரங்கள்' என்றும் அழைப்பார்கள். அதேபோல், ஒப்பந்தங்களை எழுதுவதற்கென்று ஒரு தனித்துவமான மொழியும் உள்ளது. அதைப் பயன்படுத்தி எழுதப் பழகியவர்களை 'ஆவண எழுத்தர்கள்', 'பத்திர எழுத்தர்கள்' என்பார்கள்.

எழுத்தரா? எழுத்தாளரா?

எழுத்தை ஆள்பவர் (எழுத்து + ஆளர்) 'எழுத்தாளர்'. வெறுமனே எழுதுபவர் 'எழுத்தர்'. அவ்வளவுதான் வித்தியாசம்!

★★★

55. ஆங்கிலமும் தமிழும்

ஆங்கிலம் கலவாமல் பேச இயலுமா?

இன்றைய சூழ்நிலையில் இது சாத்தியமே இல்லை என்றுதான் பலரும் கருதுகிறார்கள். அந்த அளவுக்கு நம்முடைய பேச்சில் ஆங்கிலச்சொற்கள் கலந்துவிட்டன. நன்கு படித்தவர்களில் தொடங்கிப் பாமர மக்கள்கூட ஆங்கிலச்சொற்களை இயல்பாகக் கலந்து பேசுகிறார்கள்.

இதற்கு என்ன காரணம்? தமிழில் சொற்கள் போதவில்லையா?

சில நூறாயிரம் சொற்களைக் கொண்ட மொழி தமிழ். இன்றைய நவீன கண்டுபிடிப்புகளுக்கேற்ப புதுப்புதுச் சொற்களை உருவாக்கிக்கொண்டு வளர்ந்துவருகிறது. ஆகவே, தினசரிப் பயன்பாட்டுக்கான சொற்கள் தமிழில் இல்லை என்றால், அது நகைப்புக்குரிய விஷயமாகும்.

ஆக, சொற்கள் உள்ளன. அவற்றை நாடாமல் பழக்கம் காரணமாக நாம் ஆங்கிலச்சொற்களைப் பயன்படுத்துகிறோம். கொஞ்சம்கொஞ்சமாக அதன் ஆதிக்கம் அதிகரித்துவருகிறது.

இன்னொருபக்கம், தனித்தமிழ் ஆர்வலர்கள் பலர் உள்ளார்கள். இவர்கள் ஆங்கிலம் கலவாமல் தூய தமிழில் பேசுகிறார்கள்.

அவர்களுடைய பேச்சைக் கேட்கும் பிறர், ‘இது இயல்பாக இல்லையே’ என்கிறார்கள். காரணம், ஆங்கிலச்சொற்கள்தான் இயல்பானவை என்று பொதுமக்கள் மனத்தில் உண்டாகிவிட்ட கருத்துதான்.

இந்நிலையை எப்படி மாற்றலாம்?

ஆங்கில மொழியின்மீது நமக்கு எந்தக் கோபமோ வெறுப்போ இல்லை. இன்றைய உலகில் முன்னேற ஆங்கில அறிவு அவசியமானது. அது தமிழோடு கலவாமல் பார்த்துக்கொள்வதுதான் இரு மொழிகளுக்கும் பெருமை.

இத்தனை ஆண்டுகளாகத் தமிழையும் ஆங்கிலத்தையும் கலந்து பேசிவந்த ஒருவரிடம் சென்று, ‘இனிமேல் நீங்கள் ஆங்கிலம் பேசக்கூடாது’ என்று தடைபோட்டால் அது நடக்காது. அவரையும் அறியாமல் பேச்சில் ஆங்கிலம் நுழைந்துவிடும்.

ஆகவே, அவர்கள் தங்களுடைய பேச்சைக் கவனிக்கத் தொடங்கவேண்டும் என்கிறார்கள் நிபுணர்கள். அதாவது, யோசிக்காமல் பேசுவதைக் குறைத்துக்கொண்டு, ஒவ்வொரு வாக்கியத்தையும் சிந்தித்துப் பேசத்தொடங்கவேண்டும்.

ஆனால், இதை எந்நேரமும் செய்வது சிரமம். ஒரு நாளைக்கு இவ்வளவு நேரம் என்று ஒரு கணக்கு வைத்துக்கொண்டு செய்யலாம்.

எடுத்துக்காட்டாக, உங்களுடைய தமிழ்ப் பாடவேளையில், ஆசிரியருடைய கேள்விகளுக்குப் பதில் சொல்லும்போதும், பக்கத்திலிருக்கிற நண்பருடன் பேசும்போதும், ஒவ்வொரு சொல்லையும் சிந்திக்கவேண்டும், ஒருவேளை சிந்தனையில் ஆங்கிலச்சொற்கள் நுழைந்துவிட்டால், அவற்றைத் திருத்திப் பேச்சில் தமிழ்ச்சொற்களைக் கொண்டுவரவேண்டும்.

சில நேரங்களில், தெரியாமல் ஆங்கிலச்சொற்களைச் சொல்லிவிடுவோம். பிழையில்லை, உடனே அதற்கான தமிழ்ச் சொல்லைச் சொல்லலாம். எடுத்துக்காட்டாக: ‘இன்னிக்கு ஈவினிங் சந்திப்போம், அதாவது, சாயங்காலம் சந்திப்போம்’ என்று திருத்தலாம்.

ஒருவேளை, ஆங்கிலச்சொல்லுக்கு இணையான தமிழ்ச்சொல் நமக்குத் தெரியாவிட்டால்?

ஆசிரியரைக் கேட்கலாம்; அகரமுதலியைப் பார்க்கலாம்; இணையத்தில் தேடலாம்... அது ஒரு சுவையான அனுபவமாக இருக்கும்.

இந்தப் பயிற்சி தொடரத்தொடர, கொஞ்சம்கொஞ்சமாகத் தமிழை அதிகம் பயன்படுத்தத் தொடங்குவோம்; பின்னர் பயிற்சி நேரத்தை அதிகரிக்கலாம்; நம்முடைய நண்பர்களுடைய பேச்சில் தென்படும் ஆங்கிலச்சொற்களைச் சுட்டிக்காட்டித் திருத்தலாம்; எல்லாரும் கொஞ்சம் கொஞ்சமாகத் தூய தமிழை நோக்கி நகரலாம்.

ஆங்கிலத்தைப் புறக்கணிக்க வேண்டியதில்லை; அதைத் தனியேயும் தமிழைத் தனியேயும் பயன்படுத்துவோம்; இருமொழி அறிவோடு வளர்வோம்.

★★★

56. பசியைத் தீர்க்கும் பண்பு

வெளியூருக்குச் செல்கிறோம். பசிக்கிறது; என்ன செய்வோம்?

இது ஒரு பெரிய விஷயமா? உடனடியாக ஓர் உணவகத்துக்குள் நுழைவோம்; விரும்பிய உணவை வாங்கிச் சாப்பிடுவோம்; பணத்தைக் கொடுத்துவிட்டு வெளியே வருவோம்!

ஒருவேளை, நம்மிடம் பணம் இல்லாவிட்டால்? அல்லது, நாம் செல்லும் இடத்தில் உணவகங்களே இல்லாவிட்டால்?

அன்றைய தமிழகத்தில் உணவை விலைக்கு விற்கிற பழக்கம் உருவாகியிருக்கவில்லை. ஆகவே, ஓர் இடத்திலிருந்து இன்னோர் இடத்துக்குச் செல்கிறவர்கள் காசு கொடுத்துச் சாப்பிட இயலாது.

அதேபோல், ஒவ்வொரு நகரத்திலும் கிராமத்திலும் ஏழைகள், ஆதரவற்றோர் பலர் இருந்தார்கள். அவர்களுக்கும் தொடர்ச்சியாக உணவு கிடைப்பது சிரமம்.

இதுபோன்ற கஷ்டங்களைக் கண்ட சில செல்வர்கள், இலவசமாக உணவை வழங்கும் நிலையங்களை அமைத்தார்கள். பசியோடு இருப்பவர்கள் அங்கே சென்று சாப்பிடலாம்.

இதனால் அந்தச் செல்வர்களுக்கு என்ன பயன்?

நாலு பேர் தங்களுடைய பெயரைச் சொல்லிப் பாராட்டவேண்டும் என்பதற்காக அவர்கள் இதைச் செய்யவில்லை. தங்களிடம் உள்ள பணம் நல்ல விஷயங்களுக்கு, அறம் வளர்வதற்குப் பயன்படவேண்டும் என்பதற்காக வாரி வழங்கினார்கள்.

சொல்லப்போனால், பலர் இந்த நிலையங்களுக்குத் தங்களுடைய பெயரைக்கூட வைக்கவில்லை. பெரியபுராணத்தில் வரும் அப்பூதி அடிகள் பல அற நிலையங்களை உருவாக்கினார்; ஆனால், அவற்றுக்கெல்லாம் திருநாவுக்கரசரின் பெயரையே சூட்டினார் அவர்.

இப்படித் தங்களுடைய கொடைச்செயல்கள் பிறருக்குத் தெரியாமலே பலர் உதவிவந்தார்கள். ஆகவே, சமூகத்தில் உள்ள ஏழைகளும் புதியவர்களும் நன்கு உண்ணமுடிந்தது.

இதுபோன்ற நிலையங்களைத் தொடக்கத்தில் 'அறக்கூழ்ச் சாலைகள்' என்று அழைத்தார்கள். அதாவது, அறம் வளரவேண்டும் என்பதற்காக வருகிறவர்களுக்குக் கூழ் வழங்கும் இடங்கள் என்று பொருள். பின்னர் இவை 'அன்ன சத்திரங்கள்', 'தர்ம சத்திரங்கள்' என்றெல்லாம் அழைக்கப்பட்டன.

'கூழ்' என்றால், கூழ்ம நிலையில் உள்ள ஓர் உணவாகும். 'கூழானாலும் குளித்துக் குடி' போன்ற பழமொழிகளில் நீங்கள் இந்தப் பெயரைக் கேட்டிருக்கலாம். இப்போதும் சில வீடுகளில் கேழ்வரகுக் கூழ், கம்புக் கூழ் போன்றவற்றைச் சமைக்கிறார்கள்.

அன்றைக்கு, 'கூழ்' என்பது உணவுக்கான பொதுப்பெயராகப் பயன்படுத்தப்பட்டது. அதேபோல், 'அன்னம்' என்றாலும் அரிசியில் சமைத்த சாதம், அதாவது உணவு என்று பொருள். 'தர்மம்' என்ற சொல் அறத்தைக் குறிப்பிடுகிறது.

ஆக, அறக்கூழ்ச்சாலைகள், அன்ன சத்திரங்கள், தர்ம சத்திரங்கள் அனைத்தின் நோக்கமும் ஒன்றுதான்: பசியோடு வருகிறவர்களுக்கு உணவளித்துக் காப்பது!

'அன்ன சத்திரங்களில் சமைக்கப்பட்ட சோற்றில் வடித்த கஞ்சி ஆறுபோலப் பரந்து விரிந்து தெருவிலே ஓடுகிறது' என்று

பட்டினப்பாலையில் ஒரு குறிப்பு வருகிறது. அந்த அளவுக்கு அதிக உணவு இந்த நிலையங்களில் சமைக்கப்பட்டிருக்கிறது; நாள்தோறும் அத்தனை பேர் இங்கே உண்டிருக்கிறார்கள்.

இன்றைக்கும், பல நகரங்களில் பசித்தோருக்கு உதவும் இதுபோன்ற அமைப்புகள் உள்ளன. அவற்றின் எண்ணிக்கைதான் குறைந்துவிட்டது. சமூகத்தில் அறத்தை விரும்புவோர், பிறருக்கு உதவ எண்ணுவோர் அதிகரித்தால், இதுபோன்ற அமைப்புகளும் பெருகும், உலகில் பசித்துன்பம் நீங்கும்.

★★★

57. பெயரோடு சேர்ந்த ஊர்கள்

உடுமலை நாராயணகவி
பட்டுக்கோட்டை கல்யாணசுந்தரம்
உளுந்தூர்ப்பேட்டை சண்முகம்
நாமகிரிப்பேட்டை கிருஷ்ணன்
வேளாண்மை பொன்னுச்சாமி
குன்னக்குடி வைத்தியநாதன்

இந்தப் பெயர்களுக்கிடையே என்ன ஒற்றுமை?

இவர்களெல்லாரும் கவிஞர்கள், எழுத்தாளர்கள், இசைக் கலைஞர்கள். அனைவரும் தங்களுடைய பெயருக்கு முன்னே ஓர் ஊரின் பெயரைச் சேர்த்துக்கொண்டிருக்கிறார்கள்.

அந்த ஊர், அவர்களுடைய பிறந்த ஊராக இருக்கலாம்; அல்லது, வளர்ந்த ஊராக இருக்கலாம்; ஏதோ ஒரு காரணத்தால் அவர்களோடு சேர்ந்து இந்த ஊர்ப்பெயர்களும் புகழ்பெற்று விட்டன.

சில நேரங்களில், மக்கள் இவர்களுடைய சொந்தப்பெயரைக்கூட மறந்துவிடுவார்கள்; ஊர்ப்பெயரைச் சுட்டிக்காட்டிப் பேசுவார்கள். எடுத்துக்காட்டாக, ‘குன்னக்குடி வயலின்

அருமை' என்று ஒருவர் பாராட்டினால், அவர் உண்மையில் குன்னக்குடி என்கிற ஊரையா பாராட்டுகிறார்? குன்னக்குடி வைத்தியநாதன் என்கிற கலைஞரைத்தானே!

இன்னும் சிலர் ஊர்ப்பெயரை மரியாதையுடன் குறிப்பிட்டு, அதையே அந்த நபருக்குப் பெயராக்கிவிடுவார்கள். எடுத்துக்காட்டாக, தமிழக முதல்வர் 'எடப்பாடி பழனிச்சாமி'யை 'எடப்பாடியார்' என்று குறிப்பிடுவதுண்டு.

இது ஏதோ புதிய மரபு என்று எண்ணிவிடவேண்டாம். தமிழில் நெடுங்காலமாக இப்படி ஊர்ப்பெயரை, ஒருவர் வசிக்கும் இடத்தைப் பயன்படுத்தி அவருக்குப் பெயரிடும் பழக்கம் உண்டு.

எடுத்துக்காட்டாக, மலைப்பகுதித் தலைவனை 'வெற்பன்' என்பார்கள், கடல்பகுதித் தலைவனைச் 'சேர்ப்பன்' என்பார்கள். காரணம், 'வெற்பு' என்றால் மலை, அங்கே வாழ்பவன் 'வெற்பன்', 'சேர்ப்பு' என்றால், கடலும் நிலமும் சேரும் இடம், கடற்கரை, அங்கே வாழ்பவன் 'சேர்ப்பன்'.

மனிதர்களைப்போலவே, கடவுளருக்கும் ஊரைக்கொண்டு பெயரிடும் வழக்கமுண்டு. 'பழனிமலையானே' என்று முருகனை அழைப்பார்கள், 'வேங்கடமலை' எனப்படும் திருப்பதியில் எழுந்தருளியிருக்கும் கடவுளை 'வேங்கடாசலபதி' என்பார்கள்.

இப்படி ஊர்ப்பெயரைச் சிறப்புப்பெயராகச் சூட்டும் பழக்கம் எப்படி வந்திருக்கும்?

கலைத்துறை, அரசியல் போன்றவற்றில்தான் இதுபோன்ற சிறப்புப்பெயர்களை அதிகம் பார்க்கிறோம். மற்றவர்களைவிட இவர்கள் சிறந்தவர்கள், உயர்ந்தவர்கள் என்பதைக் குறிப்பிட்டு வித்தியாசப்படுத்துவதற்காக இந்தப் பெயர்கள் சேர்க்கப்பட்டிருக்கலாம்.

எடுத்துக்காட்டாக, 'கிருஷ்ணன்' என்ற பெயரில் ஊரில் பலர் இருக்கலாம்; ஆனால் 'நாமகிரிப்பேட்டை கிருஷ்ணன்' என்று சொன்னால் அவரைச் சிறப்பித்துக் கூறுவதாகிறது.

அன்றைய புலவர்கள் பலரும் தங்கள் பெயருக்கு முன்னே

ஊரின் பெயரைச் சேர்த்துக்கொண்டிருக்கிறார்கள். சங்க இலக்கியத்தில் இப்படிப் பல எடுத்துக்காட்டுகளைப் பார்க்கலாம்: அரிசில்கிழார், அள்ளூர் நன்முல்லையார், ஆலங்குடி வங்கனார், கச்சிப்பேட்டு நன்னாகையார், மாங்குடி மருதன், இன்னும் பலர்.

அரிசில், அள்ளூர், ஆலங்குடி, கச்சிப்பேடு, மாங்குடி போன்ற ஊர்களை இன்று நாம் கேள்விப்படாமலிருக்கலாம்; ஆனால், இந்தப் புலவர்களின் பாடல்களைப் படிக்கும்போதெல்லாம் அந்த ஊர்களையும் நாம் எண்ணிக்கொள்கிறோம்.

உங்கள் சொந்த ஊர் எது? நாளைக்கு நீங்களும் இப்படிப் பெரிய அளவில் புகழ் பெற்று அந்த ஊருக்கும் பெருமை தேடித் தர வாழ்த்துகள்!

★★★

58. கலைச்சொல்லாக்கம்

உங்களுக்கு ‘செல்ஃபி’ பிடிக்குமா?

யாருக்குதான் பிடிக்காது? இப்போதெல்லாம் செல்லிடப்பேசி வைத்திருக்கிற எல்லாரும் செல்ஃபி எடுத்துக்கொள்வதை விரும்புகிறார்களே.

ஆனால், ‘செல்ஃபி’ என்பது எந்த மொழிச்சொல்? அதற்கு இணையான தமிழ்ச்சொல் என்ன?

‘செல்ஃபி’ என்பது ஆங்கிலச்சொல் என்றுதான் நாம் நினைக்கிறோம். அது உண்மையும்கூட. ஆனால், முழு உண்மை அல்ல.

சில ஆண்டுகள் முன்புவரை, செல்ஃபி என்ற சொல் எந்த மொழியிலும் புழக்கத்தில் இல்லை. காரணம், அப்போது ஒருவர் தன்னைத்தானே படம் எடுத்துக்கொள்கிற நடைமுறையும் இல்லை.

அப்போதுதான் செல்லிடப்பேசிகளில் முன்னே பார்க்கும் கேமெராக்கள் சேர்க்கப்பட்டன. ஆகவே, அவற்றைப் பயன்படுத்தி ஒருவர் தன்னையே படம் எடுத்துக்கொள்கிற வழக்கமும் வந்தது. அதற்கு ஒரு சொல் தேவைப்பட்டது,

ஆகவே *'Self'* என்ற ஆங்கிலச்சொல்லில் இருந்து, *'Selfie'* என்ற புதிய சொல் உருவாக்கப்பட்டது. இப்போது அதனை எல்லாரும் பயன்படுத்தத் தொடங்கிவிட்டார்கள். விரைவில் அது அகராதியிலும் இடம்பெற்றுவிடும்.

Selfie என்பதற்குத் தமிழ்ச்சொல்லாகத் தற்படம், சுயமி போன்ற சொற்களைப் பயன்படுத்துகிறார்கள். இதுதான் சரியான மொழிபெயர்ப்பா அல்லது வேறு சிறந்த மொழிபெயர்ப்புகள் வருமா என்பதைப் பொறுத்திருந்துதான் பார்க்கவேண்டும்.

இங்கே செல்ஃபி என்பது ஓர் உதாரணம்தான். இதுபோல் இன்றைய சமூகத்தில் பல புதிய பயன்பாடுகள், புதிய சொற்களுக்கான தேவைகள் வந்துகொண்டே இருக்கின்றன, இனிமேலும் வரப்போகின்றன, இவற்றுக்குப் பொருத்தமான சொற்களை உருவாக்குவது அவசியம்.

இதற்காக, ஒவ்வொரு துறையிலும் கலைச்சொல்லாக்க நிபுணர்கள் குழுக்களாக இணைந்து பணியாற்றுகிறார்கள். இவர்கள் தங்களுடைய கட்டுரைகள், அறிக்கைகள் போன்றவற்றில் புதிய கலைச்சொற்களை உருவாக்கியும், ஏற்கெனவே உள்ள கலைச்சொற்களை இணைத்தும் பயன்படுத்துகிறார்கள். இதுவா, அதுவா என்கிற குழப்பம் வரும் நேரத்தில் பல நிபுணர்கள் சேர்ந்து பேசி ஒரு தீர்மானத்துக்கு வருகிறார்கள். பல்கலைக்கழகங்கள், அரசு அமைப்புகளும் இதில் உதவுகின்றன.

இப்படித் தீர்மானிக்கப்படும் கலைச்சொற்களை இணைத்து அகரமுதலிகளைப் பதிப்பிக்கும் வழக்கமும் உள்ளது. எடுத்துக்காட்டாக மருத்துவக் கலைச்சொல் அகரமுதலி, சட்டக் கலைச்சொல் அகரமுதலி, கணினிக் கலைச்சொல் அகரமுதலி போன்றவற்றைக் குறிப்பிடலாம்.

இப்போதைய இணையத் தொழில்நுட்பத்தைக் கலைச் சொல்லாக்கத்துக்குப் பெருமளவு பயன்படுத்தலாம். எந்தெந்தக் கலைச்சொற்களுக்குத் தேவை உள்ளது என்று கண்டறிதல், அதற்கான பல்வேறு தேர்வுகளை நிபுணர்களைக் கொண்டு உருவாக்குதல், அவற்றை மக்களிடையே காண்பித்துப்

பொருத்தமானவற்றைத் தேர்ந்தெடுத்தல், அவற்றைத் தொகுத்து மக்களிடம் கொண்டுசெல்லல் என அனைத்திலும் இணையம் கைகொடுக்கிறது.

ஆங்கிலம், தமிழ்மட்டுமல்ல, அனைத்து மொழிகளும் புதிய கலைச்சொற்களை ஏற்றுக்கொண்டு, உருவாக்கிக்கொண்டு வளரவேண்டும். எல்லாக் கலைகளையும் அந்தந்த மொழியிலே கற்கும் சூழ்நிலை வரவேண்டும். இதுவே அந்த மொழிகளை உயிர்ப்புடன் வைத்திருக்கும்.

★★★

59. கவிதையும் அளவும்

விளையாட்டு வகுப்பு. மாணவர்களை வரிசையில் நிற்கச்சொன்னார் ஆசிரியர். எல்லாரும் மளமளவென்று வந்து நின்றார்கள்.

'இதுதான் வரிசையா?' என்று சிரித்தார் ஆசிரியர். 'ஒவ்வொருவரும் அவரவர் உயரப்படி வரிசையில் நிற்கவேண்டும்.'

'புரியவில்லை ஐயா' என்றார்கள் மாணவர்கள்.

'கணக்குப் பாடத்தில் ஏறுவரிசை என்று படித்திருப்பீர்கள் அல்லவா? 1, 2, 3, 4 என்று சிறிய எண்ணில் தொடங்கிப் பெரிய எண்ணாக அடுக்குவீர்கள், அதுபோல, உங்களில் யார் மிகக்குறைந்த உயரமோ அவர்கள் முன்னே நிற்கவேண்டும், அவரைவிடச் சற்று உயரமானவர் அவருக்குப் பின்னால் நிற்கவேண்டும், இப்படியே உயரம் அதிகரித்து அதிகரித்து, மிகவும் உயரமானவர் கடைசியில் நிற்கவேண்டும்.'

ஆசிரியர் விளக்கியதை மாணவர்கள் சட்டென்று புரிந்துகொண்டார்கள். அதன்படி வரிசையில் நின்றார்கள். அந்த வரிசை பார்ப்பதற்கு அழகாக இருந்தது. எண்கள், மாணவர்கள்மட்டுமல்ல, பாடல்களையும் இப்படிதான்

வரிசையில் நிறுத்திவைத்தார்கள் புலவர்கள். அதாவது, பாடலின் அளவைப் பொறுத்து அதனை வரிசைப்படுத்தினார்கள்.

எடுத்துக்காட்டாக, வெண்பாவை எடுத்துக்கொள்வோம். அதற்குச் சிற்றெல்லை, அதாவது, மிகச்சிறிய வெண்பா, 2 அடிகளைக் கொண்டிருக்கும். பேரெல்லை, அதாவது, மிகப்பெரிய வெண்பா என்று எதுவும் கிடையாது, எத்தனை அடிகள் வேண்டுமானாலும் எழுதலாம்.

இப்படிப் பல புலவர்கள் பலவிதமான வெண்பாக்களை எழுதினார்கள். அவற்றின் நீளத்தைப் பொறுத்து அவற்றை இப்படி வகைப்படுத்தினார்கள்:

★ குறள் வெண்பா: இரண்டு அடிகளைக்கொண்டது

★ சிந்தியல் வெண்பா: மூன்று அடிகளைக்கொண்டது

★ இன்னிசை வெண்பா: நான்கு அடிகளைக்கொண்டது

★ நேரிசை வெண்பா: நான்கு அடிகளைக்கொண்டது, இரண்டாம் அடியின் நிறைவில் ஒரு தனிச்சொல் இருக்கும்

★ பஃறொடை வெண்பா: அதாவது, பல் தொடை வெண்பா, நான்கிற்கும் மேற்பட்ட அடிகளைக்கொண்டது

எடுத்துக்காட்டாக, திருக்குறளில் நாம் பார்க்கும் வெண்பாக்கள் அனைத்தும் 'குறள்' என்கிற வகையைச் சேர்ந்தவை, இரண்டு அடிகளைக் கொண்டவை. இதேபோல் மூன்று, நான்கு, அதற்கு மேற்பட்ட அடிகளைக் கொண்ட பாடல்கள் இருக்கின்றன.

இதேபோல், இன்னும் மூன்றுவகையான பாடல்கள் உள்ளன. அவற்றையும் அளவின் அடிப்படையில் வகைப்படுத்துவதுண்டு:

★ ஆசிரியப்பா

★ கலிப்பா

★ வஞ்சிப்பா

நீங்கள் புதிதாக ஒரு பாடல் எழுதுவதென்றால், அது எவ்வளவு நீளம் இருக்கவேண்டும் என்பதை எப்படித் தீர்மானிப்பீர்கள்?

'உள்ளத்தின் எல்லையே பாடலுக்கு எல்லை' என்கிறார்கள். அதாவது, சொல்லவந்த கருத்தைச் சொல்வதற்கு எத்தனை அடிகள் தேவை என்பதை உங்கள் உள்ளமே சொல்லும். 'ஆத்திசூடி'போல் ஓர் அடியிலும் சொல்லலாம், 'குறிஞ்சிப்பாட்டு'போல் பலப்பல அடிகளிலும் சொல்லலாம், கருத்து சரியாகச் சென்றுசேர்வதும், எழுதுவோர், வாசிப்போருக்கு இன்பம் கிடைப்பதும்தான் முக்கியம்.

அதற்காக, மிக நீளமாகவும் எழுதிவிடவேண்டாம். வாசிப்பவருக்குச் சலிப்பு ஏற்பட்டுவிடக்கூடாதல்லவா?

ஆகவே, குறைவாகவும் எழுதாமல் நீளமாகவும் எழுதாமல் சரியாக எழுதக் கற்கவேண்டும். பிரபல எழுத்தாளர் சாவி சொன்ன ஓர் அழகிய உவமையைப்போல:

பஜ்ஜி சுடும்போது, ஒரு பாத்திரத்தில் மாவைக் கரைத்துக் கொள்வார்கள். இன்னொரு பாத்திரத்தில் வாழைக்காயைச் சீவி வைத்துக்கொள்வார்கள். ஒவ்வொரு பஜ்ஜியாக மாவில் தோய்த்து எண்ணெயில் போடுவார்கள். எல்லா பஜ்ஜியையும் சுட்டுமுடித்தபிறகு, மாவும் தீர்ந்திருக்கவேண்டும், வாழைக்காயும் தீர்ந்திருக்கவேண்டும், அதுதான் சரி!

இது பஜ்ஜிக்குமட்டுமல்ல, கவிதைக்கும் பொருந்தும். சரியான கருத்தைச் சரியான அளவில் எழுதவேண்டும்!

★★★

௬0. தங்கத்தாத்தா

‘இப்போது, கடவுள் வாழ்த்து பாடப்படும்.’

இந்த அறிவிப்பைத் தொடர்ந்து ஒருவர் மேடையேறினார். அழகான பாடலொன்றைப் பாடத்தொடங்கினார்.

பின்னாட்களில் இலங்கைக் கல்வித்துறையின் துணை இயக்குநராகப் பணியாற்றிய கே. எஸ். அருள்நந்தி, அப்போது ஓர் இளைஞர். அவரும் அந்தக் கூட்டத்துக்கு வந்திருந்தார். அந்தக் கடவுள் வாழ்த்தைக் கேட்டார். அவருக்கு அந்தப் பாடல் மிகவும் பிடித்துவிட்டது.

ஆனால், இது யார் எழுதிய பாடல்?

அருள்நந்திக்குத் தெரியவில்லை. ‘ஏதோ ஒரு பழைய இலக்கியப் பாடலாகதான் இருக்கும்’ என்று நினைத்துக்கொண்டார். ‘என்ன அழகான சொற்கள், அருமையான சந்தம், அற்புதமான கருத்துகள்!’ என்று பாராட்டினார்.

அந்தப் பாடல் அவருடைய மனத்தில் அழுத்தமாகப் பதிந்துவிட்டது. அவ்வரிகளைப் பலமுறை தனக்குத்தானே சொல்லி மகிழ்ந்தார்.

சுமார் இருபத்தைந்து வருடங்கள் கழித்து, அருள்நந்தி கல்வித் துறையிலிருந்து ஓய்வுபெற்றுவிட்டபிறகு, அவரிடம் ஒரு நூல் மதிப்புரைக்காக வந்தது. அதைப் பிரித்துப்பார்த்தால், பல ஆண்டுகளுக்குமுன்னால் விழாவில் அவர் கேட்ட அதே பாடல்.

அருள்நந்தி திகைத்துப்போனார். சட்டென்று முதல் பக்கத்தைத் திருப்பிப் பார்த்தார். அங்கே 'நவாலியூர் க. சோமசுந்தரப்புலவர்' என்று எழுதியிருந்தது.

அன்றைய விழாவில் அந்தப்பாடலைப் பாடியவரும் சோமசுந்தரப்புலவர்தான். அவருடைய 'நாமகள் புகழ்மாலை' என்கிற நூலில் இடம்பெற்றிருந்த பாடல் அது.

'அட, இது தற்காலப்புலவர் ஒருவர் எழுதியதா' என்று வியந்துபோனார் கே. எஸ். அருள்நந்தி. 'பழம்பாடலைப்போலவே அழகும் ஆழமும் நயமும் சிறந்து திகழ்கிறதே' என்று அந்நூலை முழுக்கப் படித்து மகிழ்ந்தார். 'இவருடைய புலமைத்திறனை எப்படிப் பாராட்டுவது!' என்று வியந்தார்.

இப்படித் தரமான தமிழில் அருமையான பல பாடல்களைத் தந்த பாவலர், நவாலியூர் க. சோமசுந்தரப்புலவர். 1880ம் ஆண்டு இலங்கை யாழ்ப்பாணத்தில் பிறந்தவர். சிறுவயதிலேயே இலக்கண, இலக்கியங்களை நன்கு கற்றுச் செய்யுள் எழுதும் தேர்ச்சி பெற்றார்.

அதன்பிறகு, பல்லாயிரக்கணக்கான செய்யுள்களை எழுதிக்குவித்தார் அவர். சிறுவர்களுக்கான பாடல்கள் தொடங்கிப் பக்திப்பாடல்கள்வரை எல்லாவிதமாகவும் எழுதினார். அவருடைய புகழ்பெற்ற நூல்கள் சில: தந்தையார் பதிற்றுப்பத்து, தாலவிலாசம், சிறுவர் செந்தமிழ் போன்றவை.

ஒரே நேரத்தில் பொதுமக்களை ஈர்க்கும்விதமாகவும், பண்டிதர்களுக்குப் பிடிக்கும்விதமாகவும், குழந்தைகளும் விரும்பி வாசிக்கும்படியும் எழுதியவர் சோமசுந்தரப்புலவர். அவருடைய கவித்திறனை வாழ்த்திப் பண்டிதமணி க. சு. நவநீதகிருஷ்ண பாரதியார் இப்படிப் பாடியிருக்கிறார்:

செந்தமிழ்ச் சோமசுந்தரப்புலவன்
தன்னை மறந்து தமிழ், தமிழ், தமிழ் என
தமிழ் உரு ஏறித் தமிழ் அணங்கு ஆகி
அமிழ்தமும் வறிது என ஆக்கினன்...

'அமுதத்தைவிட இனியவை' என்று அவரால் பாராட்டப்படும் அளவுக்கு அருமையான பாடல்களை எழுதிய சோமசுந்தரப்புலவர் 'தங்கத்தாத்தா' என்று செல்லமாக அழைக்கப்பட்டார். பல சிறப்பான நூல்களைத் தமிழுக்கு வழங்கியபின், 1953ல் மறைந்தார். அவருடைய கவிதைகளால் இன்றும் வாழ்கிறார்!

★★★

61. மரியாதை இலக்கணம்

நண்பர் ஒருவருடைய இல்லத்துக்குச் சென்றிருந்தேன். இருவரும் சில பொதுவான விஷயங்களைப் பேசிக்கொண்டிருந்தோம்.

அப்போது நண்பரின் மகன் அங்கே வந்தான். தயங்கி ஓரமாக நின்றான்.

நண்பர் அவனைப் பார்த்து, 'ஏன் அங்கேயே நின்னுட்டீங்க? வாங்க, வந்து உட்காருங்க' என்றார்.

இதைக்கேட்டு எனக்கு மிகவும் வியப்பு. அந்தச் சிறுவனை ஏன் இவர் 'வாங்க', 'உட்காருங்க' என்றெல்லாம் பேசுகிறார்? பொதுவாக வயதில் மூத்தோருக்குதானே நாம் 'ங்க' சேர்ப்போம்?

ஆனால், இந்த விஷயத்தில் உலகம்முழுக்க எல்லாரும் ஒரேமாதிரியான பேச்சுவழக்கைப் பயன்படுத்துவதில்லை. சிலர் எல்லாரையும் மரியாதையுடன் அழைத்துப் பழகுகிறார்கள். சிறுவர் தொடங்கிப் பெரியவர்கள்வரை அனைவரையும், 'வாங்க', 'சாப்பிடுங்க' என்றுதான் இவர்கள் பேசுகிறார்கள்.

இன்னும் சிலர், தங்களுடைய சொந்தத் தந்தை, தாயைக்கூட, 'வா', 'சாப்பிடு' என்று பேசுவதுண்டு. அதனால் அவர்கள் தங்கள் பெற்றோரை மதிப்பதில்லை என்று பொருளாகாது.

இது அவரவர் கலாசாரத்தின்படி அமைகிற விஷயம்.

எழுத்துத்தமிழைப் பொறுத்தவரை, முன்னிலையில் உள்ள ஒருவரை, 'வா' என்று விளித்து எழுதுவதில் பிழையில்லை, அதனால் எந்த மரியாதைக்குறைவும் இல்லை. எடுத்துக்காட்டாக, 'முருகா, வா.'

ஒருவேளை முருகனுடன் குமரனும் வந்தால், 'முருகா, குமரா, வாருங்கள்' என்று அழைக்கிறோம். இதன் பேச்சுத்தமிழ் வடிவம்தான், 'வாங்க' என்பது.

ஆக, எழுத்துத்தமிழில் 'வாருங்கள்' என்ற விளியும், பேச்சுத்தமிழில் 'வாங்க' என்ற விளியும் பன்மைக்கே பொருந்தும். ஒன்றுக்கு மேற்பட்டோரைதான் அப்படி அழைக்கவேண்டும்.

அதேசமயம், 'மரியாதைப்பன்மை' என்ற அடிப்படையில், ஒருவரையே பன்மையிலும் அழைக்க இடமுண்டு. 'வாருங்கள்'/'வாங்க' என்று ஒருவரை அழைக்கும்போது, அவரை மரியாதையோடு அழைப்பதாகப் பொருள்.

என் நண்பருக்கு இரண்டு பிள்ளைகள் இருந்திருந்தால், அவர்களை அவர் 'வாங்க' என்று பன்மையில் விளிக்கலாம். ஒரே ஒரு மகன் இருந்தாலும், அவனை மரியாதையோடு 'வாங்க' என்று அழைக்கலாம். இவை இரண்டுமே இலக்கணப்படி சரிதான்.

இதேபோல் பன்மைக்குப் பொருந்துகிற, அதேசமயம் ஒருமைக்கும் மரியாதை கருதிப் பொருந்துகிற வேறு சில சொற்கள்:

★ நீங்க(ள்) ... எடுத்துக்காட்டு: நீங்க எந்த ஊர்?

★ உங்க(ள்) ... எடுத்துக்காட்டு: உங்க வீடு எது?

★ உங்களோட/உங்களுடைய ... எடுத்துக்காட்டு: உங்களோட பள்ளி எது?

★ உங்களுக்கு ... எடுத்துக்காட்டு: உங்களுக்கு இந்தச் சட்டை அழகா இருக்கு

சுருக்கமாகச் சொன்னால், தன்மை, முன்னிலை, படர்க்கை

ஆகிய மூன்றில், 'முன்னிலை'யில் பன்மைச்சொற்களை ஒருமைக்கும் பயன்படுத்தலாம். முன்னே உள்ளவர் யாரானாலும் அவர்களை மரியாதையோடு அழைப்பது நல்ல பண்புதானே!

★★★

62. தனிப்பாடல்கள்

நீங்கள் ஓவியக் கண்காட்சிகளுக்குச் சென்றதுண்டா?

அங்கே விதவிதமான ஓவியங்கள் அடுத்தடுத்து மாட்டப் பட்டிருக்கும். மக்கள் ஒவ்வொன்றாகப் பார்த்து ரசிப்பார்கள். தங்களுக்குப் பிடித்த ஓவியங்களை வாங்கிக்கொள்வார்கள்.

சில நேரங்களில், இந்த ஓவியங்களிடையே ஏதேனும் ஒரு தொடர்பு இருக்கும். எடுத்துக்காட்டாக, எல்லா ஓவியங்களும் ஒரே ஓவியர் வரைந்தவையாக இருக்கலாம்; அல்லது, அனைத்தும் இயற்கைக்காட்சிகளாக, 'மரம் வளர்ப்போம்' என்பதுபோன்ற ஒரு பொதுத்தலைப்பை வலியுறுத்துபவையாக இருக்கலாம்.

வேறு சில ஓவியக் கண்காட்சிகளில், இதுபோன்ற பொதுத்தன்மை ஏதும் இராது. அங்கே பல ஓவியர்கள் வரைந்த பலவிதமான ஓவியங்கள் அடுத்தடுத்து மாட்டப்பட்டிருக்கும். அவற்றை மாற்றிமாற்றிப் பார்ப்பதும் ஒரு தனி சுகம்தான்.

பழந்தமிழ் நூல்களும் இதேமாதிரிதான். சில நூல்களில் ஒரே புலவர் எழுதிய பாடல்கள் தொகுக்கப்பட்டிருக்கும். எடுத்துக்காட்டாக, கம்ப ராமாயணம், திரிகடுகம் போன்றவை.

வேறு சில நூல்களில், ஒரேமாதிரியான தன்மைகொண்ட பாடல்கள் தொகுக்கப்பட்டிருக்கும். எடுத்துக்காட்டாக, அகநானூறு, குறுந்தொகை போன்றவை.

ஆனால், சில நூல்களில் பாடல்களுக்குள் எந்தத் தொடர்பும் இராது. வெவ்வேறு நபர்கள் எழுதிய வெவ்வேறுவிதமான பாடல்களைத் தொகுத்துத்தந்திருப்பார்கள். இவற்றைத் 'தனிப்பாடல்கள்' என்பார்கள்; இந்தத் தொகுப்புகளைத் 'தனிப்பாடல் திரட்டு' என்பார்கள்.

'திரட்டு' என்ற சொல்லின் பொருள், வெவ்வேறு விஷயங்களை ஒரே இடத்தில் சேகரிப்பது. எடுத்துக்காட்டாக, 'அவர் தன்னுடைய கோரிக்கைக்கு ஆதரவு திரட்டினார்' என்றால், வெவ்வேறு நபர்களைச் சந்தித்து அவர்களுடைய ஆதரவுகளைச் சேகரித்தார் என்று பொருள்.

அதுபோல, 'தனிப்பாடல் திரட்டு' என்பது பல புலவர்கள் தனித்தனியே எழுதிய பாடல்களைத் திரட்டித்தருகிறது. இந்தப் பாடல்கள் வெவ்வேறு காலகட்டங்களில் எழுதப்பட்டவை, பக்தி, நகைச்சுவை, சிலேடை எனப் பலவிதமாக அமைபவை.

இந்தத் திரட்டுகளில் இடம்பெறும் பெரும்பாலான தனிப்பாடல்கள் பிற்காலத்தில் எழுதப்பட்டவை. ஆகவே, இவற்றில் சொல் விளையாட்டுகள் அதிகம், கொச்சையான பயன்பாடுகள், பேச்சு வழக்குகள், பிறமொழிக் கலப்பு போன்றவையும் உண்டு. பல தனிப்பாடல்கள் ஒரு தனி நபரை, அதாவது, அந்தப் புலவரை ஆதரித்த வள்ளலைப் புகழ்வதுபோல் அமைந்திருக்கும். அதேசமயம், ஆங்காங்கே கவித்துவமான உவமைகள், வர்ணனைகள், கருத்துகளும் நிறைந்திருக்கும்.

பல தனிப்பாடல்களுக்கு முன்னுரையாக ஒரு சுவையான கதையும் இடம்பெறும். புலவர் எப்போது எந்தச் சூழ்நிலையில் இந்தப் பாடலை எழுதினார் என்று அந்தக் கதை விளக்கும். அதனைப் படித்துவிட்டுப் பாடலைப் படித்தால் இன்னும் அதிகம் ரசிக்கலாம்.

ஆனால், இந்தக் கதைகளெல்லாம் உண்மையில் நிகழ்ந்தவையா? அல்லது, தனிப்பாடல் திரட்டுகளைத் தொகுத்தவர்கள் எழுதிச் சேர்த்தவையா? இது யாருக்கும் தெரியாது!

பொதுவாக, தனிப்பாடல் திரட்டு நூல்களில் வெவ்வேறு புலவர்களின் பாடல்கள் கலந்து இடம்பெறும். சில நேரங்களில், ஒரே புலவரின் பல்வேறு தனிப்பாடல்கள் தொகுக்கப்படுவதும் உண்டு. எடுத்துக்காட்டாக, காளமேகம் பாடல் திரட்டு, ஔவையார் பாடல் திரட்டு, ஒட்டக்கூத்தர் பாடல் திரட்டு ஆகியவற்றைக் குறிப்பிடலாம்.

தனிப்பாடல்கள் யாவும், பெரிய காவியங்கள், தொகுப்புகளில் இடம்பெறும் பாடல்களுக்கு இணையாக இல்லாமலிருக்கலாம், அதேசமயம், ரசித்துப் படிக்கக்கூடிய ஓர் அனுபவத்தை இந்தத் திரட்டுகள் வழங்குகின்றன!

அது சரி, திரட்டுக்கும் திருட்டுக்கும் என்ன வித்தியாசம், தெரியுமா?

பலர் எழுதிய பாடல்களை அவர்களுடைய அனுமதியோடு தொகுத்து வெளியிட்டால், அது திரட்டு. அனுமதியின்றித் தொகுத்து வெளியிட்டால், அது திருட்டு!

★★★

௬௩. தன்விவரம் சொல்வோம்

புதிதாக ஒருவரைச் சந்திக்கிறீர்கள். அவரிடம் உங்களை எப்படி அறிமுகப்படுத்திக்கொள்வீர்கள்?

பெயர், வயது, வகுப்பு, தந்தை பெயர், தாய் பெயர், பள்ளியின் பெயர், வகுப்பு, வசிக்கும் இடம், உடன்பிறந்தோர் போன்ற விவரங்களைச் சொல்வீர்கள். அத்துடன், உங்களுக்குப் பிடித்த பாடம், பிடித்த புத்தகம், பிடித்த பொழுதுபோக்கு போன்றவற்றையும் குறிப்பிடுவீர்கள். இதன்மூலம் அந்தப் புதியவர் உங்களைத் தெரிந்துகொள்வார்.

இவ்வாறு ஒருவர் தன்னைப்பற்றிப் பேசுவதைத் 'தன்விவரம்' என்பார்கள். இது ஒரு முக்கியமான வாழ்க்கைக்கலையாக மதிக்கப்படுகிறது.

காரணம், எல்லாருமே தினந்தோறும் புதியவர்களைச் சந்தித்துக்கொண்டே இருக்கிறோம். அவர்களிடம் நம்மைப்பற்றிய ஒரு நல்ல பார்வையை உருவாக்குவதன்மூலம்தான் நமக்குப் புதிய நட்புகள், உறவுகள், தொழில் இணைப்புகள் போன்றவை உருவாகின்றன. இதைச் சிறப்பாகச் செய்கிறவர்கள் நல்ல நட்பு வலைப்பின்னலுடன் வளர்வார்கள்.

தன்விவரங்களைச் சொல்லக்கூடக் கூச்சப்படுகிறவர்கள் தனித்துச் செயல்படவேண்டியிருக்கும். அது அவர்களுடைய முன்னேற்றத்தைக் கட்டுப்படுத்திவிடும்.

ஆகவே, புதியவர்களிடம் கணீரென்ற குரலில் உங்களைப்பற்றிச் சொல்லத் தெரிந்துகொள்ளுங்கள். அதிகம் வேண்டாம், நான்கைந்து சொற்றொடர்கள் போதும்.

ஒருவேளை, உங்களுக்கு அப்படிப் பேசக் கூச்சமாக இருந்தால், கவலைப்படவேண்டாம். இது இயல்பான விஷயம்தான். பெரியவர்களில்கூடப் பலர் தன்விவரங்களைப் பேசத் தயங்குபவர்களாக இருக்கிறார்கள்; அத்தகைய தயக்கத்தை உடைக்கப் பல வழிகள் உண்டு. எடுத்துக்காட்டாக:

★ உங்களுடைய பெயருக்கு ஓர் அடைமொழியை உருவாக்குங்கள். அந்த அடைமொழி வேடிக்கையாக இருக்கலாம் (செல்லப்பெயர்), அல்லது, உங்களுடைய தனித்தன்மையை வெளிப்படுத்துவதாக இருக்கலாம். உதாரணம்: வேலன் என்ற சிறுவன் தன்னை 'வெற்றியைக் குவிக்கும் வேலன்' என்று அறிமுகப்படுத்திக்கொள்ளலாம்

★ சாதாரணமாக எல்லாரும் செய்யாத, ஆனால் நீங்கள் செய்கிற ஒரு விஷயத்தைக் குறிப்பிட்டுப் பேசுங்கள். உதாரணம்: நான் வாரந்தோறும் என்னுடைய உயரத்தை அளந்து ஒரு நோட்டுப்புத்தகத்தில் எழுதிவைக்கிறேன்

★ உங்களுக்குப் பிடித்த ஒரு தலைவரைப்பற்றிச் சொல்லுங்கள். அவரிடம் உங்களுக்கு என்னவெல்லாம் பிடிக்கும் என்று விளக்குங்கள். அதன்மூலம் உங்களைப்பற்றிப் பிறர் தெரிந்துகொள்வார்கள்

★ உங்கள் பெயருக்கு என்ன பொருள் என்று விளக்குங்கள். நண்பர்கள், உறவினர்கள் உங்களுக்கு வைத்திருக்கும் செல்லப்பெயர்களைச் சொல்லி, அதற்கு என்ன காரணம் என்று சொல்லுங்கள்

இதுபோன்ற விளையாட்டுகளின் மூலம் உங்களுடைய தயக்கத்தை உடைத்தபிறகு, எல்லாரிடமும் கலகலப்பாகப்

பேசிப்பழகும் திறன் தானாக வரும். அதுவே உங்களுடைய நட்பு வட்டத்தை விரிவாக்கும்.

நிறுவனங்கள் தங்களைப்பற்றிப் பெருமையாகப் பேசிக்கொள்வதை விளம்பரம், சந்தைப்படுத்துதல் *(Marketing)* என்பார்கள். அதுபோல, இன்றைய போட்டிச்சூழலில் நாமும் நம்மை *Marketing* செய்துகொள்ளவேண்டியது அவசியமாகிவிட்டது. அதற்காக, பந்தா பேசவேண்டியதில்லை; போலிப்பெருமைகள் அவசியமில்லை; நம்மைப்பற்றியும் நம்முடைய தனித்திறமைகளைப்பற்றியும் பிறர் தெளிவாகத் தெரிந்துகொள்ளும்படி சுருக்கமாகச் சொல்லப்பழகினால் போதும்!

★★★

64. இயற்சொல், திரிசொல், திசைச்சொல், வடசொல்

மரத்திலே ஒரு கிளி.

அதைப்பார்த்த சிறுவன், 'அட, கிளி!' என்று மகிழ்ந்தான்.

பக்கத்திலிருந்த பெரியவர், 'ஆமாம், அது ஒரு தத்தை' என்றார்.

'தத்தையா?' என்று குழம்பினான் சிறுவன். 'நீங்கள் சொல்வது புரியவில்லையே.'

'நீ சொல்வதைத்தான் நானும் சொன்னேன்' என்றார் பெரியவர், 'தத்தை என்றால் கிளி என்று பொருள்.'

'அப்படியானால், அதைக் கிளி என்றே சொல்லலாமே, எல்லாருக்கும் எளிதில் புரியுமே.'

'உண்மைதான். ஆனால், இப்படி ஒரே விஷயத்தைக் குறிப்பிடுவதற்குப் பல சொற்கள் தமிழில் இருக்கின்றன' என்று விளக்கினார் அவர். 'அவற்றில் ஒரு சொல் எல்லாருக்கும் தெரிந்திருக்கும், மற்ற சொற்களைச் சிலர்மட்டுமே தெரிந்துவைத்திருப்பார்கள். அதாவது, தமிழை ஆழமாகப் படித்தவர்களுக்குமட்டுமே அந்தச் சொற்கள் தெரிந்திருக்கும்.'

‘அப்படியா? இதற்கு இன்னும் சில எடுத்துக்காட்டுகளைச் சொல்லுங்களேன்.’

‘கடல் என்றால் எல்லாருக்கும் தெரியும், அதைக் குறிப்பிடுவதற்கு ஆழி, முந்நீர், பௌவம், வேலை என்று இன்னும் பல சொற்கள் இருக்கின்றன. இவற்றின் பொருள் எல்லாருக்கும் எளிதில் தெரியாது.’

‘ஆகவே, அவன் கடலில் குளித்தான் என்றால் அனைவரும் புரிந்துகொள்வார்கள். அவன் ஆழியில் குளித்தான் என்றால், அகரமுதலியைத் தேடிப்பார்த்துத்தான் புரிந்துகொள்ளவேண்டும்.’

தமிழில் கடல், கிளி என்பதுபோல் எல்லாருக்கும் எளிதில் புரிகிற சொற்களை இயற்சொற்கள் என்பார்கள். அதாவது, அனைவருக்கும் பொருள் விளங்குகின்ற இயல்பான சொற்கள்.

அவ்வாறன்றி, சிலர்மட்டும் புரிந்துகொள்ளக்கூடிய சொற்களைத் திரிசொல் என்பார்கள். அதாவது, இன்னொருவர் விளக்கினால்தான் இவை எல்லாருக்கும் புரியும்.

சில சொற்கள் தமிழகத்தைச் சுற்றியுள்ள மற்ற பகுதிகளிலிருந்து தமிழுக்குள் வந்திருக்கும். இவற்றைத் ‘திசைச்சொற்கள்’ என்பார்கள்.

எடுத்துக்காட்டாக, ‘கேணி’ என்பது திசைச்சொல். இதன் பொருள், கிணறு.

இதேபோல் வடமொழியிலிருந்து தமிழுக்குள் நுழைந்துவிட்ட சொற்களும் உண்டு. இவற்றை ‘வடசொற்கள்’ என்பார்கள்.

எடுத்துக்காட்டாக, ‘புஷ்பம்’ என்பது வடசொல். இதன் பொருள், பூ.

‘புஷ்பம்’ என்பதில் உள்ள ‘ஷ’ என்ற எழுத்து தமிழில் இல்லை. ஆகவே, அதைத் தவிர்த்து ‘புட்பம்’ என்று எழுதுவார்கள். வடசொற்களைத் தவிர்த்துத் தூய தமிழ்ச்சொற்களையே பயன்படுத்துகிறவர்களும் உண்டு.

உங்களுக்குப் பிடித்த ஒரு பத்திரிகையை எடுத்துக்கொள்ளுங்கள்,

அதிலுள்ள ஏதேனும் ஒரு கட்டுரையில் எத்தனை இயற்சொற்கள், எத்தனை திரிசொற்கள், எத்தனை திசைச்சொற்கள், எத்தனை வடசொற்கள் என்று கணக்கிடுங்கள்.

பொதுவாகப் பத்திரிகைகளில் திரிசொற்கள் அதிகம் இடம்பெறாது. இயற்சொற்களை மிகுதியாகப் பயன்படுத்தி எழுதினால்தான் அவை எல்லாருக்கும் எளிதில் புரியும். திசைச்சொற்கள், வடசொற்களை இயன்றவரை தவிர்த்தல் வேண்டும்.

சரியான சொற்களைப் பயன்படுத்தி அனைவருக்கும் நன்கு புரியும்படி எழுதுவது ஒரு கலை. பழகப்பழக நாம் அதில் கைதேர்ந்தவர்களாகிவிடுவோம்!

★★★

65. ஆவது

‘நீ இங்கே வா.’

‘நீயாவது இங்கே வா.’

இந்த இரு சொற்றொடர்களும் கிட்டத்தட்ட ஒரே மாதிரியானவைதாம். ஆனால் அவற்றினிடையே ஒரு மிகப் பெரிய வேறுபாடு உள்ளது.

முதல் சொற்றொடர், ஒருவரை வருமாறு அழைக்கிறது. அது ஓர் இயல்பான கட்டளைச் சொற்றொடர்தான்.

ஆனால் இரண்டாவது சொற்றொடர், ‘வேறு யாரும் வரவில்லை, நீயாவது வா’ என்று இரக்கத்தொனியில் கேட்கிறது. இந்தக் கூடுதல் உணர்வை உருவாக்கிய சொல், ‘ஆவது.’

‘நீயாவது செய்’ என்று சொல்லும்போது, ‘மற்ற யாரும் செய்யவில்லை’ என்கிற பொருள் அதில் வெளிப்படுகிறது. இதேபோல் இன்னும் சில எடுத்துக்காட்டுகள்:

இட்லி சாப்பிடு => இட்லியாவது சாப்பிடு (மற்ற எதையும் நீ சாப்பிடவில்லை)

அவன் வருவான் => அவனாவது வருவான் (மற்ற யாரும் வரவில்லை)

நீ பார்த்தாய் => நீயாவது பார்த்தாய் (மற்ற யாரும் பார்க்கவில்லை)

நான் உதவினேன் => நானாவது உதவினேன் (மற்ற யாரும் உதவவில்லை)

இந்தச் சொற்றொடர்களில் வரும் 'ஆவது' என்பது தனித்துப் பொருள்தருவதில்லை. அதற்குமுன் வரும் சொல்லோடு இணைந்துதான் பொருள்தருகிறது. இதனை 'இடைச்சொல்' என்பார்கள்.

இதே சொல்லை ஒரு சொற்றொடரில் இருமுறை பயன்படுத்தி வேறொரு கருத்தை வரவழைக்கலாம். எடுத்துக்காட்டாக:

'இட்லியாவது தோசையாவது சாப்பிடு.'

இங்கே 'ஆவது' என்ற சொல் இட்லி, தோசை ஆகியவற்றுடன் இணைந்துள்ளது. 'இட்லி அல்லது தோசை' என்று பொருள்தருகிறது.

இன்னோர் எடுத்துக்காட்டு: 'அவனாவது, வருவதாவது.'

இங்கே 'ஆவது' என்ற சொல் அவன் என்ற பெயர்ச்சொல்லோடும், 'வருவது' என்ற வினைச்சொல்லோடும் சேர்ந்து அடுத்தடுத்து வருகிறது. அதன்மூலம், 'அவன் வரமாட்டான்' என்கிற பொருளை உணர்த்துகிறது.

இதே சொல் எண்களைத் தொடர்ந்து வரும்போது, வரிசையைக் குறிக்கும். எடுத்துக்காட்டாக: 'இரண்டாவது வகுப்பு.'

இங்கே 'இரண்டு' என்ற சொல்லுடன் 'ஆவது' என்ற சொல் இணைந்து, வரிசையில் இரண்டாவதாக உள்ள வகுப்பைக் குறிக்கிறது. இதற்குப்பதிலாக 'ஆம்' என்பதையும் பயன்படுத்தலாம்: 'இரண்டாம் வகுப்பு.'

நிறைவாக, 'ஆவது' என்ற சொல் வேறு எந்தச்சொல்லுடனும் சேராமல் தனித்துப் பொருள் தருவதும் உண்டு. எடுத்துக்காட்டாக,

'மந்திரம் ஆவது நீறு' என்று எழுதினார் திருஞானசம்பந்தர். இங்கே 'ஆவது' என்ற சொல் 'இவ்வாறு செயல்படுவது' என்று பொருள்தருகிறது.

இதேபோல், ஒரு மாணவன், 'மருத்துவர் ஆவது என் இலக்கு' என்கிறான். இங்கே 'ஆவது' என்ற சொல் 'இவ்வாறு வளர்வது' என்று பொருள்தருகிறது.

ஒரே சொல், வெவ்வேறு இடங்களில் வெவ்வேறுவிதமான பொருளைத் தருகிறது. கற்றுக்கொண்டு பயன்படுத்தத் தொடங்குவோம்!

★★★

௬௬. அறிவுறுத்தல்

அன்று ஆசிரியர் குமரவேலுக்குப் பிறந்தநாள்.

மாணவர்கள் எல்லாரும் காலையிலேயே அவரைச் சந்தித்து வாழ்த்துச்சொன்னார்கள். அவர் அவர்களுக்கு இனிப்புகளைத் தந்து மகிழ்வித்தார்.

சிறிதுநேரத்தில் மாணவர்களெல்லாம் கிளம்பிவிட்டார்கள். ஒரு சிறுவன்மட்டும் தயங்கித்தயங்கி நின்றான்.

'என்னடா? வகுப்புக்குப் போகலையா?' என்று அன்பாக விசாரித்தார் குமரவேல்.

'ஐயா...' என்று தயங்கினான் அவன். பிறகு, சட்டைப்பையிலிருந்து ஒரு காகிதத்தை எடுத்து அவரிடம் தந்தான்.

'இது என்ன?' பிரித்துப்பார்த்தபடி கேட்டார் அவர்.

'உங்க பிறந்தநாளுக்காக, உங்களை வாழ்த்தி ஒரு கவிதை எழுதியிருக்கேன்ங்கய்யா' என்றான் அந்தச் சிறுவன். முகத்தில் அத்தனை சிரிப்பு.

குமரவேல் வாய்விட்டுச் சிரித்தார், 'அடடே, வாழ்த்துக்கவிதையா?' என்றபடி அதனைச் சத்தமாகப் படித்தார். பிறகு, 'ரொம்ப

மகிழ்ச்சி, பாடாண்திணையிலே பாட்டு எழுதிட்டியே!' என்றார்.

'பாடாண்திணையா?', அவன் குழம்பினான்.

'அது ஒரு பழங்காலத்து வழக்கம்' என்றார் குமரவேல், 'திணைன்னா ஒழுக்கம், பாடாண்திணைன்னா, பாடு+ஆண்+திணை, ஓர் உயர்ந்த ஆணைப்பற்றி வாழ்த்திப்பாடறது. அதுல அவரோட வீரம், கொடைச்சிறப்பு, மற்ற பண்புகளையெல்லாம் குறிப்பிட்டு வாழ்த்துவாங்க.'

'உயர்ந்தவங்கன்னா, பெரிய அரசர்கள், பெரிய வள்ளல்களையெல்லாம் பாடுவாங்களாய்யா?'

'ஆமா. அவங்களை வாழ்த்திப்பாடற அதே நேரத்துல, அவங்களுக்கு அறிவுரை சொல்றமாதிரி பாடல்களும் உண்டு. அதையெல்லாம் செவியறிவுறுத்தல்ன்னு சொல்வாங்க.'

'செவி-ன்னா காதுதானேய்யா?'

'காதுல ரகசியமாச் சொன்னாத்தானே அறிவுரை' என்று சிரித்தார் குமரவேல், 'என்னதான் பெரிய அரசன்னாலும், எல்லா நேரத்துலயும் சரியாச் செயல்படுவான்னு சொல்லமுடியாது. என்னிக்காவது அவன் ஒரு தவறு செய்யலாம். அந்த நேரத்துல அதை அவனுக்குச் சுட்டிக்காட்டித் திருத்தறதுக்கு இந்தமாதிரி பாடல்கள் பயன்படும்.'

சிறுவன் முகத்தில் வியப்பு, 'அய்யா, அவ்ளோ பெரிய அரசன்மேல தப்புச்சொல்லிப் புலவர்கள் பாடலாமா? அரசனுக்குக் கோபம் வந்து புலவருக்குத் தண்டனை கொடுத்துடமாட்டானா?'

'சில அரசர்கள் கோபக்காரங்களா இருக்கலாம். ஆனா அதுக்காக நல்ல விஷயங்களைச் சொல்லாம இருக்கமுடியுமா? அந்தக்காலப் புலவர்களுக்குத் துணிவு அதிகம், நல்லதைச் சொல்லணும்ங்கற விருப்பமும் அதிகம். அவங்க துணிச்சலா அரசனுக்கே அறிவுரை சொன்னாங்க. அதனால, அரசர்களும் இவங்களை அதிகம் மதிச்சாங்க, மக்களும் புலவர்களுக்குப் பெரிய அளவுல மரியாதை கொடுத்தாங்க.'

'யோசிச்சுப்பாரு, அரசருக்கே அறிவுரை சொல்ற அளவுக்குத் துணிச்சல் அந்தப் புலவர்களுக்கு எப்படி வந்தது? தமிழை முறையாப் படிச்சு நல்லாக் கையாளுறதாலே வந்த சுயமரியாதைதானே அது!' என்றார் குமரவேல். 'அதுபோல, நாமும் நம்ம வேலைகளை ஒழுங்காச் செய்யணும். அப்போ நாம யாருக்கும், எதுக்கும் பயப்படவேண்டியதில்லை. யார் தவறு செஞ்சாலும் அவங்க காதோரமா எடுத்துச்சொல்லலாம்.'

★★★

67. அன்றைய வரலாறு

பழந்தமிழர் வாழ்க்கைமுறையை, பழங்கால அரசர்களின் ஆட்சியைப்பற்றியெல்லாம் பாடப்புத்தகத்தில் வாசிக்கிறோம்; இதுபற்றிப் பல நூல்கள், கட்டுரைகளும் எழுதப்பட்டுள்ளன.

ஆனால், இவற்றை எழுதியவர்கள் இந்த உண்மைகளை எப்படி அறிந்துகொண்டார்கள்? பழந்தமிழர்கள் இப்படிதான் வாழ்ந்தார்கள் என்பதற்கு என்ன சான்று?

எந்தவொரு சமூகத்தின் வரலாற்றையும் பதிவுசெய்யும்போது, அதற்கு அறிஞர்கள் பலவிதமான சான்றுகளைப் பயன்படுத்துகிறார்கள். அவற்றில் சில:

1. இலக்கியங்கள்: தமிழில் எழுதப்பட்டிருக்கும் குறுந்தொகை, அகநானூறு, புறநானூறு போன்ற சங்க இலக்கியங்களில் தொடங்கிக் காப்பியங்கள், பக்தி இலக்கியங்கள், இடைக்கால இலக்கியங்கள் எனப் பலவற்றிலும் அன்றைய வாழ்க்கை பதிவாகியுள்ளது. எடுத்துக்காட்டாக, பதிற்றுப்பத்து பாடல்களில் பல சேர மன்னர்களின் வரலாறு பதிவுசெய்யப்பட்டிருக்கிறது, பரிபாடலில் அன்றைய வைகை நதி பாயும் மதுரை நகரைப்பற்றிய நுணுக்கமான விவரங்கள் உள்ளன. இவற்றை

முழுவதும் கற்பனை என்று சொல்லிவிட இயலாது. பிற சான்றுகளுடன் இவற்றை ஒப்பிட்டு உண்மை அறியலாம்.

2. இலக்கணங்கள்: தொல்காப்பியத்தில் தொடங்கித் தமிழில் எழுதப்பட்டுள்ள பல இலக்கண நூல்களும் அன்றைய வாழ்க்கைமுறையைப் பதிவுசெய்கின்றன, 'இப்படித்தான் வாழவேண்டும்' என்று இலக்கணம் வகுக்கின்றன. எடுத்துக்காட்டாக, நல்ல ஆசிரியர் எப்படி இருக்கவேண்டும், நல்ல மாணவர் எப்படி இருக்கவேண்டும் என்று விளக்குகிறது நன்னூல். இதனை வாசிக்கும்போது, அன்றைய ஆசிரியர்கள், மாணவர்கள் எப்படி வாழ்ந்தார்கள் என நாம் அறிகிறோம்

3. உரையாசிரியர்கள்: இலக்கிய, இலக்கண நூல்களுக்கு உரையெழுதிய ஆசிரியர்கள் பாடல்களை விளக்குவதற்காகப் பல கூடுதல் விவரங்களை, எடுத்துக்காட்டுகளை வழங்குகிறார்கள். இவற்றின்மூலமும் அன்றைய வாழ்க்கைமுறையை அறியலாம்.

4. கல்வெட்டுகள்: அன்றைய ஆட்சியாளர்கள் முக்கியமான பல நிகழ்வுகளைக் கல்வெட்டாகப் பதிவுசெய்துள்ளார்கள். கற்களில், பாறைகளில் செதுக்கி எழுதப்பட்ட இந்தப் பதிவுகள் பலவும் நமக்குக் கிடைத்துள்ளன. அவற்றை வாசிப்பதன்மூலம் அன்றைய நிகழ்வுகளை, பழக்கவழக்கங்களை நேரடியாகத் தெரிந்துகொள்ளலாம்

5. வெளிநாட்டார் குறிப்புகள்: பல்வேறு காலகட்டங்களில் நம் தமிழகத்துக்கு வந்துசென்ற வெளிநாட்டுப்பயணிகள், வணிகர்கள் போன்றோர் எழுதிய குறிப்புகள் கண்டறியப்பட்டுள்ளன. இவற்றிலிருந்து, அன்றைய தமிழர்கள் எப்படி வாழ்ந்தார்கள் என்பதற்கான நேரடிப்பதிவுகள் கிடைக்கின்றன

6. ஓவியங்கள்: பல ஆலயங்கள், வரலாற்றுச் சிறப்புமிக்க இடங்களில் காணப்படும் ஓவியங்கள் பழந்தமிழ் வாழ்க்கையைக் கண்ணெதிரே படம்பிடித்துக்காட்டுகின்றன

இப்படி இன்னும் பலப்பல மூலங்களை வரலாற்று நிபுணர்கள் ஆராய்கிறார்கள். அவற்றை ஒப்பிட்டுப்பார்த்து அன்றைய நிகழ்வுகளைப் புரிந்துகொள்கிறார்கள்.

இந்த வரலாறு இத்துடன் நிறைவுபெறப்போவதில்லை. இன்றைய நம்முடைய வாழ்க்கைமுறையும் இந்த வரலாற்றுடன் இணையும். இன்னும் சில நூறு ஆண்டுகளுக்குப்பிறகு பள்ளி மாணவர்கள் நம்முடைய வாழ்க்கைமுறையைப்பற்றி வாசிப்பார்கள்.

ஆகவே, வரலாற்றை உண்மையாகப் பதிவுசெய்துவைப்பதில் நாம் ஆர்வம் காட்டவேண்டும். அதுவும் பேச்சாக அல்ல, எழுத்தாக, புகைப்படங்களாக. இயன்றால், கணினியின் துணைகொண்டு இவற்றை இணையத்தில் நிரந்தர மின்பதிவாக்கிச் சேமிக்கலாம்.

எடுத்துக்காட்டாக, உங்களுடைய குடும்ப வரலாறு உங்களுக்குத் தெரியுமா? உங்களுடைய பள்ளியின் வரலாறு தெரியுமா? உங்களுடைய ஊரின் வரலாறு தெரியுமா? வீட்டில், பள்ளியில், ஊரில் உள்ள மூத்தோரிடம் அதுபற்றிப் பேசித் தெரிந்துகொள்ளுங்கள். அவர்களுடைய பெயர்களுடன் அந்த விவரங்களைப் பதிவுசெய்யும்விதமாக ஒரு கட்டுரை எழுதுங்கள்.

★★★

௬௮. மூன்று வகைகளில் நானூறு பாடல்கள்

அதோ, யானைக்கூட்டம்.

வரிசையாக ஆண்யானைகள் வருகின்றன. அவற்றின் கம்பீரமே தனி அழகு.

அதுவும் ஓரிரு யானைகள் இல்லை. 120 ஆண்யானைகளின் வரிசை அது!

அவற்றுக்குப்பின்னால், விலையுயர்ந்த நீலமணிகளையும் சிவப்புப்பவளங்களையும் சேர்த்துக்கோத்த ஒரு மாலை வருகிறது. அதில் மொத்தம் 180 மணிகளும் பவளங்களும் உள்ளன.

நிறைவாக, ஒரு முத்துமாலை வருகிறது. அதில் மிகச்சிறந்த 100 முத்துகள் உள்ளன.

இந்தக் கற்பனைக்காட்சி, உங்களுக்கெல்லாம் நன்கு தெரிந்த ஒரு சங்க இலக்கிய நூலைக் குறிக்கிறது: அகநானூறு.

120 யானைகள், 180 மணிகள், பவளங்கள், 100 முத்துகள், கூட்டிப்பார்த்தால் 400 வருகிறதல்லவா? அதுதான் இந்த நூலில் உள்ள பாடல்களின் எண்ணிக்கை.

இவற்றுள் முதல் 120 பாடல்களைக் 'களிற்றியானைநிரை' என்று அழைத்தார்கள். 'களிறு' என்றால் ஆண்யானை, 'நிரை' என்றால் வரிசை. கணிதத்தில் நிரல், நிரை என்று வாசித்திருப்பீர்கள். அதுபோல, ஆண்யானைகள் இங்கே வரிசையாக வருகின்றன. அதுபோன்ற கம்பீரத்தைக்கொண்ட பாடல்கள் இவை.

அடுத்து வரும் 180 பாடல்களை (121முதல் 300வரை) 'மணிமிடைபவளம்' என்று அழைத்தார்கள். அதாவது, மணிகளோடு பவளங்களையும் சேர்த்துக்கட்டியதைப்போன்ற அழகுடன் இப்பாடல்கள் அமைந்துள்ளன.

நிறைவாக வரும் 100 பாடல்களை (301முதல் 400வரை) 'நித்திலக்கோவை' என்றார்கள். 'நித்திலம்' என்றால் முத்து, 'கோவை' என்றால் மாலை. முத்துமாலையைப்போன்ற பாடல்கள் இவை.

இந்தப் பகுப்பைக் குறிப்பிடும் ஒரு பழம்பாடல் இது:

...பாடல்

நானூறு எடுத்து நூல்நவில் புலவர்

களித்த மும்மதக் 'களிற்றியானைநிரை',

மணியொடு மிடைந்த அணிகிளர் பவளம்,

மேவிய நித்திலக்கோவை என்றுஆங்கு

அத்தகு மரபின் முத்திறமாக...

தனித்தனியே பல புலவர்கள் எழுதிய பாடல்கள்தான் 'அகநானூறு' என்ற பெயரில் தொகுக்கப்பட்டுள்ளன. அவ்வாறு தொகுக்கும்போது, அவற்றை முத்திறமாக, மூன்று வகைகளாக, யானைகளின் அணிவகுப்பாக, விலையுயர்ந்த கற்கள், முத்துகளைக் கோத்த மாலைகளாக மனக்கண்ணில் கண்டிருக்கிறார்கள் அறிஞர்கள். நூலின் பெயரிலும் பகுப்பிலுமே எத்துணை நயம்!

அகநானூற்றுப் பாடல்கள் அனைத்தும் 'அகவற்பா' என்னும் வகையைச் சேர்ந்தவை. அகவல் + பா, அதாவது, 'அகவல்'

என்னும் ஓசை அமைந்த பாடல்கள் இவை.

‘அகவல்’ என்ற சொல்லுக்கு அழைத்தல், கூவுதல், இசைத்தல், பாடுதல் என்ற பொருள்கள் உண்டு. மயிலின் ஓசையையும் ‘அகவல்’ என்பார்கள்.

அகநானூற்றுப் பாடல்கள் ஒருவரிடம் ஒன்றைச் சொல்வதுபோன்ற ஓசையமைப்பைக் கொண்டவை. ஆகவே, அவற்றை ‘அகவற்பா’ என்றார்கள். இதை ‘ஆசிரியப்பா’ என்றும் அழைக்கலாம்.

யானைகளும் மணி, பவள, முத்து மாலைகளும் உங்களை அழைக்கின்றன. அகநானூற்றை வாசித்து மகிழுங்கள்.

★★★

௬௯. மறுத்தல்

உலகத்திலேயே சொல்வதற்கு மிகவும் கடினமான சொற்கள் எவை, தெரியுமா?

உடனே அகராதியைத் திறந்து நீளமான சொற்களைத் தேடவேண்டாம். அந்த நீளமான சொற்களைக்கூடக் கொஞ்சம் முயற்சி செய்தால் எளிமையாகச் சொல்லிவிடலாம். ஆனால், சில சிறிய சொற்களைச் சொல்வது பலருக்கு மிகவும் சிரமமாக இருக்கிறது. எடுத்துக்காட்டாக: வேண்டாம், முடியாது, இல்லை.

இவற்றைச் சொல்வதில் என்ன பெரிய சிரமம் என்று யோசிக்கிறீர்களா? ஒரு சின்ன எடுத்துக்காட்டுடன் பார்த்தால் புரியும்.

நான்கு நண்பர்கள் பள்ளி முடிந்து திரும்பிக்கொண்டிருக்கிறார்கள். தெருவோரத்தில் ஒரு கடை. அங்கே சூடாக போண்டா தயாராகிக்கொண்டிருக்கிறது. அதைப் பார்த்ததும், அவர்களில் ஒருவனுக்கு எச்சில் ஊறுகிறது. 'வாடா, போண்டா சாப்பிடலாம்' என்று பிறரை அழைக்கிறான்.

மற்ற மூவரில் இரண்டுபேர் உடனே சம்மதித்துவிடுகிறார்கள். ஆனால், ஒருவனுக்குமட்டும் அங்கே போண்டா சாப்பிட விருப்பமில்லை, தயங்குகிறான்.

காரணம், அந்தக் கடை சுகாதாரமற்றவிதத்தில் அமைந்திருக்கிறது. பக்கத்திலேயே சாக்கடை இருப்பதால் போண்டாக்களை ஈக்கள் மொய்த்துக்கொண்டிருக்கின்றன. அதைச் சாப்பிட்டால் என்ன பிரச்னை வருமோ!

அவனுடைய நண்பர்களோ இதைக் கவனிக்கவில்லை. போண்டா ஆசையில் கடையை நோக்கி நடக்கிறார்கள்.

இவன் தயங்குகிறான். அங்கேயே நிற்கிறான். 'வாடா' என்று மற்றவர்கள் அவனைப் பிடித்து இழுக்கிறார்கள். அவர்கள் என்ன நினைப்பார்களோ என்ற தயக்கத்தில் அவர்களோடு சென்று ஈ மொய்க்கும் போண்டாவைச் சாப்பிடுகிறான்.

ஆக, சுகாதாரமற்றமுறையில் தயாரிக்கப்பட்ட உணவுப்பண்டம் என்று தெரிந்தும் அவன் அதைச் சாப்பிடுகிறான் என்றால் என்ன காரணம்? 'எனக்கு வேண்டாம்' என்று சொல்லத் தயங்குவதுதானே? அவை எளிய சொற்களாக இருந்தும், சரியான நேரத்தில் சொல்லவில்லையே!

இப்படித் தவறு என்று தெரிந்த விஷயங்களைக்கூட வெளிப்படையாக மறுக்கத் தயங்குவதாலேயே பலர் தவறான பழக்கங்களில் சென்று விழுந்துவிடுகிறார்கள்; சிறுவர்கள்மட்டுமல்ல, பெரியவர்களிலும் பலர் பிறர் சொல்வதை அப்படியே ஏற்றுக்கொண்டு பின்பற்றுகிறார்கள்; பிறகு வருத்தத்துடனும் மனநிறைவின்றியும் வாழ்கிறார்கள்.

அதுபோன்ற சூழ்நிலைகளில், நாம் 'மறுத்த திறனை'க் கற்றுக்கொண்டு பின்பற்றலாம்:

1. எல்லாவற்றையும் மறுக்கவேண்டியதில்லை; நாமே சிந்தித்து, தவறு என்று உணர்கிறவற்றைதான் மறுக்கப்போகிறோம்
2. அப்படி மறுத்தால் பிறர் என்ன நினைப்பார்களோ என்ற எண்ணம் வேண்டாம்; நம்முடைய மறுப்பு நமக்குமட்டுமல்ல, பிறருக்கும் பயன்படக்கூடும், அவர்களையும் திருத்தக்கூடும்
3. மறுக்கும்போது தெளிவாகவும் முழுமையாகவும் மறுக்கவேண்டும்; இதுவா அதுவா என்கிற குழப்பம் கூடாது

4. தேவைப்பட்டால், ஏன் மறுக்கிறோம் என்பதற்கான காரணங்களையும் தெளிவாக எடுத்துரைக்கவேண்டும்
5. நம்முடைய மறுப்பைப் பிறர் அலட்சியப்படுத்தினாலோ, மேலும் தீவிரமாக வற்புறுத்தினாலோ மயங்கிவிடக்கூடாது; மறுப்பை அழுத்தமாக மீண்டும் முன்வைக்கவேண்டும்
6. ஒருவேளை, நாம் மறுக்கிற விஷயம் உண்மையில் நல்லதுதான் என்று நாமே சிந்தித்து ஏற்றுக்கொண்டால், அப்போது மறுப்பை விலக்கிக்கொள்ளலாம்; மற்றவர்கள் சொல்கிறார்கள் என்பதற்காக மாறக்கூடாது

★★★

70. சுட்டெழுத்துகள்

உயிரெழுத்துகள் பன்னிரண்டு. அதில் இந்த மூன்று எழுத்துகளுக்குமட்டும் ஒரு சிறப்பு உண்டு. அது என்ன என்று ஊகியுங்கள் பார்க்கலாம்: அ, இ, உ.

இந்த மூன்று எழுத்துகளும் பொருட்களைச் சுட்டிக்காட்டப் பயன்படுகின்றன. ஆகவே, இவற்றைச் 'சுட்டெழுத்துகள்' என்பார்கள்.

எடுத்துக்காட்டாக: 'நான் அப்பொழுது வந்தேன்' என்று ஒருவர் சொல்கிறார். இதில் 'அப்பொழுது' என்ற சொல் 'அ + பொழுது' என்று பிரியும். 'அ' என்பது முந்தைய ஒரு பொழுதைச் சுட்டிக்காட்டுகிறது.

இதையே, 'இப்பொழுது' என்று எழுதினால், 'இ + பொழுது', நிகழ்ந்துகொண்டிருக்கிற ஒரு பொழுதைச் சுட்டிக்காட்டுகிறது.

'உப்பொழுது' என்றும் எழுதலாம். 'உ + பொழுது', அது அப்பொழுது, இப்பொழுது ஆகிய இரண்டுக்கும் இடைப்பட்ட ஒரு பொழுதைச் சுட்டிக்காட்டுகிறது. ஆனால் தற்போது 'உ' என்ற சுட்டு அதிகம் பயன்படுத்தப்படுவதில்லை.

அ, இ, உ ஆகியவற்றின் பயன்பாடுகளை இன்னும் பல இடங்களில் பார்க்கலாம். எடுத்துக்காட்டாக:

★ அது, இது, உது

★ அப்படி, இப்படி, உப்படி

★ அவன், இவன், உவன்

★ அந்த, இந்த, உந்த

இவை மூன்றுமே சுட்டெழுத்துகள்தான் என்றால், இவற்றினிடையே என்ன வேறுபாடு?

'அ' என்ற எழுத்தில் தொடங்கும் சுட்டுச்சொற்கள் தொலைவில் உள்ளவற்றைக் குறிப்பிடுகின்றன. 'இ' என்ற எழுத்தில் தொடங்குபவை அருகில் உள்ளவற்றைக் குறிப்பிடுகின்றன. 'உ' என்ற எழுத்தில் தொடங்குபவை இந்த இரண்டுக்கும் நடுவில் உள்ளவற்றைக் குறிப்பிடுகின்றன.

எடுத்துக்காட்டாக, நீங்கள் வகுப்பறையில் அமர்ந்திருக்கிறீர்கள். வெளியே ஒரு சிறுவன் நடந்துசெல்கிறான். அவனை உங்கள் நண்பரிடம் காட்டி 'அதோ, அவன்தான் ரமேஷ்' என்கிறீர்கள்.

அதே சிறுவன் உங்களுக்கு அருகே அமர்ந்திருந்தால்? 'இதோ, இவன்தான் ரமேஷ்' என்று சொல்வீர்கள்.

அவன் வகுப்புக்குள் வந்துவிட்டான்; ஆனால், இன்னும் உங்கள் அருகே வரவில்லை. வாசலில் நிற்கிறான். அப்போது, 'உதோ, உவன்தான் ரமேஷ்' என்று சொல்வீர்கள்.

இந்தச் சொற்றொடர்களைக் கவனித்துப்பார்த்தால், தொலைவில் உள்ளவனைக் குறிப்பிட அதோ, அவன் என்ற சொற்களும், அருகில் உள்ளவனைக் குறிப்பிட இதோ, இவன் என்ற சொற்களும், இவை இரண்டுக்கும் இடையில் உள்ளவனைக் குறிப்பிட உதோ, உவன் என்ற சொற்களும் பயன்பட்டிருப்பதைக் காணலாம்.

அ, இ, உ என்ற சுட்டெழுத்துகள், அந்த, இந்த, உந்த என்ற சுட்டுச்சொற்களைத் தொடர்ந்து ஒரு பெயர்ச்சொல்தான்

வரும். அந்தப் பெயர்ச்சொல் வல்லினத்தில் தொடங்கினால், இவற்றினிடையே அதே வல்லின மெய்யெழுத்து தோன்றும். எடுத்துக்காட்டாக:

அ + பையன் = அப்பையன்

அந்த + பையன் = அந்தப்பையன்

இ + சட்டை = இச்சட்டை

இந்த + சட்டை = இந்தச்சட்டை

உ+தண்ணீர் = உத்தண்ணீர்

உந்த + தண்ணீர் = உந்தத்தண்ணீர்

★★★

71. வீதி நாடகங்கள்

‘இன்று மாலை ஒரு நாடகத்துக்குப்போகலாமா?’ என்று கேட்டான் சரவணன்.

‘ஓ, போகலாமே’ என்றான் வரதன். ‘நாடகம் எந்த அரங்கத்திலே நடக்கிறது? எவ்வளவு ரூபாய் நுழைவுக்கட்டணம்?’

‘மிகப்பெரிய அரங்கொன்றிலே நடக்கிறது’ என்றான் சரவணன். ‘ஆனால், நுழைவுச்சீட்டு ஏதும் வேண்டியதில்லை. இலவசமாகவே நாடகத்தைப் பார்க்கலாம்.’

‘அப்படியா? வியப்பாக இருக்கிறதே! அத்தனை பெரிய அரங்கத்தில் நாடகம் நடத்துவதென்றால் மேடை அலங்காரம், விளக்குகள், ஒப்பனை, ஒலிபெருக்கிகள் என்று நிறைய செலவாகுமே. பிறகெப்படி மக்களை இலவசமாக அனுமதிப்பார்கள்?’

‘நீ என்னோடு வா. நேரில் பார்த்தால் நீயே புரிந்துகொள்வாய்.’

மாலை ஐந்துமணி. அவர்கள் நாடகம் பார்க்கப் புறப்பட்டார்கள். சில நிமிடங்கள் நடந்தபிறகு, அவர்கள் நகரின் முக்கியமான கடைத்தெருவை வந்தடைந்தார்கள். அங்கே ஒரு கடையின் வாசலில் நின்றுகொண்டார்கள்.

‘சரவணா, நாடக அரங்கம் எங்கே?’ என்று குழப்பத்தோடு கேட்டான் வரதன்.

'இதோ, இங்கேதான்' என்று சிரித்தான் சரவணன்.

'எனக்கு ஒன்றும் புரியவில்லை.'

'கொஞ்சம் பொறு. நாடகம் தொடங்கட்டும். அதன்பிறகு எல்லாம் புரியும்.'

சரியாக ஐந்தரை மணிக்கு அங்கே ஒரு வண்டி வந்து நின்றது. அதிலிருந்து ஏழெட்டுப்பேர் ஒரேமாதிரி உடையமைப்புடன் இறங்கினார்கள். கடைத்தெருவின் மத்தியிலிருந்த இடத்திற்கு வந்தார்கள். 'அனைவருக்கும் வணக்கம்' என்றார்கள். 'இன்றைக்கு நாங்கள் ஒரு வீதி நாடகத்தை நடத்தப்போகிறோம். அதைப் பார்த்து ஊக்கப்படுத்துமாறு வேண்டுகிறோம்.'

'வீதி நாடகமா?' என்றான் வரதன். 'அப்படியென்றால் என்ன?'

'அரங்கங்களில் இல்லாமல், இப்படி வீதிகளில் நடத்துவதுதான் வீதி நாடகம்' என்று சரவணன் விளக்கினான். 'இந்த நாடகங்களுக்குப் பெரிய விளம்பரங்களோ ஆடம்பரமான ஏற்பாடுகளோ செய்யப்படுவதில்லை. மக்கள் கூடியுள்ள இடங்களில் திடீரென்று தொடங்கி நடத்துவார்கள். முக்கியமான கருத்துகளைப் பெரும்பான்மை மக்கள் மத்தியில் கொண்டுசேர்ப்பதற்காக நாடகக்கலைஞர்கள் இதுபோன்ற முயற்சிகளில் ஈடுபடுகிறார்கள்.'

'எடுத்துக்காட்டாக, கல்வியின் முக்கியத்துவத்தைச் சொல்வதற்கு, விலைவாசி ஏறிவருவதன் தீமைகளைச் சொல்வதற்கு, சுற்றுச்சூழலை மாசுபடாமல் வைத்துக்கொள்வதன் அவசியத்தைச் சொல்வதற்கெல்லாம் வீதி நாடகங்களைப் பயன்படுத்தலாம்' என்று சரவணன் சொல்லிக்கொண்டிருக்கும்போதே, அந்த வீதி நாடகம் தொடங்கிவிட்டது. மக்கள் அங்கே கூடி நின்று அதனை ரசித்துப்பார்த்தார்கள். சிறிதுநேரத்தில், நாடகம் நிறைவடைந்தது. எல்லாரும் கைதட்டிவிட்டுத் தங்களுடைய வேலைகளைப் பார்க்கச் சென்றார்கள். அதேசமயம், அந்த வீதி நாடகம் சொன்ன கருத்துகள் அவர்களுடைய மனங்களில் அழுத்தமாகப் பதிந்திருந்தன.

★★★

72. பலவகை அடிகள்

பழந்தமிழ்ப் பாடல்களை வாசிக்கும்போது, அவற்றின் அளவைக் கவனித்திருக்கிறீர்களா?

அளவு என்றால், ஓரடியில் எத்தனைச் சொற்கள் (சீர்கள்) உள்ளன என்பதைப் பார்க்கவேண்டும். எடுத்துக்காட்டாக:

> *'கந்தன் வந்தான்,*
> *பழத்தைத் தந்தான்.'*

இது கவிதையில்லை; ஆனால், கவிதையின் அளவைப் புரிந்து கொள்வதற்காக இந்த எடுத்துக்காட்டைப் பயன்படுத்துவோம்.

இங்கே ஒவ்வோர் அடியிலும் இரண்டு சீர்கள் வந்துள்ளன. இவ்வகையைக் 'குறளடி' என்பார்கள்.

இதையே கொஞ்சம் மாற்றி, ஒவ்வோர் அடியிலும் மூன்று சீர்கள் வருமாறு செய்தால், அது 'சிந்தடி'. எடுத்துக்காட்டாக:

> *'கந்தன் நடந்து வந்தான்,*
> *இனிய பழத்தைத் தந்தான்.'*

அடுத்து, ஒவ்வோர் அடியிலும் நான்கு சீர்கள் வரும் பாடல், இதன் பெயர் 'அளவடி':

‘கந்தன் அங்கே நடந்து வந்தான்,
இனிய வாழைப் பழத்தைத் தந்தான்.’

ஐந்து சீர்கள் இருந்தால்? அது ‘நெடிலடி’:

‘கந்தன் அங்கே மெல்ல நடந்து வந்தான்,

இனிய வாழைப் பழத்தைச் சுவைக்கத் தந்தான்.’

ஐந்து சீர்களுக்குமேல் அமைந்த பாடல்களும் உண்டு. அவற்றைக் ‘கழிநெடிலடி’ என்பார்கள். அதாவது, ஆறு சீரில் தொடங்கி அதற்குமேல் வருபவை:

‘கந்தன் என்னும் இளைஞன் அங்கே மெல்ல வந்தான்,

இனிய வாழைப் பழத்தைத் தந்து சுவைக்கச் சொன்னான்.’

‘கழிநெடிலடி’ என்ற பொதுப்பெயரை, அதிலுள்ள சீர்களின் எண்ணிக்கையைப் பொறுத்துச் சிறப்புப்பெயராக எழுதுவதும் உண்டு. எடுத்துக்காட்டாக, அடிதோறும் ஆறு சீர்கள் வரும் பாடலை, ‘அறுசீர்க்கழிநெடிலடி’ என்பார்கள். இதேபோல், ‘எழுசீர்க்கழிநெடிலடி’, ‘எண்சீர்க்கழிநெடிலடி’ என்றெல்லாம் சொல்லலாம்.

அதற்குமேல், அதாவது, ஒவ்வோர் அடியிலும் ஒன்பது/பத்து சீர்களைக் கொண்ட செய்யுள்களை, ‘இடையாகு கழிநெடிலடி’ என்கிறார்கள். அதைவிடப் பெரிதாக, ஒவ்வோர் அடியிலும் 11 முதல் 16 அடிகளைக் கொண்ட செய்யுள்களை, ‘கடையாகு கழிநெடிலடி’ என்கிறார்கள்.

சில பாடல்களில் எல்லா அடிகளும் அளவொத்து இருக்கும்; அதாவது, முதல் அடி குறளடி என்றால், மீதமுள்ள அடிகளும் குறளடிகளாகவே இருக்கும். எடுத்துக்காட்டாக, ஆசிரிய விருத்தத்தில் அனைத்து அடிகளும் ஒரே அளவில் அமையும்.

வேறு சில பாடல்களில் பலவிதமான அடிகள் கலந்து காணப்படும். எடுத்துக்காட்டாக, வெண்பாவின் முதல் மூன்று அடிகளும் அளவடியாக இருக்கும், நான்காவது சிந்தடியாக இருக்கும்.

குறளடி, சிந்தடி, அளவடி, நெடிலடி, கழிநெடிலடி என அனைத்திலும் 'அடி' என்ற சொல் வருகிறதே, இதன் பொருள் என்ன?

'அடி' என்ற சொல், கால்களைக் குறிக்கிறது. மனிதனோ மிருகமோ அடியெடுத்து நடக்கின்றன; அதுபோல, செய்யுள் நடப்பதற்கும் 'அடி' துணைபுரிகிறது.

உங்களுடைய பாடநூலில் உள்ள செய்யுள்களைக் கவனித்துப் பாருங்கள். அதிலுள்ள குறளடிகள், சிந்தடிகள், அளவடிகள் போன்றவற்றைக் கண்டுபிடியுங்கள்.

★★★

73. கடித இலக்கியம்

அன்புள்ள தங்கைக்கு, உன்னுடைய அக்கா எழுதிக்கொள்வது,

இங்கே நான் நலம். அங்கே நீ நலமா?

எப்போதும் தொலைபேசியில் பேசுகிற அக்கா திடீரென்று கடிதம் எழுதுகிறாளே என்று யோசிக்கிறாயா? காரணம் இருக்கிறது.

இன்றைக்குதான் மு.வ. எழுதிய நூலொன்றை வாசித்தேன். அதில் அன்னைக்கு, தங்கைக்கு, தம்பிக்கு, நண்பருக்கு என்று பலருக்கும் கடிதங்களை எழுதியிருக்கிறார்.

அடடா, அக்கா அடுத்தவருடைய கடிதங்களை வாசிக்கிறாரே என்று நீ அஞ்சவேண்டியதில்லை. உண்மையில் அவற்றில் தனிப்பட்ட விஷயங்கள் எதுவும் இல்லை. எல்லாரும் வாசிப்பதற்காகதான் அந்தக் கடிதங்களை எழுதியிருக்கிறார் மு.வ.

அதாவது, 'நண்பருக்கு' என்று தலைப்பிட்டு அவர் எழுதியிருந்தாலும், அது அந்த நண்பருக்குமட்டும் எழுதிய கடிதமில்லை. அதில் சொல்லப்பட்டிருக்கும் விஷயங்களை

எல்லாரும் தெரிந்துகொள்ள வேண்டுமென்றுதான் மு.வ. விரும்பியிருக்கிறார்.

அப்படியானால், அவற்றைக் கட்டுரையாகவே எழுதிவிடலாமே. ஏன் கடிதமாக எழுதவேண்டும்?

பத்திரிகைகளில் வரும் எல்லா விளம்பரங்களும் ஒரேமாதிரியா இருக்கின்றன? சில விளம்பரங்கள் புதுமையான புகைப்படங்கள், வாசகங்களுடன் நம்மைக் கவர்ந்திழுக்கின்றன. அவற்றைதானே நாம் முதலில் பார்க்கிறோம்?

அதுபோல, விஷயங்களைச் சொல்லவரும் எல்லாக் கட்டுரைகளும் ஒரேமாதிரி இருந்தால், மக்கள் விரும்பி வாசிக்கமாட்டார்கள். இப்படிக் கடித வடிவில் ஒரு கட்டுரையை எழுதினால் ஆர்வத்துடன் வாசிப்பார்கள்.

ஆகவே, பல எழுத்தாளர்கள் கற்பனைக் கதாபாத்திரங்களுக்குக் கடிதங்களை எழுதிப் பிரசுரித்திருக்கிறார்கள். அவை தொகுக்கப் பட்டு நூலாகவும் வெளிவந்திருக்கின்றன. பலர் அவற்றை வாசித்து மகிழ்ந்திருக்கிறார்கள்.

இத்துடன், பெரிய எழுத்தாளர்கள், தலைவர்கள் தங்களுடைய நண்பர்களுக்கு, உறவினர்களுக்கு எழுதிய கடிதங்களும் தொகுத்து பிரசுரிக்கப்பட்டிருக்கின்றன. இவற்றின்மூலம் அவர்களுடைய ஆளுமையை இன்னும் நெருக்கமாகப் புரிந்துகொள்ள இயலுகிறது.

எடுத்துக்காட்டாக, காந்தி அவருடைய சொந்தக் கையெழுத்தில் எழுதிய பல கடிதங்கள் இப்போதும் கிடைக்கின்றன. அவற்றிலிருந்து, வெவ்வேறு காலகட்டங்களில் காந்தியின் மனச்சிந்தனைகள் எப்படி இருந்துவந்திருக்கின்றன என்பதை நாம் புரிந்துகொள்ள இயலுகிறது.

இன்றைக்குத் தனிப்பட்ட கடிதங்கள் அதிகம் எழுதப்படுவதில்லை. அதேசமயம், 'கடித இலக்கியம்' எனப்படும் உத்தி பயன்பாட்டில் இருக்கிறது. குறிப்பாக, 'திறந்த கடிதம்' என்ற பெயரில் ஒரு தலைவருக்கோ பிரபலத்துக்கோ எழுதும் உத்தியைப் பலரும் விரும்பிப் பயன்படுத்துகிறார்கள்.

எடுத்துக்காட்டாக, உங்கள் ஊரில் ஒரு முக்கியமான பகுதியில் குப்பைகள் குவிந்திருக்கின்றன. நகராட்சி ஊழியர்கள் அதைச் சரியாகச் சுத்தப்படுத்துவதில்லை என்றால், நகரத்தந்தைக்கு நீ ஒரு திறந்த கடிதம் எழுதலாம். அதை அவருக்கு அனுப்பாமல் ஏதேனும் ஒரு பத்திரிகைக்கு அனுப்பிவைக்கலாம்; அதுதான் திறந்த கடிதமாயிற்றே, யார் வேண்டுமானாலும் பிரித்துப் படிக்கலாமல்லவா?

இப்படிப் பலவிதமான கடித இலக்கியங்களை நாம் தொடர்ந்து பார்த்துக்கொண்டிருக்கிறோம்; படைத்துக்கொண்டிருக்கிறோம். தகவல் பரிமாற்றத்துக்கான ஒரு புதுமையான உத்தியாக இது அமைகிறது.

அதனால்தான், நானும் உனக்குக் கடிதம் எழுதத் தொடங்கியிருக் கிறேன். நீயும் எனக்குப் பதில் கடிதம் எழுது. இதன்மூலம் நாம் அன்பையும் அறிவையும் பரிமாறிக்கொள்வோம்.

என்றும் அன்புடன்,

அக்கா.

★★★

74. மலையாளத்தில் எழுதிய தமிழ் எழுத்தாளர்

'பசங்களா, எல்லாரும் வாங்க, கதை கேட்கலாம்' என்று அழைத்தார் அவர்.

மளமளவென்று குழந்தைகள் தந்தையைச்சுற்றி அமர்ந்தார்கள். ஆர்வத்தோடு அவருடைய முகத்தையே பார்த்தார்கள்.

அவர் கதையைச் சொல்லத்தொடங்கினார். அவர்கள் வாழும் பகுதியில் தினமும் தென்படுகிற மனிதர்களின் கதைதான். ஆனால், அதைக் குழந்தைகள் விரும்பும்வகையில் சிறப்பாகச் சொன்னார்.

குறிப்பாக, அந்தக் குழந்தைகளில் ஒருவனுக்குத் தன்னுடைய தந்தை சொல்லும் கதைகள் மிகவும் பிடித்தது. அவரைப்போல் தானும் கதைகள் சொல்லவேண்டும் என்று ஆசைப்பட்டான்; பத்து, பன்னிரண்டு வயதிலேயே கதைகள் எழுதிப் பழகத்தொடங்கினான்.

அப்போது அவனுக்குத் தமிழில் எழுத்து, வாசிப்புப் பயிற்சி இல்லை. கதைகளையெல்லாம் மலையாளத்தில்தான் எழுதினான். அவற்றைப் பத்திரிகைகளுக்கு அனுப்பிவைத்தான்.

ஆனால், அந்தக் கதைகள் எவையும் பிரசுரமாகவில்லை. அனுப்பிய சில நாட்களிலேயே திரும்பிவந்துவிட்டன.

அந்தச் சிறுவன் இளைஞனான நேரம். அவர்கள் வசித்த பகுதியில் ஒரு கலவரம் நடந்தது. அதைக் கூர்ந்து கவனித்த அவன், நடந்த அனைத்தையும் எழுத்தில் பதிவுசெய்தான். அதை மலையாளப் பதிப்பகங்களுக்கு அனுப்பிவைத்தான்.

ஆனால், இதுவும் பிரசுரமாகவில்லை; நிராகரிக்கப்பட்டுவிட்டது.

பின்னர், கே. ஜி. சேதுநாத், கரமணை ஜனார்த்தனன் என்ற மலையாள எழுத்தாளர்கள் அந்தப் பதிவை வாசித்தார்கள். ‘இது வெறும் வரலாற்றுப்பதிவு இல்லை; ஒரு சிறந்த நாவல்’ என்று பாராட்டினார்கள்.

இருபத்தைந்து வருடங்களுக்குப்பிறகு, அந்த நாவல் தமிழில் வெளியானது. ‘கூனன் தோப்பு’ என்ற பெயரில் வெளியிடப்பட்ட அந்த நாவல் இன்றைக்கும் விரும்பி வாசிக்கப்படும் அருமையான படைப்பு. அதை எழுதியவர், சாகித்ய அகாதெமி விருது பெற்ற தோப்பில் முஹம்மது மீரான்.

பல சிறப்பான தமிழ் நூல்களை எழுதிப் பெரிய விருதுகளையெல்லாம் வென்றிருக்கும் தோப்பில் முஹம்மது மீரான் ஆரம்பத்தில் தமிழில் எழுதத்தெரியாதவராக இருந்தார் என்றால் யார் நம்புவார்கள்?

அப்படியானால், அவருடைய படைப்புகள் எப்படித் தமிழில் வந்தன?

தொடக்கத்தில் அவர் மலையாளத்தில் கதைகளை எழுத, இன்னொருவர் தமிழில் மொழிபெயர்த்தார். பின்னர் அவர் சொல்லச்சொல்ல இன்னொருவர் தமிழில் கதைகளை எழுதினார். ஐம்பது வயதுக்குப்பிறகுதான் அவர் தமிழ் நூல்களை வாசிக்கத்தொடங்கினார், நேரடியாகத் தமிழில் எழுதத்தொடங்கினார்.

ஒரு கடலோரக் கிராமத்தின் கதை, துறைமுகம், சாய்வு நாற்காலி, அன்புக்கு முதுமை இல்லை போன்ற பல சிறப்பான

படைப்புகளைத் தந்திருக்கும் தோப்பில் முஹம்மது மீரான் பல மொழிபெயர்ப்பு நூல்களையும் வழங்கியிருக்கிறார். தமிழக, கேரள எல்லைப்புறத்தில் வாழும் இஸ்லாமியர்களின் வாழ்க்கையை நுணுக்கமாகக் கவனித்துப் பதிவுசெய்யும் சிறப்பான எழுத்துகள் இவருடையவை.

★★★

75. தமிழர் அளவை முறை

கமலா கடலை உருண்டை சாப்பிட்டுக்கொண்டிருந்தாள். எதேச்சையாக அதன் மேலுறையைத் திருப்பிப்பார்த்தாள். 'எண்ணம்: 15' என எழுதியிருந்தது.

'கடலை மிட்டாய்க்கும் எண்ணத்துக்கும் என்ன சம்பந்தம்?' என்று யோசித்தாள் கமலா. நேராகத் தன்னுடைய தாயிடம் ஓடினாள். 'அம்மா, இந்த உறையிலே எண்ணம்-ன்னு போட்டிருக்கே, இதுக்கு என்ன பொருள்? மனுஷங்களுக்குதானே எண்ணமெல்லாம் வரும், கடலை உருண்டைக்குமா?'

இதைக்கேட்டதும் கமலாவின் தாய் சந்திரா வாய்விட்டுச் சிரித்தார், 'நீ சொல்ற எண்ணம் வேற, இந்த எண்ணம் வேற!' என்றார்.

'கொஞ்சம் புரியறமாதிரி விளக்கிச்சொல்லுங்கம்மா.'

'எண்ணம்ன்னா சிந்தனைங்கற பொருள்ள நீ சொல்றே. ஆனா, இங்கே வர்ற எண்ணம், எண்ணிக்கை-ங்கற பொருள்ல வந்திருக்கு. அதாவது, எண்ணம்: 15-ன்னா, இந்த உறைக்குள்ளே 15 கடலை உருண்டை இருக்குன்னு பொருள்.'

'ஓ, இப்ப புரியுது, ஒண்ணு, ரெண்டு, மூணுன்னு எண்ணறதாலே அந்த எண்ணிக்கைக்கு எண்ணம்ன்னு பேர் வந்திருக்கு. சரியா?'

‘ஆமாம்’ என்றார் சந்திரா, ‘இதுபோல எண்ணிச்சொல்ற அளவுகளைத் தமிழ்ல எண்ணலளவைன்னு சொல்வாங்க.’

‘இப்போ, இதே கடையிலே கடலை உருண்டையோட வறுத்த கடலையையும் விக்கறாங்கன்னு வெச்சுக்குவோம். அப்போ அதை ஒண்ணு, ரெண்டுன்னு எண்ணிப்பார்த்து விக்கமுடியுமா?’

‘ம்ஹூம், முடியாது. கால் கிலோ, அரைக்கிலோன்னு எடைபோட்டுத்தான் விக்கணும்.’

‘ஆமா, அப்படி எடைபோட்டு விக்கறது, அதாவது, நிறுத்து விக்கறதுக்குப் பேரு, நிறுத்தலளவை.’

‘இன்னொரு கடையிலே கடலையை அரைச்சு எண்ணெய் விக்கறாங்கன்னு வெச்சுக்குவோம். அதை நிறுத்து விக்கமுடியுமா?’

‘நிறுக்கமுடியாது, ஆனா ஒரு லிட்டர், ரெண்டு லிட்டர்ன்னு முகந்துபார்த்து விக்கலாம்.’

‘ஆமா, திரவப்பொருட்களை முகந்து அளக்கறதாலே, அதையெல்லாம் முகத்தலளவைன்னு சொல்வாங்க.’

‘நீ இப்போ துணிக்கடைக்குப் போறே, உனக்கு ஒரு சட்டை தைக்கறதுக்காகத் துணி வாங்கறேன்னு வெச்சுக்குவோம், அதை எப்படி அளப்பாங்க?’

‘ஒரு மீட்டர், ரெண்டு மீட்டர்ன்னு அளவுகோலை வெச்சு அளப்பாங்க.’

‘ஆமா, துணியை நீட்டிப்பார்த்து அளப்பாங்க. அதனால, அதுக்குப்பேரு நீட்டலளவை’ என்றார் சந்திரா, ‘இதுவரைக்கும் நாம பார்த்த எண்ணலளவை, நிறுத்தலளவை, முகத்தலளவை, நீட்டலளவைன்னு எதுவுமே புதுசில்லை, பல வருஷங்களா நம்ம மக்கள் இவற்றைப் பயன்படுத்தியிருக்காங்க. ஆனா, நீ சொன்ன கிலோ, லிட்டர், மீட்டரையெல்லாம் அவங்க பயன்படுத்தலை, அதுக்குப்பதிலா, வீசை, ஆழாக்கு, உழக்கு, படி, சாண், முழம், அடின்னு பல அலகுகளைப் பயன்படுத்தியிருக்காங்க.’

‘இந்த அலகுகளெல்லாம் இப்போ எங்கே போச்சும்மா?’

‘எங்கேயும் போகலை; சில பழையவங்க இன்னும் இதையெல்லாம் பயன்படுத்தறாங்க. ஆனா, பெரும்பாலான மக்கள் கிலோ, லிட்டர், மீட்டர்ன்னு மாறிட்டாங்க’ என்று விளக்கினார் சந்திரா. ‘உலகத்தோட ஒட்டி வாழறதுல தப்பில்லை; அதேசமயம், நம்ம பழைய பாரம்பரியத்தையும் மறந்துடக்கூடாது!’

★★★

76. வினைச்சொல் அமைப்பு

ஓவிய வகுப்பு. மாணவர்களுக்கு ஒரு வீட்டுப்பாடம் தந்தார் ஆசிரியர், 'குடை பிடித்துக்கொண்டு நடக்கிற ஒரு சிறுவனைப் படமாக வரையவேண்டும்.'

மறுநாள், எல்லா மாணவர்களும் தங்களுடைய ஓவியங்களைச் சமர்ப்பித்தார்கள். பெரும்பாலானோர் மழையில் குடை பிடித்து நடக்கிற ஒரு சிறுவனைதான் வரைந்திருந்தார்கள்; ஆனால், ஓரிருவருடைய ஓவியங்களில் அவன் வெயிலில் குடை பிடித்து நடந்துகொண்டிருந்தான்.

குடை ஒன்றுதான்; அதைப் பிடித்து நடக்கிற சிறுவனும் ஒருவன்தான்; ஆனால், அந்தக் குடையை அவன் மழைக் காலத்தில் பயன்படுத்தினால், அது அவனை நனையாமல் காக்கிறது; வெயில்காலத்தில் பயன்படுத்தினால், அவனைச் சூட்டிலிருந்து காக்கிறது.

தமிழில் வினைச்சொற்களும் அப்படிதான். ஒரே வேர்ச்சொல்லைப் பல இடங்களில் பலவிதமாகப் பயன்படுத்தலாம். எடுத்துக்காட்டாக:

★ 'பாடு' என்பது வேர்ச்சொல், 'பாடினான்' என்றால், அது ஓர் ஆணைக் குறிக்கிறது, 'பாடினாள்' என்றால், பெண்ணைக் குறிக்கிறது

★ 'ஆடு' என்பது வேர்ச்சொல், 'ஆடினான்' என்றால், ஓர் ஆண் ஏற்கெனவே ஆடிவிட்டான் என்று தெரிவிக்கிறது, 'ஆடுவான்' என்றால், அந்த ஆண் இனிமேல்தான் ஆடப்போகிறான் என்று தெரிவிக்கிறது

★ 'தேடு' என்பது வேர்ச்சொல், 'தேடினான்' என்றால் ஒரு மனிதன் தேடியதாகப் பொருள், 'தேடியது' என்றால் ஒரு மிருகம் தேடியதாகப் பொருள்

★ 'நாடு' என்பது வேர்ச்சொல், 'நாடினான்' என்றால் ஒருவன்மட்டும் நாடியதாகப் பொருள், 'நாடினார்கள்' என்றால் பலர் நாடியதாகப் பொருள்

இப்படி வினைச்சொல்லை வேராக வைத்துக்கொண்டு சூழ்நிலைக்கேற்ப வெவ்வேறு சொற்களை உருவாக்கலாம்; அதன்மூலம் இந்த வேறுபாடுகளைக் காட்டலாம்:

★ ஆண்பால், பெண்பால்

★ கடந்தகாலம், நிகழ்காலம், எதிர்காலம்

★ அஃறிணை, உயர்திணை

★ ஒருமை, பன்மை

வாக்கியங்களைப் பிழையில்லாமல் அமைப்பதற்கு நமக்கு இந்தப் பயிற்சி அவசியம். எடுத்துக்காட்டாக, 'ராமன் வந்தாள்' என்ற வாக்கியம் பிழையானது. காரணம், 'ராமன்' என்ற ஆண்பாலுடன் 'வந்தாள்' என்ற பெண்பால் பொருந்தவில்லை. அதனை 'ராமன் வந்தான்' என்று எழுதவேண்டும், அல்லது, 'சீதை வந்தாள்' என்று மாற்றவேண்டும்.

இதுபோல, ஒவ்வொரு வாக்கியத்திலும் பால், காலம், திணை, எண்ணிக்கை ஆகியவற்றைக் கவனித்து உரிய வினைச்சொற்களைப் பயன்படுத்தவேண்டும். அதற்கு நீங்கள் செய்தித்தாள்கள், பத்திரிகைகள், நூல்கள் போன்றவற்றில் வரும் வாக்கிய அமைப்புகளைக் கவனிக்கவேண்டும், பலவிதமான வாக்கியங்களை அமைத்துப் பழகவேண்டும்.

இப்போது, உங்களுக்கு ஒரு பயிற்சி. அடைப்புக்குறிக்குள் தரப்பட்டுள்ள வினைச்சொற்களைப் பயன்படுத்தி இந்த வாக்கியங்களைச் சரியாக முழுமைப்படுத்திப்பாருங்கள்:

★ அவன் நாளைக்கு இங்கே ______ *(வா)*.

★ அன்றைக்கு நீ நன்றாகப் _____ *(பாடு)*.

★ எழுபதுபேர் சாலையில் _________ *(நட)*.

★ பசு புல்லை ______ *(மேய்)*.

★ மரங்கள் காற்றில் _______ *(அசை)*.

★ கமலா இப்போது தேர்வு _____ *(எழுது)*.

★★★

77. மூவேந்தர்களின் மலர்கள்

அன்றைய தமிழகத்தைச் சேர, சோழ, பாண்டியர்கள் ஆண்டுவந்தார்கள் என்பது உங்களுக்குத் தெரியும். அவர்கள் ஒவ்வொருவருக்கும் ஓர் அடையாள மலர் இருந்தது தெரியுமா?

இதைத் தெரிந்துகொள்ள, நாம் புறநானூறில் உள்ள ஒரு பாடலைப் பார்க்கவேண்டும். அதை எழுதியவர், கோவூர்கிழார்.

நலங்கிள்ளி, நெடுங்கிள்ளி என்று இரண்டு மன்னர்கள். இருவருமே சோழர்கள்தான். ஆனால், அவர்களுக்குள் ஏதோ ஒரு பகை. இருவரும் ஒருவரோடு ஒருவர் மோதுவதற்குத் தயாராக நின்றார்கள்.

அந்த நேரத்தில், கோவூர்கிழார் அவர்களைச் சந்திக்கச்சென்றார். இருவருக்கும் சமாதானம் பேசிப் போரை நிறுத்த முயன்றார். அப்போது அவர் பாடிய பாடல் இப்படித் தொடங்குகிறது:

> 'இரும் பனை வெண் தோடு மலைந்தோன் அல்லன்,
> கரும் சினை வேம்பின் தெரியலோன் அல்லன்,
> நின்ன கண்ணியும் ஆர் மிடைந்துஅன்றே, நின்னொடு
> பொருவோன் கண்ணியும் ஆர் மிடைந்துஅன்றே,
> ஒருவீர் தோற்பினும் தோற்பது உம் குடியே.'

'மன்னா, எதிரே நிற்பது யார் என்று பார். அவன் கழுத்தில் என்ன மாலை இருக்கிறது என்று கவனி.'

'அவன் கழுத்தில் பனம்பூ இருக்கிறதா? இல்லை!'

'அப்படியானால், உன்னை எதிர்த்து நிற்பவன் பனம்பூ அணிந்த சேரன் இல்லை!'

'அவன் கழுத்தில் வேப்பம்பூ இருக்கிறதா? இல்லை!'

'அப்படியானால், உன்னை எதிர்த்து நிற்பவன் வேப்பம்பூ அணிந்த பாண்டியன் இல்லை!'

'அவன் கழுத்தில் உள்ளது, ஆத்திப்பூ.'

'இப்போது, உன் கழுத்தைப் பார். அங்கேயும் ஆத்திப்பூ.'

'ஆக, நீயும் சோழன், அவனும் சோழன். ஆத்திப்பூ அணிந்த ஒரு சோழனும் இன்னொரு சோழனும் மோதுகிறீர்கள்.'

'இந்தப் போரில் நீங்கள் இருவரும் வெல்லமுடியுமா?'

'வாய்ப்பில்லை. இருவரில் ஒருவர்தான் வெல்லமுடியும்.'

'அப்படியானால், தோற்கப்போவது ஒரு சோழன், இல்லையா?'

'நீயும் சோழன், அவனும் சோழன், ஒரு சோழன் தோற்பதற்கு இன்னொரு சோழன் காரணமாகலாமா? இந்தப் போரை விட்டுவிடுங்களேன். இருவரும் நண்பர்களாகிவிடுங்களேன்!'

இப்படிச் சிறப்பாகப் பேசி ஒரு போரையே நிறுத்திவிட்டார் கோவூர்கிழார். அதன்மூலம் பல உயிர்கள் காக்கப்பட்டன!

இந்தக் கதையை வாசிக்கும்போது, அன்றைக்குத் தமிழ்ப் புலவர்கள்மீது அரசர்கள் எவ்வளவு மரியாதை வைத்திருந்தார்கள் என்பதை நாம் புரிந்துகொள்கிறோம். மன்னர்களாகவே இருந்தாலும் அவர்கள் செய்த பிழையைச் சுட்டிக்காட்டும் துணிவு புலவர்களுக்கு இருந்தது என்பதை உணர்கிறோம்.

இதே மூன்று மலர்களைத் தொல்காப்பியமும் குறிப்பிடுகிறது:

'வேந்து இடை தெரிதல் வேண்டி ஏந்து புகழ்ப்

போந்தை, வேம்பே ஆர் என வரூஉம்
மாபெரும் தானையர் மலைந்த பூவும்...'

அதாவது, மூவேந்தர்களும் தங்களுக்கிடையே வேறுபாடு தெரிவதற்காக இந்த மலர்களைச் சூடிக்கொண்டார்கள்:

சேரர்கள்: பனம்பூ (போந்தை)

பாண்டியர்கள்: வேப்பம்பூ (வேம்பு)

சோழர்கள்: ஆத்திப்பூ (ஆர்)

★★★

78. யார் கட்டினார்கள்? எதனால் கட்டினார்கள்?

'கல்லணையைக் கட்டியது யார்?' என்று கேட்டான் மகேந்திரன்.

'எனக்குத் தெரியும்' என்றான் குமரன், 'கரிகாலன்!'

'அதுதான் இல்லை' என்று குறும்போடு சிரித்தான் மகேந்திரன், 'கரிகாலனா கல்லை எடுத்துவந்து கட்டினார்? கல்லணையைக் கட்டியது தொழிலாளர்கள்தான்.'

'ஆனால், கட்டச்செய்தது கரிகாலன்தானே? மன்னன் பணம் தராவிட்டால் அணையை எப்படிக் கட்டியிருப்பார்கள்?'

'உண்மைதான், கரிகாலனும் அணை கட்டினார், தொழிலாளர்களும் அணை கட்டினார்கள். ஆனால் இந்த இரண்டுக்கும் ஒரு நுட்பமான வித்தியாசம் உண்டு' என்று விளக்கினான் மகேந்திரன்:

★ கரிகாலன் தானே அணையைக் கட்டவில்லை; அதனைக் கட்டும்படி பிறரை ஏவினான். அதனை 'ஏவுதல் கருத்தா' என்பார்கள். அதாவது, ஒரு செயலைச் செய்வதற்கான பணத்தையோ பொருளையோ அதிகாரத்தையோ தந்து அதனைச் செய்யும்படி தூண்டுவது

★ தொழிலாளர்கள் தானே அணையைக் கட்டினார்கள். அதனை 'இயற்றுதல் கருத்தா' என்பார்கள். அதாவது, தானே ஒரு செயலைச் செய்வது

'அப்படியானால், நம் பள்ளித்தோட்டத்தைக் கவனித்துக்கொள்கிற தோட்டக்காரர் இயற்றுதல் கருத்தா. அந்தத் தோட்டத்துக்கு வேண்டிய நிலம், விதைகள், உரங்கள், நீர் போன்றவற்றை வாங்கித்தந்து, அவருக்குச் சம்பளம் கொடுத்துத் தோட்டத்தைக் கவனித்துக்கொள்ளச்செய்கிற தலைமையாசிரியர் ஏவுதல் கருத்தா. அப்படிதானே?'

'ஆமாம் குமரா. சரியாகச் சொன்னாய்!' என்று பாராட்டினான் மகேந்திரன், 'ஏவுதல் என்றால், இதைச் செய் என்று ஒருவரைத் தூண்டுவது.'

'அம்பு ஏவினான் என்பார்களே.'

'ஆமாம். அம்பைத் தூண்டி ஓர் இடத்துக்கு ஏவுகிறோம்; அதுபோல, கரிகாலன் தன்னுடைய பணியாளர்களை ஆற்றங்கரைக்கு ஏவினான், கல்லணையைக் கட்டச்செய்தான்' என்று விளக்கியவன் இன்னொரு புதிர் போட்டான், 'சரி, கல்லணையை எதனால் கட்டினார்கள்?'

'அதான் பெயரிலேயே 'கல்' என்று வந்துவிட்டதே, கல்லால் கட்டினார்கள்.'

'வெறுமனே கல்லை ஒன்றன்மேல் ஒன்றாக அடுக்கிவைத்து விட்டார்களா? கட்டுமானக் கருவிகள் எதையும் பயன்படுத்தவில்லையா?'

'பயன்படுத்தியிருப்பார்கள்' என்றான் குமரன், 'அப்படியும் சொல்லலாம்.'

'இப்போது உங்கள் வீட்டில் இட்லி செய்கிறார்கள். அதை எதனால் செய்கிறார்கள் என்று கேட்டால், மாவால் செய்கிறார்கள் என்றும் சொல்லலாம்; இட்லிப்பாத்திரத்தால் செய்கிறார்கள் என்றும் சொல்லலாம்' என்று புரியவைத்தான் மகேந்திரன்:

★ மாவு என்பது இட்லி செய்யப் பயன்பட்டது; பின்னர் இட்லியாகவே மாறிவிட்டது. இதனை முதற்கருவி என்பார்கள்

★ இட்லிப் பாத்திரம் என்பதும் இட்லி செய்யப் பயன்பட்டது; ஆனால், இட்லியைச் செய்தபிறகு, அது அவசியமில்லை. இதனைத் துணைக்கருவி என்பார்கள்

'அப்படியானால், தேர்வு எழுதுவதற்கு நம்முடைய அறிவு முதற்கருவி; பேனா துணைக்கருவி. சரிதானே?'

'ஆமாம் குமரா. எப்போதும் தேர்வு நினைவாக இருப்பதால்தான் நீ எல்லாப் பாடங்களிலும் அருமையான மதிப்பெண்களை வாங்குகிறாய்' என்று மகேந்திரன் சொன்னதும், அவர்கள் இணைந்து சிரித்தார்கள்.

★★★

79. அளபெடை வகைகள்

தமிழாசிரியர் தன்னுடைய அறையில் அமர்ந்து செய்தித்தாளைப் பிரித்தவுடன், கதவு தட்டப்பட்டது. ‘வணக்கம் ஐயாஆஆஆ’ என்றபடி இருவர் உள்ளே நுழைந்தார்கள்.

‘என்ன, வரும்போதே அளபெடையா?’ என்று சிரித்தார் தமிழாசிரியர், ‘வெறுமனே ஐயான்னு சொன்னாப் போதுமே, அதென்ன ஐயாஆஆஆ?’

‘சந்தேகமே அந்த அளபெடையிலதான் ஐயா’ என்றாள் மலர்விழி.

‘அப்படி என்னம்மா சந்தேகம்? நான் நேத்திக்கு அளபெடையைப் பத்திச் சொல்லித்தந்தது புரியலையா?’

‘நல்லாப் புரிஞ்சதுங்கய்யா’ என்றாள் கேதரின், ‘ஒரு நெடில் எழுத்து அதோட வழக்கமான இரண்டு மாத்திரை அளவுக்குமேலே நீண்டு ஒலிச்சா அது அளபெடை. அதைக் குறிப்பிடறதுக்கு அந்த நெடிலுக்குப் பக்கத்துல அதோட இனமான குறிலைக் குறிப்பிடுவாங்க.’

‘அதான் சரியாப் புரிஞ்சுகிட்டிருக்கீங்களே. அப்புறமென்ன சந்தேகம்?’

'ஐயா, செய்யுள்ள அளபெடை வருதுன்னு புரியுது. ஆனா, அது ஏன் வருதுங்கறதுலதான் சந்தேகம்' என்றாள் மலர்விழி. 'நான் ஒரு காரணம் சொல்றேன்; இவ இன்னொரு காரணம் சொல்றா; இதுல எது சரின்னு தெரியலை.'

'ரெண்டு காரணத்தையும் சொல்லுங்க; எது சரின்னு கண்டுபிடிச்சுடுவோம்!' என்று சிரித்தார் தமிழாசிரியர்.

முதலில் மலர்விழி பேசினாள், 'ஐயா, ஒவ்வொரு செய்யுளுக்கும் தனித்தனி இலக்கணம் இருக்கு; அதன்படி சில இடங்கள்லே சிலவிதமான சொற்கள்தான் வரணும்; சிலவிதமான சொற்கள் வரக்கூடாது; அப்படி வரக்கூடாத சொற்கள் ஏதாவது வந்துட்டா, அவற்றைச் சரிசெய்யறதுக்கு அளபெடையைப் பயன்படுத்தலாம்ன்னு நான் நினைக்கறேன்.'

'நல்ல விளக்கம். இதுக்கு ஓர் எடுத்துக்காட்டு சொல்லு, பார்ப்போம்.'

'தெய்வம் தொழாள்-ன்னு ஒரு குறள் தொடங்குதுங்கய்யா, அதை அப்படியே எழுதினா, 'தொழாள்'ங்கற ஓரசைச்சீர் வரும். வெண்பாவுக்கு நடுவிலே ஓரசைச்சீர் வரக்கூடாது. அதனால, வள்ளுவர் அதைத் தொழாஅள்-ன்னு அளபெடையாப் பயன்படுத்தறார்.'

'அருமை!' என்றார் தமிழாசிரியர், 'நீ என்ன சொல்றே கேதரின்?'

'ஐயா, மலர்விழி சொல்றது சரியான விளக்கம்தான். ஆனா, எல்லா இடத்திலும் அப்படி வர்றதில்லை, எடுத்துக்காட்டா, இன்னொரு திருக்குறள்ல கெடுப்பதும்-ங்கற ஒரு சொல் வருது; அது இலக்கணப்படி சரிதான்; ஆனாலும் வள்ளுவர் அதைக் கெடுப்பதூஉம்-ன்னு அளபெடையாப் பயன்படுத்தறாரே. அது ஏன்?'

'நீயே சொல்லேன், கேட்போம்!'

'அளபெடைங்கறது இனிமையான இசையைத் தர்றதுக்காகதான் வருதுன்னு நான் நினைக்கறேங்கய்யா, சரியா?'

'நீங்க ரெண்டுபேர் சொன்னதும் சரி' என்றார் தமிழாசிரியர், 'சில

நேரங்கள்ல செய்யுளோட இலக்கணத்தை ஒழுங்குபடுத்தறதுக்காக அளபெடையைப் பயன்படுத்தறதும் உண்டு; அதைச் செய்யுளிசை அளபெடைன்னு சொல்வாங்க. அப்படி எந்த இலக்கணப் பிரச்னையும் இல்லாதபோதும் அளபெடை வரலாம்; அப்போ அது இனிய இசைக்காக வரும்; அதை இன்னிசை அளபெடைன்னு சொல்வாங்க.'

'மூணாவதா ஒரு வகையும் இருக்கு, அதோட பேரு சொல்லிசை அளபெடை' என்று விளக்கினார் அவர், 'இந்த வகை அளபெடை, ஒரு பெயர்ச்சொல்லை வினையெச்சமா மாத்தும். எடுத்துக்காட்டா, நசை-ன்னா ஆசைன்னு பொருள், அதையே நசைஇ-ன்னு அளபெடையா எழுதினா, அது விரும்பி-ங்கற பொருளைத் தரும்.'

'ஆக, செய்யுள் இலக்கணத்துக்காக அளபெடுப்பது செய்யுளிசை அளபெடை, இனிய இசைக்காக அளபெடுப்பது இன்னிசை அளபெடை, பெயர்ச்சொல்லை வினையெச்சமா மாத்தறதுக்காக அளபெடுப்பது சொல்லிசை அளபெடை. இப்படிப் பல காரணங்களாலே செய்யுள்ல அளபெடைகள் வருது.'

★★★

40. தொடர்களின் வகைகள்

அவன் வந்தான்.

இந்தச் சொற்றொடரில் 'அவன்' என்ற எழுவாய் உள்ளது. 'வருதல்' என்ற வினைச்சொல்லும் இடம்பெற்றிருக்கிறது. அது 'வந்தான்' என்று பயன்பட்டிருப்பதால், கடந்தகாலத்தைக் காட்டுகிறது. இதனை நாம் வாசிக்கும்போது, நடந்தது என்ன என்பது நமக்குத் தெளிவாக விளங்கிவிடுகிறது. ஆகவே, இதனை நாம் 'தனிநிலைத்தொடர்' என்கிறோம்.

'தனிநிலை' என்றால், தனித்திருக்கும் நிலை, வேறு சொற்றொடர்களைச் சாராமல் இந்தச் சொற்றொடர் தனித்து நின்று பொருள் தருகிறது. இப்போது, இந்தச் சொற்றொடரைக் கொஞ்சம் விரிவாக்குவோம்:

அவன் வந்தான்; ஆகவே, அவள் மகிழ்ந்தாள்.

இங்கே 'அவன் வந்தான்' என்பது தனிநிலைத்தொடர், அதாவது, தனித்துப் பொருள் தருகிறது. ஆனால், அந்தச் சொற்றொடருக்குப் பின்னால் வரும் 'ஆகவே, அவள் மகிழ்ந்தாள்' என்ற சொற்றொடரைக் கவனியுங்கள். அது தனித்துப் பொருள் தருவதில்லை. அவள் எதனால் மகிழ்ந்தாள் என்கிற விளக்கம் அங்கே இல்லை. முதல் சொற்றொடரோடு சேர்த்துப் படித்தால்தான் 'அவன் வந்ததால் அவள்

மகிழ்ந்தாள்' என்கிற பொருள் நமக்குப் புரிகிறது. இதுபோன்ற அமைப்புகளைத் 'தொடர்நிலைத்தொடர்' என்பார்கள். அதாவது, சொற்றொடர்கள் தனித்து நிற்காமல், ஒன்றுக்குப்பின் இன்னொன்று எனத் தொடர்ந்து வரும்; ஒன்றையொன்று சார்ந்து பொருள் தரும். இதனைப் புரிந்துகொள்வதற்கு, ஒரு ரயில் வண்டியைக் கற்பனை செய்துகொள்ளலாம்.

★ முன்னால் உள்ள 'எஞ்சின்' தனிநிலைத்தொடரைப்போல, அது தனியாக ஓடும். அதுபோல, தனிநிலைத்தொடர் தனித்துப் பொருள் தரும்

★ அதற்குப் பின்னால் வரும் பெட்டிகள் தனித்து ஓடாது, எஞ்சினைச் சார்ந்துதான் அவை ஓடும். அதுபோல, தொடர்நிலைத்தொடர்கள் முதலில் வரும் சொற்றொடரைச் சார்ந்து அமையும்

ரயில் வண்டியில் எஞ்சினையும் பின்னால் உள்ள பெட்டியையும் இணைப்பதற்கென்று ஒரு சிறப்பு அமைப்பு இருக்கும். அதுபோல, தொடர்நிலைத்தொடரில் முதல் சொற்றொடரையும் பின்னால் வரும் சொற்றொடரையும் இணைக்கிற சொற்கள் சில உண்டு. எடுத்துக்காட்டாக: ஆகவே, ஆனால், எனவே, எனினும் போன்றவை.

★ அவன் படித்தான்; ஆகவே, நல்ல மதிப்பெண் பெற்றான்

★ நீ சிரிக்கிறாய்; எனவே, அழகாக இருக்கிறாய்

★ அன்றைக்கு மழை பெய்தது; எனினும், அவன் நனையவில்லை

★ அவன் ஏழை; ஆனாலும், பிறருக்கு உதவுவான்

சில நேரங்களில் தொடர்நிலைத்தொடரின் பகுதிகளைத் தொகுத்து ஒரே சொற்றொடராகவும் எழுதிவிடலாம். எடுத்துக்காட்டாக, 'அவன் வந்தான்; ஆகவே, அவள் மகிழ்ந்தாள்' என்பதை 'அவன் வந்ததால் அவள் மகிழ்ந்தாள்' என்றும் எழுதலாம். இவ்வகைச் சொற்றொடர்களைக் 'கலவைத்தொடர்' என்பார்கள்.

★★★

81. நால்வகைப் படைகள்

ஒரு நாட்டுக்குப் பாதுகாவல், அந்நாட்டின் ஆட்சியாளர்தான். அந்தப் பாதுகாப்புப் பணியில் அவருக்குத் துணைநிற்பவை, படைகள்.

பிறநாடுகளைப் பிடிக்கவேண்டும் என்பதற்காகவே படைகளை வளர்த்த ஆட்சியாளர்கள் உண்டு. ஆனால் அப்படி நாடு பிடிக்கும் வெறியெல்லாம் குறைந்துவிட்ட இன்றைய சூழ்நிலையிலும் படைகள் உள்ளன; ஒவ்வொரு நாடும் தன்னுடைய எல்லைகளைப் பாதுகாத்துக்கொள்வதற்காக இந்தப் படைகளைப் பயன்படுத்துகின்றன.

பழந்தமிழ் அரசர்கள் நான்குவகைப் படைகளை அமைத்திருந் தார்கள்: யானைப்படை, தேர்ப்படை, குதிரைப்படை, காலாட்படை. இதில் யானைப்படை என்பது, யானைமீது ஏறிப் போர்செய்யும் வீரர்கள்மட்டுமில்லை, எதிரிகளின் கோட்டைச்சுவர்கள், கதவுகள் போன்றவற்றைத் தாக்குவதற்கும் யானைகள் பயன்படுத்தப்பட்டன. இதை முத்தொள்ளாயிரத்தில் ஒரு பாடல் விளக்குகிறது:

> உரு அத்தார்த் தென்னவன் ஓங்கு எழில் வேழத்து
> இருகோடும் செய்தொழில் எண்ணில், ஒரு கோடு ஆங்கு

வேற்றார் அகலம் உழுமே, மற்று ஏனையது
மாற்றார் மதில் திறக்குமால்.

பகைவர்களுக்கு அச்சத்தைத் தரும் உருவத்தையும் மாலையையும் அணிந்த பாண்டியனின் யானைகளுக்கெல்லாம் இரண்டு தந்தங்கள் உள்ளனவே. அது ஏன்?

ஒரு தந்தம், எதிரிகளின் மார்பைக் கிழிப்பதற்கு, இன்னொரு தந்தம், அவர்களுடைய மதில் சுவர்களை உடைத்து எறிவதற்கு!

சோழனின் படையிலும் பல யானைகள் உள்ளன. அவை எதிரிகளின் அயில்கதவம், எயில்கதவத்தின்மீது மோதுகின்றன.

அதென்ன அயில்கதவம், எயில்கதவம்?

அந்தக்காலத்தில் அரசர்களின் கோட்டைகளைப் பாதுகாப்பதற்காகப் பலவிதமான கதவுகள் பொருத்தப்பட்டிருந்தன. அவற்றில் ஒன்றான அயில்கதவத்தில் கூரான ஈட்டிமுனைகள் பதிக்கப்பட்டிருக்கும். அவற்றின்மீது யார் மோதினாலும் அவர்களைக் குத்திக் காயப்படுத்தும்.

ஒருவேளை யாராவது அந்த அயில்கதவத்தை உடைத்துத் திறந்துவிட்டாலும், அடுத்து எயில்கதவம் என்ற ஒரு வலுவான கதவு இருக்கும். அதை உடைப்பது இன்னும் சிரமம்.

ஆனால், சோழனின் யானைக்கு இதுபோன்ற ஏற்பாடுகளெல்லாம் ஒரு பொருட்டே அல்ல. அது போர்க்களத்தில் அதிவேகமாகப் பாய்ந்து அயில்கதவத்தையும் எயில்கதவத்தையும் உடைத்துத்தள்ளுகிறது, எதிரிநாட்டுக்குள் பாய்கிறது.

அப்போது, அந்த யானையின் தந்தங்களில் அந்த எயில்கதவம் சிக்கிக்கொண்டிருக்கிறது. அதோடு போர்க்களத்தின் மத்தியில் கம்பீரமாக நிற்கிறது சோழனின் யானை. அந்தக் காட்சியைப் பார்க்கும்போது, பனிக்கடலில் ஒரு பாய்மரக்கலத்தைப் பார்க்கிறாற்போலிருக்கிறதாம்:

அயில்கதவம் பாய்ந்து உழக்கி, ஆற்றல்சால் மன்னர்
எயில்கதவம் கோத்து எடுத்த கோட்டால், பனிக்கடலுள்
பாய்ந்து ஓய்ந்த நாவாய்போல் தோன்றுமே எம் கோமான்
காய் சின வேல் கிள்ளி களிறு.

யானைப்படையைப்போலவே குதிரைமீது ஏறி வரும் வீரர்கள், தேர்மீது ஏறிவரும் வீரர்களும் தனித்தனிப்படைகளாக இயங்கினார்கள். நிறைவாக, ‘காலாட்படை’யும் வீரத்தோடு போரிட்டது.

‘காலாட்படை’ என்ற சொல், கால் + ஆள் + படை என்று பிரியும். அதாவது, யானை, குதிரை, தேர் போன்றவற்றின்மீது ஏறி வராமல் காலால் நடந்து வந்து போர் செய்யும் வீரர்கள் இவர்கள். இப்படையை முன்னணிப்படை, முன்னெழுதருபடை என்றும் அழைப்பார்கள்.

‘முன்னெழுதருபடை’ என்றால், முன் எழுதரு படை, அதாவது, முன்னே வருகிற படை என்பது பொருள். எந்தவொரு படையிலும் இவர்கள்தான் முன்னே நடந்துவந்து போரைத் தொடங்குவதால் இந்தப் பெயர் அமைந்தது.

★★★

82. வினாவுத்தரம்

விடுமுறைக்குப்பின் பள்ளி திறந்தது. மாணவர்களெல்லாம் பல நாட்களுக்குப்பிறகு ஒருவரையொருவர் சந்திப்பதால், ஆசையோடு அளவளாவிக்கொண்டிருந்தார்கள்.

'சுந்தர், உங்க வீட்ல எல்லாரும் விடுமுறைக்கு எந்த ஊருக்குப் போனீங்க?' என்று கேட்டான் கண்ணன்.

'தமிழ்ல செல்வத்துக்கு இன்னொரு சொல் என்ன?' என்று பதிலுக்கு ஒரு கேள்வி கேட்டான் சுந்தர்.

'என்னடா? நான் ஏதோ கேட்கறேன், நீ வேறென்னவோ சொல்றே?'

'எல்லாம் காரணமாத்தான்' என்று சிரித்தான் சுந்தர், 'முதல்ல நான் கேட்ட கேள்விக்குப் பதில் சொல்லு, தமிழ்ல செல்வத்தைக் குறிப்பிடற இன்னொரு சொல் என்ன?'

கண்ணன் சற்றே யோசித்துவிட்டு, 'திரு' என்றான்.

'ஆமாம். அடுத்து, அரிசி எதிலிருந்து வருது?'

'நெல்லிலேர்ந்து.'

'அந்த நெல் வயல்ல யாரும் நுழைஞ்சிடாம பாதுகாக்கறதுக்கு என்ன போடுவாங்க?'

'வேலி.'

'இப்போ நீ சொன்ன மூணு பதில்களையும் தொகுத்துப்பாரு. நான் சென்ற ஊர் தெரியும்' என்றான் சுந்தர்.

'திரு... நெல்... வேலி... அட, திருநெல்வேலி!' என்று சிரித்தான் கண்ணன். 'இதை நேரடியாச் சொல்லியிருக்கலாமே.'

'சொல்லியிருக்கலாம். ஆனா, நீ இப்படி மகிழ்ந்து சிரிக்கிறதைப் பார்த்திருக்கமுடியாதே' என்றான் சுந்தர், 'உண்மையிலே இது ஒரு சுவையான விளையாட்டு, தெரியுமா?'

'ஆமா சுந்தர். ஒரு கேள்விக்கு நேரடியாப் பதில் சொல்லாம, வேற சில கேள்விகளைக் கேட்டு, அதுக்குச் சொல்ற பதில்களை வெச்சு இந்தப் பதிலை வரவழைக்கிறது அருமையான விளையாட்டுதான். இதை நீயே கண்டுபிடிச்சியா?'

'ம்ஹூம், நம்ம தமிழ்ப்புலவர்கள் இதை எப்பவோ கண்டுபிடிச்சுட்டாங்க. இந்தவகைப் பாடல்களுக்கு வினாவுத்தரம்ன்னு ஒரு பேரே வெச்சிருக்காங்க.'

'அட, அப்படியா?'

'ஆமாம் கண்ணா. இந்த வகையிலே பல பாடல்கள் இருக்கு; அதுல வரிசையாச் சில கேள்விகள் வரும், அதுக்கெல்லாம் ஒவ்வொண்ணாப் பதில் சொல்லிச் சேர்த்துப்பார்த்தா, நிறைவா வர்ற கேள்விக்கு அதுவே பதிலா இருக்கும்.'

'புரியலையே!'

'இப்போ நாம கேட்ட கேள்விகளையே ஒரு பாடலாக்கலாமே' என்றான் சுந்தர்:

> 'செல்வத்தின் பெயரென்ன? சிறப்பான அரிசிதரும்
> நல்வித்தின் பெயரென்ன? நாட்டார்தம் வயல்பிறர்
> செல்லாமல் தடுப்பதற்குச் செய்கின்ற காப்பென்ன?
> நல்லோர்கள் வாழுமவ்வூர் நான்சென்று வந்தேன்காண்.'

‘இந்தப் பாட்டுல, செல்வத்தின் பெயர் என்ன, அரிசி தரும் நல் வித்து எது, நாட்டாருடைய வயலிலே பிறர் செல்லாமல் தடுக்கிற பாதுகாப்பு எது-ங்கற மூணு கேள்விக்கும் திரு, நெல், வேலி-ன்னு பதில் சொன்னா, நான் சென்ற ஊர் எது-ங்கற கேள்விக்குத் தானா பதில் தெரியும்: திருநெல்வேலி. இப்படிக் கேள்வி, பதில் முறையிலே அமையற பாடல்களைத்தான் வினாவுத்தரம்ன்னு சொல்வாங்க.’

★★★

83. அறிவுடையோர்க்கு எதற்கு ஆற்றுணா?

வெளியூர் செல்கிறீர்கள்; என்னவெல்லாம் எடுத்துவைத்துக் கொள்வீர்கள்?

செல்லும் இடத்தில் அணிவதற்கான உடைகள், சோப்பு, சீப்பு, கண்ணாடி, வழியில் வாசிக்கப் புத்தகங்கள், செல்பேசி, அதற்கு மின்சாரம் ஏற்றும் கருவி...

இவை போதுமா? வழியில் சாப்பிட உணவு வேண்டாமா? அதைக் கொண்டுசெல்லமாட்டீர்களா?

'அட, உணவையெல்லாமா கொண்டுபோகணும்?' என்பார்கள் இன்றைய மக்கள். காரணம், நாம் எந்த வெளியூருக்குச் சென்றாலும் வழியெங்கும் உணவகங்கள் உள்ளன. எப்போது பசித்தாலும் சட்டென்று ஓர் உணவகத்தினுள் நுழைந்து சாப்பிடலாம்.

ஆனால் அன்றைக்கு, ஊரில் இத்தனை உணவகங்கள் இல்லை. ஆகவே, வெளியூர் செல்லும் மக்கள் நினைத்த நேரத்தில் சாப்பிடுவதற்கு வழியில்லை. ஆகவே, அவர்கள் தங்களுக்கு வேண்டிய உணவையும் பொட்டலம் கட்டிக்கொண்டு

சென்றார்கள். அதன்பிறகு, வழியில் எப்போதாவது பசித்தால் சட்டென்று அதனை அவிழ்த்துச் சாப்பிட்டார்கள்.

இவ்வாறு கட்டிக்கொண்டு செல்லும் சாப்பாடு என்பதால் அதனைக் 'கட்டுச்சோறு' என்று அழைத்தார்கள். இதன் இலக்கியப்பெயர், ஆற்றுணா.

ஆறு + உணா => ஆற்று உணா => ஆற்றுணா

இங்கே 'ஆறு' என்ற சொல் வந்திருப்பதால், நதியில் குளித்துவிட்டுதான் இந்த உணவைச் சாப்பிடவேண்டும் என்று நினைத்துவிடவேண்டாம். 'ஆறு' என்ற சொல்லுக்கு 'வழி' என்ற பொருளும் உண்டு. எடுத்துக்காட்டாக, உங்களுக்கு 'வரலாறு' என்ற பாடம் உள்ளதல்லவா? அது வரல் + ஆறு என்று பிரியும், அதாவது, வந்த வழி, இதுவரை நடந்த நிகழ்வுகளைப் படிக்கிறோம், ஆகவே, அது வரலாறு.

அதுபோல, இங்கே 'ஆறு' என்ற சொல் வெளியூர் செல்லும் வழியைக் குறிக்கிறது. அங்கே சாப்பிடும் உணவுதான் ஆற்றுணா.

இதனை 'உணவு' என்று சொல்லாமல் 'உணா' என்று சொல்வது ஏன்?

தமிழில் 'வு' என்ற விகுதியில் நிறைவடையும் பல சொற்களில் அந்த விகுதி கெட்டு, அதற்கு முந்தைய குறிலெழுத்து நீண்டு நெடிலாக மாறும். எடுத்துக்காட்டாக:

நிலவு => நிலா

கனவு => கனா

இரவு => இரா

வினவு => வினா

அதுபோல, உணவு => உணா

ஆக, அன்றைக்கு வெளியூர் சென்ற தமிழர்கள் பலர் 'ஆற்றுணா'வைக் கட்டிக்கொண்டுதான் கிளம்பியிருக்கிறார்கள். அதுவே அவர்களுடைய பசியைத் தீர்த்திருக்கிறது.

ஆனால், சிலர்மட்டும் அப்படி ‘ஆற்றுணா’வைக் கட்டிக்கொள்ளவில்லை. அப்படியே கிளம்பிச்சென்றுவிட்டார்கள்.

ஏன் அப்படி? அவர்களுக்குப் பசிக்காதா?

பசிக்கும். ஆனால், அப்படிப் பசிக்கும்போது அங்குள்ள மக்கள் அவர்களை வரவேற்றுச் சாப்பாடு போடுவார்கள். ஆகவே, அவர்களுக்கு ஆற்றுணா தேவையில்லை. காரணம், அவர்கள் நன்கு படித்தவர்கள். அவர்களுக்குச் சென்ற இடமெல்லாம் சிறப்பு. ஆற்றுணா கட்டிக்கொண்டு கிளம்பவேண்டியதில்லை, எங்கும் உணவு கிடைக்கும்.

இந்தச் சுவையான விஷயத்தைச் சொல்லும் பாடல், ‘பழமொழி நானூறு’ தொகுப்பில் உள்ளது. இதனை எழுதியவர் முன்றுறையரையனார்:

ஆற்றவும் கற்றார், அறிவுடையார், அஃது உடையார்
நால் திசையும் செல்லாத நாடு இல்லை, அந்நாடு
வேற்று நாடு ஆகா, தமவேயாம், ஆயினால்
ஆற்று உணா வேண்டுவது இல்

நன்கு கற்றவர்கள், அறிவுடையவர்கள் நான்கு திசைகளிலும் எல்லா நாடுகளுக்கும் செல்வார்கள். அந்த நாடுகளெல்லாம் வேற்று நாடுகளே அல்ல, அவர்களுடைய நாடுகள்தான். ஆகவே, அவர்களுக்கு எங்கும் உணவு கிடைக்கும், ஆற்றுணா தேவையில்லை.

அப்புறமென்ன? நன்றாகப் படியுங்கள். அறிவை வளர்த்துக் கொள்ளுங்கள். அதன்பிறகு நீங்கள் எங்கே வேண்டுமானாலும் செல்லலாம். எல்லாத் திசைகளிலும் உங்களுக்கு உணவும் புகழும் செல்வமும் குவியும்!

★★★

84. தமிழ்க் கவிஞரும் தெலுங்குச் சுவைஞரும்

பன்னிரண்டு வயது மாணவர் ஒருவர்; கவிதை எழுதினார்.

இது ஒரு பெரிய விஷயமா? அந்த வயதில் எல்லா மாணவர்களுக்கும்தான் கவிதை எழுதுகிற ஆசை இருக்கும். காகிதத்தில் ஐந்தாறு வரிகள் எழுதிப்பார்ப்பார்கள்.

ஆனால், இராசமாணிக்கம் என்ற இந்த மாணவர் ஐந்தாறு வரிகள் எழுதவில்லை, காவியம் எழுதினார்; அதுவும் ஒன்றல்ல, இரண்டு காவியங்களை எழுதினார்.

பன்னிரண்டு வயதில் இரண்டு காவியங்களா! வியப்பாக இருக்கிறதே!

அந்த வயதில் அம்மாணவருக்கு இருந்த கவித்திறனும் தமிழார்வமும் உண்மையிலேயே வியப்புக்குரியவைதான். அதேசமயம், அவர் இரண்டு காவியங்களை எழுத இன்னொரு காரணமும் உண்டு: அவருடைய நண்பர் தீனதயாளன்.

வேடிக்கையான விஷயம், அந்தத் தீனதயாளனின் தாய்மொழி தெலுங்கு, அவருக்குத் தமிழ் படிக்கத் தெரியாது. ஆகவே,

இராசமாணிக்கம் எழுதும் கவிதைகளை அவர் வாசித்துச் சுவைக்க வாய்ப்பில்லை.

ஆனாலும், இராசமாணிக்கம் அவரை விடவில்லை, 'நான் எழுதிய ஒரு கவிதையை வாசித்துக்காண்பிக்கிறேன்; நீ அதைக் கேட்டு உன்னுடைய கருத்துகளைச் சொல்' என்றார்.

'எனக்கு வேறு வேலை இருக்கிறதே' என்று நழுவப்பார்த்தார் தீனதயாளன்.

'கொஞ்சம் பொறு, நீ என்னுடைய கவிதையைக் கேட்டால், நான் உனக்குச் சுவையான தின்பண்டங்கள் வாங்கித்தருகிறேன்' என்று ஆசைகாட்டினார் இராசமாணிக்கம்.

தின்பண்டங்களின்மீது ஆசையில்லாத சிறுவர்கள் உண்டா? தீனதயாளன் இந்த ஏற்பாட்டுக்கு ஒப்புக்கொண்டார்.

அதன்பிறகு, தினந்தோறும் தான் எழுதும் கவிதைகளையெல்லாம் தீனதயாளனுக்கு வாசித்துக்காட்டுவார் இராசமாணிக்கம். அவரும் அதைக் கேட்டு ரசிப்பார்.

ஆரம்பத்தில் தின்பண்டத்துக்காகக் கவிதை கேட்க ஆரம்பித்த தீனதயாளன், கொஞ்சம்கொஞ்சமாக இலக்கிய ருசியில் சொக்கிப்போனார். இராசமாணிக்கத்தின் கவிதைகளைக் கேட்டு மகிழ்ந்தார், சிரித்தார், அழுதார், சுவைத்தார், பாராட்டினார்.

இதையெல்லாம் பார்த்துப்பார்த்து இராசமாணிக்கத்துக்கும் ஊக்கம் அதிகரித்தது. ஆர்வத்துடன் நிறைய எழுதத் தொடங்கினார்.

பின்னர் அவர் பெரிய எழுத்தாளராகப் புகழ்பெற்றுப் பல நூல்கள் எழுதியபோது, தன் சிறுவயது நண்பரான தீனதயாளனைக் குறிப்பிட்டு நன்றி தெரிவித்தார். 'அந்த இளம் சுவைஞனை என் வாழ்நாள் உள்ளவரை என்னால் மறக்கமுடியாது' என்றார்.

அந்த இராசமாணிக்கம், 'பாவலரேறு' என்று போற்றப்படும் பெருஞ்சித்திரனார். 1933ல் சேலம் மாவட்டத்தில் பிறந்தவர், சிறுவயதிலிருந்தே சிறந்த எழுத்தாளராக வளர்ந்து பல

அருமையான படைப்புகளை வழங்கியவர்; தமிழுணர்வை மக்கள் மத்தியில் பரப்பியவர்.

பெருஞ்சித்திரனாரின் பாடல்கள் ‘கனிச்சாறு’ எனும் தலைப்பில் தொகுக்கப்பட்டிருக்கின்றன. அவருடைய கட்டுரைகள், ஆய்வுரைகளும் பல நூல்களாக வெளியாகியிருக்கின்றன.

★★★

85. நட்பின் பெருமை

உங்களுக்கு நண்பர்கள் இருக்கிறார்களா?

அட, உலகில் எல்லாருக்கும்தான் நண்பர்கள் இருக்கிறார்கள். யாரிடமும் பேசாமல், பழகாமல் இருப்பதில் ஏது இன்பம்?

ஆகவே, நாம் எல்லாரும் பலரிடம் நட்பாக இருக்கிறோம். இயன்றவரை நண்பர் வட்டத்தைப் பெருக்கிக்கொள்கிறோம்.

பண்புடையவர்களிடம் பழகுவது மிக இனிமையானது. அந்த நட்பை நல்ல புத்தகங்களுடன் ஒப்பிடுகிறார் வள்ளுவர்.

நல்ல புத்தகங்களை வாசிக்கும்போது நாம் மிகவும் மகிழ்வோம்; மனநிறைவடைவோம்; அவற்றிலிருந்து பல நல்ல விஷயங்களைத் தெரிந்துகொண்டு பயன்படுத்துவோம். அதைப்போல, பண்புள்ளவர்களிடம் பழகுவது மகிழ்ச்சியை, மனநிறைவை, பல நன்மைகளைத் தருகிறது.

சரி, அப்படிப் பழகியபிறகு என்ன நடக்கும்?

நல்ல புத்தகத்தைப் படித்துவிட்டு யாராவது தூக்கி எறிவார்களா? அதைப் பத்திரமாக வைத்திருப்பார்கள்; இயன்றபோதெல்லாம் மீண்டும் படிப்பார்கள்.

அப்படி ஒவ்வொருமுறை படிக்கும்போதும், அதில் நமக்கு ஒரு புதிய சுவை தோன்றும். முதன்முறை அனுபவித்த அதே மகிழ்ச்சியை அனுபவிப்போம்.

அதைப்போல, பண்புள்ளவர்களுடன் பழகும் நட்பு என்றென்றும் தொடரும். அவர்களோடு பழகப்பழக நாம் மிகவும் மகிழ்வோம், நன்மைபெறுவோம்.

நவில்தொறும் நூல்நயம்போலும், பயில்தொறும்
பண்புடையாளர் தொடர்பு

இப்படிப் பண்புள்ள, அறிவுள்ள இருவர் தங்களுக்குள் நட்பாகப் பழகினால்?

அத்தகைய நட்பை வளர்பிறை நிலவுக்கு ஒப்பிடுகிறார் வள்ளுவர். வளர்பிறையின்போது நிலா எப்படி நாளுக்கு நாள் வளர்கிறதோ, அதுபோல, இவர்களுடைய நட்பும் வளர்ந்துகொண்டே செல்லுமாம்.

அப்படியானால், அறிவற்றவர்களின் நட்பு?

அதுவும் நிலவுதான். ஆனால், அது தேய்பிறை நிலவுக்குச் சமம். தேய்பிறையின்போது நிலா எப்படி நாளுக்கு நாள் தேய்கிறதோ, அதுபோல, இவர்களுடைய நட்பும் தேய்ந்துகொண்டே செல்லுமாம்.

நிறை நீர நீரவர் கேண்மை, பிறை மதிப்
பின் நீர பேதையார் நட்பு

சிலர் தங்களுடைய நட்பைப்பற்றி விரிவாகப் பேசுவார்கள், புகழ்ந்து கூறுவார்கள், அக்கம்பக்கத்தில் இருக்கிறவர்களெல்லாம் இதைப்பார்த்து, 'அடடா, இவர்கள் எப்பேர்ப்பட்ட நண்பர்கள்' என்று வியப்பார்கள்.

வேறு சிலர், தங்களுடைய நட்பைப்பற்றிப் பேசுவதே இல்லை. எப்போதும்போல் பழகுவார்கள், ஆனால் அதைப்பற்றி விளம்பரப்படுத்திக் கொண்டிருக்கமாட்டார்கள்.

இந்த இரண்டில் எந்தவகை நட்பு சிறந்தது?

இரண்டாவது வகைதான் சிறந்தது என்கிறார் வள்ளுவர். ‘இவர் எனக்கு இப்படிப்பட்ட நண்பர்’ என்றெல்லாம் சொல்லிக்கொண்டிருந்தால் அது கீழான நட்பு என்பது அவருடைய கருத்து.

இனையர் இவர் எமக்கு, இன்னம் யாம் என்று
புனையினும் புல் என்னும் நட்பு

ஆக, உண்மையான நட்பு, வெளிச்சொற்களால் அமைவதில்லை; உள்ளுணர்வுகளால் அமைகிறது; நண்பர்கள் இருவருடைய உள்ளத்துக்குள் அது என்றென்றும் வளர்ந்துகொண்டே இருக்கிறது; ஒரு நல்ல நூலைத் திரும்பத்திரும்ப வாசிப்பதுபோலச் சுகம் தருகிறது.

★★★

86. நானைப் பார்த்தேனா?

'அவன் பார்த்தான்.'

'அவனைப் பார்த்தான்.'

இந்த இரு சொற்றொடர்களிலும் அவன், பார்த்தல் என்ற சொற்கள்தான் இடம்பெற்றுள்ளன. ஆனால், இரண்டும் வெவ்வேறு பொருளைத் தருகின்றன: முதல் சொற்றொடரில் ஒருவன் பார்க்கிறான், இரண்டாவது சொற்றொடரில் அந்த ஒருவனை இன்னொருவன் பார்க்கிறான். ஆகவே, 'ஐ' என்ற இரண்டாம் வேற்றுமை உருபு இடம்பெற்றுள்ளது:

அவன் + ஐ => அவனை

இதேபோல், மற்ற வேற்றுமை உருபுகளையும் இங்கே இணைத்துப்பார்க்கலாம்:

அவன் + ஆல் => அவனால்

அவன் + கு => அவனுக்கு

அவன் + அது => அவனது

'அவன்' என்பது யாரையோ குறிக்கும் படர்க்கைச் சொல், இதற்கு இணையாக, பேசுபவர் தன்னைத்தானே குறித்துக்கொள்ளப் பயன்படுத்தும் தன்மைச் சொல், 'நான்'.

'நான் பார்த்தேன்.'

'நானைப் பார்த்தேன்.'

கொஞ்சம் பொறுங்கள், 'நானைப் பார்த்தேன்' என்று நாம் சொல்வதில்லையே, 'என்னைப் பார்த்தேன்' என்றுதானே சொல்கிறோம்?

ஆம், 'நான்', 'யான்' போன்ற தன்மைச்சொற்கள் வேற்றுமை உருபோடு இணைந்து வரும்போது, 'என்' எனத் திரிகின்றன:

யான் (என்) + ஐ => என்னை

யான் (என்) + ஆல் => என்னால்

யான் (என்) + கு => எனக்கு

யான் (என்) + அது => எனது

இதேபோல், 'நீ' என்ற முன்னிலைச்சொல் வேற்றுமை உருபோடு இணையும்போது, 'உன்' எனத் திரிகிறது:

நீ (உன்) + ஐ => உன்னை

நீ (உன்) + ஆல் => உன்னால்

நீ (உன்) + கு => உனக்கு

நீ (உன்) + அது => உனது

இங்கே 'உன்' என்பதற்குப்பதில் 'நின்' என்ற சொல்லைப் பயன்படுத்துவதும் உண்டு, 'நின்னைச் சரணடைந்தேன்' என்று பாரதியார் பாடல் கேட்டிருப்பீர்கள்!

இப்படி ஒரு சொல் வேற்றுமை உருபோடு இணையும்போது வேறு சொல்லாகத் திரிவதற்கு இன்னும் சில எடுத்துக்காட்டுகள்:

தாம் + ஐ => தம் + ஐ => தம்மை

நாம் + ஐ => நம் + ஐ => நம்மை

நாங்கள் + ஐ => எங்கள் + ஐ => எங்களை

நீங்கள் + ஐ => உங்கள் + ஐ => உங்களை

நேரடிப்பெயர்கள், உறவுப்பெயர்கள், பதவிப்பெயர்கள், நாட்டுப்பெயர்கள் போன்றவை பொதுவாக இப்படித் திரிவதில்லை, அவை நேரடியாக வேற்றுமை உருபை ஏற்கின்றன:

கந்தன் + ஐ => கந்தனை

அண்ணன் + ஐ => அண்ணனை

வாசுகி + ஐ => வாசுகியை

தலைவர் + ஐ => தலைவரை

இந்தியா + ஐ => இந்தியாவை

மேசை + ஐ => மேசையை

இந்த எடுத்துக்காட்டுகள் அனைத்தும் ‘ஐ’ வேற்றுமை உருபைக் காட்டினாலும், இவற்றுக்கு மற்ற வேற்றுமை உருபுகளையும் பொருத்திப்பார்க்கலாம்:

தாம் + கு => தம் + கு => தமக்கு

கந்தன் + கு => கந்தனுக்கு

★★★

87. புதிய கதவுகளைத் திறக்கும் மொழிபெயர்ப்புகள்

ஆங்கில மொழியின் புகழ்பெற்ற கவிஞர், நாடக ஆசிரியர் ஷேக்ஸ்பியர். அவருடைய படைப்புகள் இன்றைக்கும் பரபரப்பாக விற்கின்றன, லட்சக்கணக்கானோரால் வாசிக்கப் படுகின்றன.

ஆனால், ஆங்கிலம் தெரிந்தோர்தான் ஷேக்ஸ்பியரை ரசிக்க இயலும்; மற்றவர்கள் என்ன செய்வார்கள்?

அதேபோல், நம் தமிழில் கம்பரும் வள்ளுவரும் எழுதிய அற்புதமான பாடல்கள் இருக்கின்றன. அவற்றைத் தமிழ் அறியாதவர்கள் வாசித்து ரசிப்பது எப்படி?

ஒரு மொழியில் எழுதப்படும் சிறந்த படைப்புகள் அம்மொழி அறியாதோருக்கும் சென்றுசேர வழிவகுப்பவை, மொழிபெயர்ப்புகள்!

எடுத்துக்காட்டாக, தமிழில் உள்ள திருக்குறளை ஒருவர் ஆங்கிலத்தில் எழுதுகிறார்; அதே கருத்துகளைப் பெயர்த்தெடுத்துச் சென்று வேறு மொழிச் சொற்களைப் பயன்படுத்தி வழங்குகிறார். ஆகவே இது மொழிபெயர்ப்பு, மொழியாக்கம், மொழிமாற்றம் என்றெல்லாம் வழங்கப்படுகிறது.

இப்படி மொழிபெயர்க்கப்பட்ட திருக்குறள் ஆங்கிலத்திலும் அதே அழகோடு, இனிமையோடு, கவிச்சுவையோடு இருக்குமா என்றால், அது மொழிபெயர்ப்பாளரின் திறமை. இருமொழிகளையும் நன்கு அறிந்தவர்கள், படைப்பிலக்கியத்துக்கு ஏற்ற எழுத்துநடையை அறிந்தவர்களால் அதனைச் சாதிக்க இயலும்.

அதேசமயம், என்னதான் சிறப்பாக இருந்தாலும், மூலப்படைப்பின் அழகு தனி. ஷேக்ஸ்பியரை ஆங்கிலத்திலும் வள்ளுவரைத் தமிழிலும் வாசிப்பதற்கு வேறெதுவும் இணையாகாது.

ஆனால் அதற்காக, மொழிபெயர்ப்பை நாம் குறைத்து மதிப்பிட்டுவிடக்கூடாது. ஒவ்வோராண்டும் பல மொழிகளில் பல்லாயிரக்கணக்கான படைப்புகள் எழுதப்படுகின்றன; அவை அனைத்தையும் நாம் வாசித்து ரசிக்கவேண்டுமென்றால், மொழிபெயர்ப்புகள்தான் துணை.

மொழிபெயர்ப்பானது வாசகருக்கு ஒரு புதிய வாசலைத் திறந்துவைக்கிறது; வேறோர் உலகத்தை அறிமுகப்படுத்துகிறது.

எடுத்துக்காட்டாக, புதின வாசிப்பில் விருப்பமுள்ள ஒருவர் ஒரே மாதத்தில் ஓர் ஆங்கிலப் புதினம், ஒரு ஜப்பானியப் புதினம், ஒரு ஜெர்மன் புதினம், ஒரு ரஷ்யப் புதினத்தை வாசிக்க இயலும். எந்தெந்த மொழியில் நல்ல புதினங்கள் வந்தாலும் அவற்றைத் தன் மொழியில் வாசித்து ரசிக்கலாம்.

படைப்பிலக்கியங்களோடு, பயன்பாடுசார்ந்த எழுத்துகளும் மொழிபெயர்க்கப்படுகின்றன; இதன்மூலம் அவை பலருக்குப் பயன்தருகின்றன.

எடுத்துக்காட்டாக, ஒரு வங்கியில் எந்தெந்த மேசையில் எந்தெந்தப் பணிகள் நிகழ்கின்றன என்பதைத் தெரிவிக்கும் பலகைகள் இருக்கும். அவற்றை ஆங்கிலம், தமிழ் என இரு மொழிகளிலும் எழுதியிருப்பார்கள். இதன்மூலம், ஆங்கிலம் தெரியாதவரும் வங்கிச்சேவைகளைப் பெறலாம்.

இதேபோல் திரைப்படங்கள், தொலைக்காட்சி நிகழ்ச்சிகள், செய்திகள், கட்டுரைகள் எனப் பலவும் ஒரு மொழியிலிருந்து பல மொழிகளுக்கு மொழிபெயர்க்கப்படுகின்றன. இதனால், ஒருவர் உருவாக்கிய விவரங்களைப் பலரும் வாசித்துப் பயன்பெறலாம்.

உலகெங்கும் மொழிபெயர்ப்புக்கு மிகுந்த தேவை இருக்கிறது. ஆகவே, இப்போது மென்பொருள்களே மொழிபெயர்க்கின்றன. *Google Translate*போன்ற ஒரு மென்பொருளை உங்கள் செல்பேசியில் நிறுவிக்கொண்டால், எங்கும் எதையும் மொழிபெயர்த்து அறியலாம்.

ஆனால் ஒன்று, இயந்திர மொழிபெயர்ப்பு (அதாவது, மென்பொருள்கள் செய்யும் மொழிபெயர்ப்பு) மிகச்சரியாக இருக்காது; ஓரளவு சரியாக இருக்கும்; சில பிழைகளும் இருக்கும்; வாசிப்போர் கவனித்துச் சரிசெய்துகொள்ளவேண்டியதுதான்.

நீங்கள் ஆங்கிலம்போன்ற இன்னொரு மொழியில் நல்ல மேதைமை பெற விரும்பினால், அகரமுதலியின் உதவியுடன் சிறு வாசகங்களை மொழிபெயர்த்துப் பயிற்சியெடுக்கலாம். இதன்மூலம் சொல்வளமும் பெருகும், இலக்கணவளம், சொற்றொடர் அமைப்புப் பயிற்சியும் கிடைக்கும்.

★★★

88. பெயர்களைச் சுருக்குதல்

'பசு வந்துட்டாரா?' என்று கேட்டபடி வகுப்பினுள் நுழைந்தார் ஆசிரியர்.

'ஐயா, பசு என்பது அஃறிணைதானே?' சந்தேகமாகக் கேட்டான் ஒரு மாணவன், 'அப்போ, பசு வந்துடுச்சா-ன்னுதானே கேட்கணும்? நீங்க உயர்திணையிலே பசு வந்துட்டாரா-ன்னு கேட்கறீங்களே.'

ஆசிரியர் பெரிதாகச் சிரித்தார், 'நீ சொல்றது உண்மைதான், ஆனா, இந்தப் பசு அஃறிணை இல்லை, உயர்திணை!'

'அது எப்படி?'

'இது பால் கொடுக்கற பசு இல்லை, நம்ம மாவட்டத்தோட கல்வி அதிகாரி ப. சுந்தரேசன், அவரோட பேரைத்தான் எல்லாரும் பசு-ன்னு சுருக்கிக் கூப்பிடறாங்க. ஆகவே, பசு வந்துடுச்சா-ன்னு கேட்கக்கூடாது, பசு வந்துட்டாரா-ன்னுதான் கேட்கணும்.'

நீண்ட பெயர்களைச் சுருக்கிச்சொல்வது நெடுங்காலமாகவே வழக்கத்தில் இருக்கிறது. ஆண், பெண் என்பதை ஆ, பெ என்று சுருக்குகிறோம், திங்கள், செவ்வாய், வெள்ளி போன்ற

கிழமைகளைத் திங், செவ், வெள் என்று சுருக்குகிறோம், மளிகைப்பட்டியல் எழுதும்போது துவரம்பருப்பு, உளுத்தம்பருப்பு போன்றவற்றைத் 'து.பருப்பு', 'உ.பருப்பு' என்று எழுதுகிறோம், 'தமிழ்நாடு கல்விக் கழகம்' போன்ற நீண்ட பெயர்களைத் 'த.நா.க.க.' என்று சுருக்குகிறோம், வரதராஜன், மலர்விழி போன்ற நண்பர் பெயர்களை வரது, மலர் என்று சுருக்குகிறோம்... இப்படி, இன்னும் பல எடுத்துக்காட்டுகளைச் சொல்லலாம்.

நீண்ட பெயர்களைச் சுருக்கி எழுதுவதும் பேசுவதும் பலவிதங்களில் வசதி. அதேசமயம், அதற்கான விளக்கம் பிறருக்குத் தெரிந்திருக்கவேண்டும். இல்லாவிட்டால், 'பசு வந்துட்டாரா' என்கிற கேள்வியைக் கேட்டுக் குழப்பமடைந்த மாணவனின் நிலைதான் ஏற்படும்.

பொதுவாகப் பெயர்களைச் சுருக்குவதற்குப் பயன்படுத்தப்படும் வழிமுறைகள் இவை:

★ சில நீண்ட பெயர்களின் முதல் சில எழுத்துகளை எடுத்துக்கொண்டு, அவற்றை உச்சரிக்க ஏற்ற வடிவத்தில் சுருக்கலாம். எடுத்துக்காட்டாக, 'பாலராஜன்' என்பவரை 'பாலு' என்றோ 'பாலா' என்றோ அழைப்பார்கள்

★ பல சொற்கள் உள்ள இடங்களில் முதல் எழுத்துகளை எடுத்துத் தொகுத்து எழுதலாம். எடுத்துக்காட்டாக, 'சென்னைப் பெருநகர் மன்றம்' என்பதைச் 'செ.பெ.ம.' என்று எழுதலாம்

★ ஒரே சொல்லின் முதல், கடைசி எழுத்துகளைத் தொகுத்து, நடுவில் '-' என்ற குறியீட்டைச் சேர்ப்பதும் உண்டு. எடுத்துக்காட்டாக, 'ஆசிரியர்' என்பதை, 'ஆ-ர்' என்று எழுதுவார்கள்

இதுபோல் சிறிய அளவில் தொடங்கும் சுருக்கங்கள் விரைவில் எல்லாராலும் பின்பற்றப்படுகிறவையாக ஆகிவிடுவதுண்டு. எடுத்துக்காட்டாக, 'கோயம்பத்தூர்' நகரைக் 'கோவை' என்று எல்லாரும் அழைக்கிறார்கள், ஆவணங்களில்கூட எழுதுகிறார்கள்.

அதேசமயம், இந்தச் சுருங்கிய வடிவத்தால் உண்மை வடிவத்தின் பெருமை குறைந்துவிடக்கூடாது. எடுத்துக்காட்டாக, ‘மகாத்மா காந்தி சாலை’ என்பதை ‘ம.கா.சாலை’ என்று அழைப்பது வசதிதான், ஆனால் காலப்போக்கில் அந்த இடம் காந்தியைக் குறிக்கிறது என்பதே மறந்துவிடுமல்லவா?

ஆகவே, இயன்றவரை சுருங்கிய, விரிவான வடிவங்கள் ஆகிய இரண்டையும் கலந்து பயன்படுத்தவேண்டும், அப்போதுதான் மக்களுக்கும் தெளிவு இருக்கும், உண்மைப் பெயர்களும் நிலைக்கும்.

★★★

௮௯. முத்தொள்ளாயிரம்

'முத்தொள்ளாயிரம்' நூலில் எத்தனைப் பாடல்கள் இருந்தன?

இது ஒரு பெரிய பிரச்னையா? முத்தொள்ளாயிரம் என்றால் மூன்று தொள்ளாயிரம், ஆகவே 3 ★ 900 = 2700 பாடல்கள், அவ்வளவுதானே?

இப்படிதான் பலரும் கணக்கிட்டார்கள். ஆனால், ரா. ராகவ ஐயங்கார், வையாபுரிப்பிள்ளை போன்றோர் அதனை 'மூன்று மன்னர்களைப் பேசும் தொள்ளாயிரம் பாடல்கள்' என்று வரையறுத்தார்கள், அதாவது, மொத்தமே தொள்ளாயிரம் பாடல்கள்தான்; அவை சேர, சோழ, பாண்டிய மன்னர்களின் பெருமைகளைப் பாடியதால் 'மூன்று' என்ற அடைமொழி சேர்ந்துகொண்டது என்பது இவர்களுடைய கருத்து.

உண்மையில் முத்தொள்ளாயிரத்தில் இருந்தவை 2700 பாடல்களா, 900 பாடல்களா என்பது நமக்கு இன்றுவரை நிச்சயமாகத் தெரியவில்லை; காரணம், இதில் நமக்குக் கிடைத்திருப்பவை 110 பாடல்கள்தான். சில தொகுப்புகளில் இதைக்காட்டிலும் கூடுதலாகச் சில பாடல்கள் இருப்பினும், இந்நூலின் மிகச்சிறிய பகுதிதான் நமக்குக் கிடைத்திருக்கிறது என்பதில் ஐயமில்லை.

இந்நூலை எழுதியவர் பெயரும் நமக்குத் தெரியவில்லை, எப்போது எழுதப்பட்டது என்பதும் தெரியவில்லை, கி.பி. ஐந்தாம் நூற்றாண்டில்தான் முத்தொள்ளாயிரம் எழுதப்பட்டிருக்கவேண்டும் என்று தி. வை. சதாசிவப்பண்டாரத்தார் கணிக்கிறார்.

ஆக, ஓர் இனிமையான தமிழ் நூல், நமக்கு அது முழுமையாகவும் கிடைக்கவில்லை, எழுதியவர் பெயர், எழுதப்பட்ட காலம் என எதுவும் தெரியவில்லை. இதை எண்ணி வருந்துவதைவிட, கிடைத்திருக்கும் பாடல்களை ரசித்து மகிழலாம்.

முத்தொள்ளாயிரத்தில் மூவேந்தர்களின் வீரம் சிறப்பித்துக் கூறப்பட்டிருக்கிறது; சேரனும் சோழனும் பாண்டியனும் போர்க்களத்தில் காட்டிய துணிவும், அவர்களிடம் தோற்றோடிய எதிரிகளின் அவலநிலையும், அவர்களுடைய அழகைக்கண்டு பெண்கள் காதல் கொள்வதும் அருமையான வர்ணனைகளாகக் காட்டப்பட்டிருக்கின்றன. செறிவான சொற்கள், அருமையான கற்பனைவளம் எனப் பல சிறப்புகளைக்கொண்ட நூல் இது.

எடுத்துக்காட்டாக, குளத்தில் ஒரு குவளை மலர், அதைப் பார்க்கும் கவிஞர், ‘நீ ஏன் ஒற்றைக்காலில் தவம் இருக்கிறாய்?’ என்று கேட்கிறார். மறுகணம், அவரே அதற்கு விளக்கமும் தருகிறார்:

> ‘கார் நறு நீலம் கடிக் கயத்து வைகலும்
> நீர்நிலை நின்ற தவம்கொலோ, கூர் நுனி வேல்
> வண்டு இருக்கும் நக்க தார் வாமான் வழுதியால்
> கொண்டிருக்கப் பெற்ற குணம்.’

மழைக்காலத்தில் நல்ல நீல நிறத்தில் பூத்த குவளை மலரே, சிறந்த குளத்திலே நீ தினமும் நின்று தவம் செய்தாய், அதற்குப் பலனாக, கூரான நுனியைக் கொண்ட வேலைக் கையில் ஏந்தியவன், வேகமாகப் பாய்ந்து செல்லும் குதிரையைக் கொண்ட பாண்டியனுடைய மாலையில் நீ இடம் பிடித்தாய், வண்டுகள் மொய்க்க, அவனுடைய மார்பில் கம்பீரமாக அசைகிறாய்!

குளத்தில் செய்த தவத்தினால், குவளை மலர் பாண்டியனின் மார்பில் இடம் பிடித்ததாம். என்ன சுவையான கற்பனை!

முத்தொள்ளாயிரப்பாடல்கள் அனைத்தும் இதுபோல் விதவிதமான சுவைகளைக் காட்டுபவைதான். வாசித்து ருசியுங்கள்.

★★★

౧౦. இன்சொல் பேசுவோம்

ஒருவர் கடைக்குச் செல்கிறார், 'நல்லெண்ணெய் இருக்கிறதா?' என்று கேட்கிறார்.

அதற்குக் கடைக்காரர் இப்படிப் பதில் சொல்கிறார்: 'தேங்காயெண்ணெய் இருக்கிறது.'

இதென்ன கேள்விக்குப் பொருந்தாத பதில்? நல்லெண்ணெய் இருக்கிறதா என்று கேட்டால் இருக்கிறது, இல்லை என்றுதானே சொல்லவேண்டும்? இவர் ஏன் தேங்காயெண்ணெயைப்பற்றிப் பேசுகிறார்?

உண்மையில், அந்தக் கடையில் அப்போது நல்லெண்ணெய் இல்லை. அதை நேரடியாகச் சொல்லாமல், 'தேங்காயெண்ணெய் இருக்கிறது' என்கிறார். அதுவும் சமையலுக்குப் பயன்படுகிற எண்ணெய்தானே? 'இல்லை' என்ற எதிர்மறையான சொல்லைப் பயன்படுத்தாமல் இப்படி இனிமையாகவும் பதில் சொல்லலாமல்லவா?

பள்ளியில் ஒரு பேச்சுப்போட்டி; அதில் முதலிடத்தைப் பிடிக்கவேண்டும் என்பதற்காக ஒரு மாணவன் சிரமப்பட்டுப் பயிற்சியெடுக்கிறான்; முழுத்திறமையைக் காட்டிப் பேசுகிறான்.

மறுநாள், போட்டி முடிவுகள் வருகின்றன. அதை அறிவிக்கும் ஆசிரியர் அவனிடம் சொல்கிறார், 'வாழ்த்துகள் குமரா, உனக்கு இரண்டாவது பரிசு கிடைத்திருக்கிறது.'

இதைக் கேட்ட குமரனுக்குக் கொஞ்சம் ஏமாற்றம்தான். ஆனாலும், 'நீ முதலிடத்தைப் பிடிக்கவில்லை' என்று சொல்லாமல், 'இரண்டாமிடத்தைப் பிடித்தாய்' என்று ஆசிரியர் சொன்னது அவனுக்கு ஆறுதலளிக்கிறது.

இப்படி எந்தவொரு விஷயத்தையும் சொல்வதற்கு இரண்டு வழிகள் இருக்கின்றன: எதிர்மறையான, அதாவது கடுஞ்சொல் வெளிப்பாடு, நேர்விதமான, அதாவது இன்சொல் வெளிப்பாடு.

தேர்வு எழுதப்போகும் மாணவனை அழைத்து, 'இந்தத் தேர்வில் நீ எப்போதும் மோசமான மதிப்பெண்களை வாங்குவாய், இந்தமுறையாவது ஒழுங்காகப் படி' என்கிறார் ஒருவர். இது கடுஞ்சொல் வெளிப்பாடு. கேட்பவருக்குச் சோர்வை உண்டாக்கும்.

அவர் சொல்வது உண்மையாக இருக்கலாம். அந்த மாணவனுக்கு இந்தக் குறிப்பிட்ட பாடம் கடினமான ஒன்றாக இருக்கக்கூடும். அதை இப்போது நினைவுபடுத்தினால் ஏற்கெனவே ஒழுங்காகப் படித்திருப்பதும் மறந்துவிடுமல்லவா?

அதற்குப்பதிலாக, 'இந்தத் தேர்வில் வெல்லவேண்டும் என்பதுதான் உன்னுடைய நெடுநாள் ஆசை, எனக்குத் தெரியும், நன்றாகப் படி, நிச்சயம் வெல்வாய்' என்று சொல்லலாம். இது இன்சொல் வெளிப்பாடு. கேட்பவரை இன்னும் சிறப்பாகச் செயல்படவைக்கும்.

ஒவ்வொரு நாளும் நாம் பிறரிடம் பேசும்போது கடுஞ்சொற்களைக் குறைத்து இன்சொற்களை அதிகரிக்கவேண்டும். எதிர்மறையான விஷயங்களைக்கூட, கேட்பவர்கள் வருந்தாதபடி சொல்லக் கற்கவேண்டும்.

எடுத்துக்காட்டாக, தமிழ்த்தேர்வில் குறைந்த மதிப்பெண் எடுத்திருக்கும் மாணவனை அழைத்துத் திட்டுவதால் என்ன பயன்? அதற்குப்பதிலாக, 'நீ இலக்கணத்திலும்

மனப்பாடப்பகுதியிலும்தான் குறைந்த மதிப்பெண் எடுத்திருக்கிறாய்; அந்த இரண்டிலும் நீ இன்னும் அதிகம் உழைத்தால் அடுத்த தேர்வில் நிச்சயம் நல்ல மதிப்பெண்களைப் பெறலாம்' என்று சுட்டிக்காட்டி வழிகாட்டலாம், அதில் அவனுக்கு உதவக்கூடிய சக மாணவர்களை, நூல்களை அடையாளம் காட்டலாம், இப்படித் தோல்வியைக்கூட ஆக்கப்பூர்வமாகக் கண்டு பேசினால் அவர்கள் விரைவில் வெற்றியடைவார்கள்.

ஒரு ரகசியம், இப்படி இன்சொற்களை அதிகம் பேசி ஊக்குவிக்கக்கூடியவர்களைதான் எல்லாருக்கும் அதிகம் பிடிக்கும்; அவர்கள் மிக விரைவில் முன்னேறுவார்கள்.

இனிய சொற்கள் இருக்கக் கடுஞ்சொற்கள் எதற்கு?

★★★

௯1. எண் பட்டியல்கள்

புத்தகக்கடைக்குச் சென்றால், 'சுயமுன்னேற்றம்' என்ற அலமாரியைக் கொஞ்சம் எட்டிப்பாருங்கள், அதிலுள்ள நூல்களின் தலைப்புகளைச் சற்றே அலசிப்பாருங்கள்.

★ *தேர்வில் வெற்றிபெற 10 வழிகள்*

★ *சிந்தனையைக் கூர்மையாக்க 7 உத்திகள்*

★ *மேடைப்பேச்சில் சிறந்து விளங்க 8 தந்திரங்கள்*

★ *வெளிநாடு செல்வோர் நினைவில் வைத்துக்கொள்ளவேண்டிய 20 அம்சங்கள்*

இப்படிப் பல நூல்களின் தலைப்பில் எண்கள் இருப்பதைப் பார்ப்பீர்கள். அவ்வகை நூல்கள் விரைவாக விற்பதையும் பார்ப்பீர்கள்.

நூல்களில்மட்டுமல்ல, இணையத்தில், பத்திரிகைகளில் நாம் காணும் கட்டுரைகள் பலவும் எண்களைத் தலைப்பில் கொண்டுள்ளன, எதையும் எண்களைக்கொண்டே விளக்குகின்றன.

எடுத்துக்காட்டாக, ஒரு புதிய தலைவர் பதவிக்கு வருகிறார் என்றால், அவருடைய வாழ்க்கையிலிருந்து நாம் கற்றுக்கொள்ள வேண்டிய 12 பாடங்கள் என்ற தலைப்பில் ஒரு கட்டுரை வருகிறது. அந்தப் பாடங்களை ஒன்று, இரண்டு என வரிசைப்படுத்தி விளக்குகிறது.

ஆங்கிலத்தில் இதுபோன்ற பட்டியல்களை *Numbered List* என்கிறார்கள். அதாவது, எண்ணிடப்பட்ட பட்டியல்கள்.

'சேர சோழ பாண்டியர்கள் தமிழகத்தை ஆண்டார்கள்' என்று சொன்னால், அது வழக்கமான பட்டியல். அதையே எண்ணிடப்பட்ட பட்டியலாக மாற்றினால்:

தமிழகத்தை ஆண்ட வேந்தர்கள் மூன்று பேர்:

1. சேரர்கள்

2. சோழர்கள்

3. பாண்டியர்கள்

இப்படி நூல்கள், கட்டுரைகளை எழுதுவோர் அவற்றில் எண் பட்டியல்களைப் பயன்படுத்தக்காரணம், வாசகர்கள் அவற்றை எளிதில் அணுகுகிறார்கள்; ஓர் ஒழுங்கு, வரிசையுடன் புரிந்துகொள்கிறார்கள்; நன்கு மனத்தில் பதித்துக்கொள்கிறார்கள்; அடுத்தமுறை அவர்களுக்கு இந்த நுட்பங்கள் தேவைப்படும்போது, அவை சட்டென்று நினைவுக்கு வந்து பயன்படுகின்றன.

இன்றைய எழுத்தாளர்கள், ஊடகங்கள் கண்டுபிடித்திருக்கும் இந்த உத்தியைப் பல நூற்றாண்டுகளுக்குமுன்பே தமிழ்ப்புலவர்கள் அறிந்திருந்தார்கள். அறம்சார்ந்த விஷயங்களைச் சொல்லும்போது அவற்றை எண்களாகப் பட்டியலிட்டு விளக்கினார்கள்.

எடுத்துக்காட்டாக:

> *அஞ்சாமை, ஈகை, அறிவு, ஊக்கம் இந்நான்கும்*
> *எஞ்சாமை வேந்தற்கு இயல்பு*

அரசர்கள் எதைக்கண்டும் அஞ்சக்கூடாது, தங்களிடம் உள்ளவற்றைப் பிறருக்குக் கொடுத்து மகிழவேண்டும், தங்கள் அறிவை வளர்த்துக்கொள்ளவேண்டும், மனம் தளராமல் ஊக்கத்துடன் இருக்கவேண்டும், இந்த நான்கும் அரசர்களுடைய இயல்புகள் என்கிறார் திருவள்ளுவர்.

இந்தக் குறளை ஒரு கட்டுரையாக எழுதினால், 'அரசருக்கு உரிய நான்கு குணங்கள்' என்றுதானே தலைப்பு வைப்போம்? அது இன்றைய ஊடகப்போக்குக்கு அப்படியே பொருந்துகிறதல்லவா?

திருக்குறள்மட்டுமல்ல, இன்னும் பல நூல்களில் இதுபோல் எண்களைப் பயன்படுத்தி விளக்கும் உத்தியைப் பார்க்கிறோம்:

★ திரிகடுகத்தில் ஒவ்வொரு பாடலிலும் மூன்று கருத்துகள் இடம்பெற்றுள்ளன

★ நான்மணிக்கடிகையில் ஒவ்வொரு பாடலிலும் நான்கு கருத்துகள் இடம்பெற்றுள்ளன

★ சிறுபஞ்சமூலத்தில் ஒவ்வொரு பாடலிலும் ஐந்து கருத்துகள் இடம்பெற்றுள்ளன

★ நாலடியார் பாடல்கள் பலவும் கருத்துகளை எண்களாக வரிசைப்படுத்துகின்றன

இப்படி எண்களாக விவரிக்கப்படும் பாடல்கள் மிகப் பெரிய விஷயங்களை வரிசைப்படுத்தி விளக்குகின்றன; அதன்மூலம் வாசகர்கள் மனத்தில் அழுத்தமாகச் சென்று பதிகின்றன. இந்த நயமான உத்தியை அன்றைய புலவர்களிடமிருந்து இன்றைய கட்டுரையாசிரியர்கள், நூலாசிரியர்கள்வரை எல்லாரும் பயன்படுத்துவது வியப்புதான்!

★★★

92. அதரும் அவலும்

ஊரெல்லாம் 'ஆதார்' அட்டையைப்பற்றிப் பேச்சாக இருக்கிறது. நாம் இரண்டு மாத்திரை குறைத்து, 'அதர்' பற்றிப் பேசுவோம்.

அதென்ன 'அதர்'?

ஒருவர் தளர்ச்சியில்லாமல், ஊக்கத்தோடு இருந்தாரென்றால், அவரை நன்மைகள் தேடி வரும் என்கிறார் திருவள்ளுவர்:

> 'ஆக்கம் அதர் வினாய்ச் செல்லும், அசைவுஇலா
> ஊக்கம் உடையான் உழை.'

நன்மைகள் எப்படிச் செல்லும் என்றால், 'அதர் வினாய்'ச் செல்லுமாம், அதாவது, வழி கேட்டுக்கொண்டு செல்லுமாம், ஊக்கமுள்ள ஒருவர் நன்மைகளைத் தேடிச் செல்லவேண்டியதில்லை, 'இந்த ஊர்ல ஊக்கத்தோட ஒருத்தர் இருக்காரே, அவர் வீட்டுக்கு எப்படிப் போறது?' என்று பலரிடம் வழி கேட்டு நன்மைகளே அவரைத் தேடி வருமாம். என்ன அழகான காட்சி!

ஆக, 'அதர்' என்றால் வழி. அகநானூற்றில் 'கானமானதர்' என்று ஒரு சொல்லைப் பயன்படுத்துகிறார் கபிலர். இதன்

பொருள், கான(காட்டு) மான்(விலங்கு) அதர்(வழி), அதாவது, காட்டு விலங்குகள் செல்லும் வழி.

இன்னும் பல பாடல்களில் 'கல்லதர்' என்ற சொல்லைக் காண்கிறோம், இதன் பொருள், கல் அதர், கற்களால் அமைந்த வழி.

கல்லதர் தரையில் இருக்கும், காலதர் சுவற்றில் இருக்கும்.

காலதர் என்றால், கால் (காற்று) + அதர், காற்று வரும் வழி, இப்போது நாம் 'ஜன்னல்' என்று பயன்படுத்தும் பிறமொழிச்சொல்லின் தூய தமிழ் வடிவம் அது.

'அதர்'போலவே இன்னோர் அழகிய, தூய தமிழ்ச்சொல், 'அவல்'. நாம் உப்புமா செய்து சாப்பிடும் அவல் இல்லை, இதன் பொருள், 'பள்ளம்.'

எடுத்துக்காட்டாக, அகநானூற்றில் குறுங்குடி மருதனாரின் பாடல் ஒன்று:

> 'இரும்பு திரித்துஅன்ன மா இரு மருப்பின்
> பரல் அவல் அடைய இரலை தெறிப்ப...'

கார்காலம் வந்துவிட்டது. இரும்பைத் திரித்ததுபோன்ற பெரிய கொம்புகளை உடைய இரலை மான்கள், கற்களையுடைய பள்ளத்திலே துள்ளிக்குதிக்கின்றன.

புறநானூற்றில் ஒரு பாடலில் இதே சொல்லை மிக அழகாகப் பயன்படுத்துகிறார் ஔவையார்:

> 'நாடா கொன்றோ, காடா கொன்றோ,
> அவலா கொன்றோ, மிசையா கொன்றோ,
> எவ்வழி நல்லவர் ஆடவர்,
> அவ்வழி நல்லை, வாழிய நிலனே.'

ஒரு நிலம் நாடாக இருக்கலாம், காடாக இருக்கலாம், அவலாக (அதாவது, பள்ளமாக) இருக்கலாம், மிசையாக (அதாவது, மேடாக) இருக்கலாம், இவையெல்லாம் வெறும் புவியியல் தன்மைகள், அதை வைத்து ஓர் இடத்தை நல்லது, கெட்டது என்று சொல்லிவிட இயலாது.

அதற்குப்பதிலாக, அங்கே வசிக்கும் மக்களைப் பார்க்கவேண்டும், அவர்கள் நல்லவர்களாக இருந்தால், அந்த ஊர் நல்லது, அவ்வளவுதான்!

இதையே நாம் மனிதர்களுக்கும் பொருத்திப்பார்க்கலாம்: கருப்போ சிவப்போ, உயரமோ குள்ளமோ, ஒல்லியோ குண்டோ, ஆணோ பெண்ணோ, பணக்காரரோ ஏழையோ... ஒருவருடைய மனம் நன்றாக இருந்தால் போதும், அவர் நல்லவர்!

★★★

௯௩. உலகெங்கும் தமிழ்

தமிழர்கள் எங்கெல்லாம் வாழ்கிறார்கள்?

உலகில் பெரும்பாலான தமிழர்கள் வாழ்வது இந்தியாவில், தமிழ்நாட்டில்தான். அதனாலேயே இம்மாநிலத்தைத் 'தமிழகம்' (தமிழ் அகம், தமிழ் வாழும் இடம்) என அழைக்கிறோம்.

தமிழகத்தைச் சுற்றியுள்ள பிற தென்னிந்திய மாநிலங்களான ஆந்திரம், கர்நாடகம், கேரளம், தெலங்கானா போன்றவற்றிலும் தமிழர்கள் கணிசமான எண்ணிக்கையில் வாழ்கிறார்கள். இவர்களில் சிலர், சமீபத்தில் வேலைவாய்ப்புகளைத் தேடி அங்கே குடியேறியவர்கள், பலர், அங்கேயே பிறந்து வாழ்கிற தமிழ்க்குடும்பங்களைச் சேர்ந்தவர்கள். உள்ளூர் மொழியோடு சேர்த்துத் தங்கள் தாய்மொழியான தமிழையும் கற்கிறார்கள்.

எடுத்துக்காட்டாக, 'தெலங்கானா'வின் தலைநகரமான ஹைதராபாதில் பிறந்து வளர்ந்த ஒருவர், பள்ளியில் அந்த மாநிலத்தின் மொழியாகிய தெலுங்கைக் கற்கக்கூடும். ஆனால் வீட்டில் அவர் தமிழ் பேசுகிறார்.

பேச்சுமட்டும் போதுமா? தமிழை வாசிக்கவும் எழுதவும் கற்கவேண்டாமா?

பிற மாநிலங்களில் வாழும் பெரும்பாலான தமிழர்களின் விருப்பம் அதுதான்; தங்கள் பிள்ளைகளும் தமிழை வாசிக்க, எழுதக் கற்கவேண்டும் என்று அவர்கள் ஆசைப்படுகிறார்கள்; இல்லாவிட்டால் அடுத்த தலைமுறையில் தாங்கள் தாய்மொழியை மறந்துவிடுவோமோ என்று கவலைகொள்கிறார்கள்.

உள்நாட்டிலேயே இப்படியென்றால், மலேசியா, சிங்கப்பூர், இலங்கை, அமெரிக்கா, இங்கிலாந்து என்று பிறநாடுகளில் வசிக்கும் தமிழர்களின் குழந்தைகளை நினைத்துப்பாருங்கள். அவர்கள் பள்ளிக்குச் சென்று தமிழ் படிக்க வாய்ப்பு குறைவல்லவா?

இதனால், வெளிமாநிலங்கள், நாடுகளில் வசிக்கும் தமிழ்ப் பெற்றோர் சிலர் தங்கள் பிள்ளைகளுக்குத் தாங்களே தமிழ் எழுத்துகளைக் கற்பிக்கிறார்கள். சொற்கள், சொற்றொடர்கள் என்று படிப்படியாகப் பயிற்சி தருகிறார்கள்.

இத்துடன், ஒரு குறிப்பிட்ட பகுதியில் உள்ள ஐந்தாறு பிள்ளைகளைச் சேர்த்துச் சிறியதாகத் 'தமிழ்வகுப்பு' நடத்துகிறவர்களும் உண்டு. இவர்கள் சேவை நோக்கத்துடன் தங்களுடைய நேரத்தைச் செலவழித்து மொழியைப் பரப்புகிறார்கள். தமிழ்மன்றங்கள் போன்றவையும் இதில் ஆர்வத்துடன் ஈடுபடுகின்றன.

தொழில்நுட்பமும் இந்த விஷயத்தில் நமக்குத் துணைபுரிகிறது. தொலைக்காட்சியில், வானொலியில், இணையத்தில் தமிழ் கற்றுத்தருவதற்கான தளங்கள், ஒலி, ஒளிப்பதிவுகள் ஏராளமாக உள்ளன; செல்பேசியிலேயே ஒவ்வோர் எழுத்தாகப் பழகிக்கொள்கிற வசதியும் இருக்கிறது.

பெற்றோரிடமோ வகுப்புகளிலோ இணையத்தளத்திலோ தமிழைக் கற்றுக்கொள்கிற குழந்தைகள் அதைத் தொடர்ந்து பேசுவதற்கான சூழல் வேண்டும். வீட்டில் பெற்றோர், சகோதரர்களிடமோ, பள்ளியில் தமிழ் தெரிந்த மற்ற குழந்தைகளிடமோ அவர்கள் இதனைத் தொடர்ந்து பேசிவந்தால் வார்த்தை வளம் பெருகும், தாய்மொழியில் பேசும் இனிமையையும் அனுபவிக்கலாம்.

இன்றைய உலகத்தில் தமிழர்கள் பல மாநிலங்கள், நாடுகளுக்குச் சென்று பணிபுரிவது இயல்பாகிவிட்டது. அதுபோன்ற நேரங்களில் நம் மரபு வேர்களை மறந்துவிடாமல் காப்பாற்றிக்கொண்டால், தமிழர் என்கிற அடையாளத்தைப் பெருமையுடன் சொல்லலாம். அதற்கு உலகெங்கும் சிறிய, பெரிய தமிழ்ப்பள்ளிகள் பரவுவதும், தமிழ்க்குழந்தைகள் தமிழ் பேசி, வாசித்து எழுதுவதும் மிக அவசியம்!

★★★

೨4. கடிதம் எழுதுதல்

நீங்கள் ஒரு தேர்வில் வெற்றிபெற்றுவிட்டீர்கள். அதைச் சற்றுத் தொலைவிலிருக்கும் உங்கள் நண்பருக்குத் தெரிவிக்கவேண்டும். எப்படித் தெரிவிப்பீர்கள்?

முதலில், நண்பரின் பெயரைச் சொல்லி அழைப்பீர்கள், அல்லது, 'ஏய்' என்றோ, 'நண்பா' என்றோ அழைப்பீர்கள், அதன்பிறகு, விஷயத்தைச் சொல்வீர்கள்.

எடுத்துக்காட்டாக, 'குமரா, நான் தேர்வில் வெற்றிபெற்று விட்டேன்.'

இங்கே 'குமரா' என்பது அழைப்பு, 'தேர்வில் வெற்றிபெற்று விட்டேன்' என்பதுதான் நீங்கள் சொல்லவந்த விஷயம். இவை இரண்டும் சரியாக அமைந்தால்தான் அந்த விவரம் சரியாகச் சென்று சேரும்.

ஒருவேளை, 'குமரா' என்பதற்குப்பதில் 'கந்தா' என்று சொல்லி விட்டால், அந்த விவரம் இன்னொருவருக்குச் சென்றுவிடும், 'தேர்வில் வெற்றிபெற்றுவிட்டேன்' என்பதற்குப்பதில் 'குமரா, இன்றைக்கு வெள்ளிக்கிழமை' என்று சொல்லிவிட்டால், சரியான நபரிடம் தவறான விவரம் சேர்ந்துவிடும்.

நமக்குச் சற்றுத்தொலைவில் இருக்கிற ஒருவரிடம் பேசும்போதே இத்தனை கவனம் தேவைப்படுகிறதென்றால், தொலைதூரத்தில் இருக்கும் ஒருவரிடம் கடிதம்மூலம் பேசுவதென்றால் எவ்வளவு கவனம் தேவை என்று யோசியுங்கள்.

எடுத்துக்காட்டாக, 'குமரன்' என்கிற அந்த நண்பர் வெளியூரில் இருக்கிறார். அவரிடம் இதே விவரத்தைச் சொல்லிக் கடிதம் எழுதுகிறீர்கள். அந்தக் கடிதத்தில் இந்தப் பகுதிகளெல்லாம் இருக்கும்:

★ அனுப்புநர் முகவரி (உங்கள் முகவரி)

★ பெறுநர் முகவரி (உங்கள் நண்பரின் முகவரி)

★ கடிதம் எழுதிய தேதி, இடம்

★ அழைப்பு (எகா: அன்புள்ள நண்பன் குமரனுக்கு)

★ நலம் தெரிவித்தல் (எகா: நலம். நலமறிய ஆவல்.)

★ சொல்லவந்த விவரம் (எகா: நான் தேர்வில் வெற்றிபெற்றுவிட்டேன்)

★ முடிப்பு (எகா: இப்படிக்கு, உன் அன்பு நண்பன்)

★ கையொப்பம்

தனிப்பட்ட கடிதம் என்றால் இந்த விவரங்கள் போதும்; ஒருவேளை அலுவல்ரீதியிலான கடிதம் என்றால் இன்னும் சில பகுதிகள் இருக்கும்:

★ தலைப்பு அல்லது சுருக்கம் (கடிதத்தில் என்ன பேசப்பட்டிருக்கிறது எனும் விவரம்)

★ பார்வை (இக்கடிதத்துடன் தொடர்புடைய பிற கடிதங்கள், ஆவணங்களின் விவரம்)

★ இணைப்புகள் (இக்கடிதத்தில் குறிப்பிடப்பட்டிருக்கும் விவரங் களை உறுதிப்படுத்தும் ஆவணங்கள்; எடுத்துக்காட்டாக, சான்றிதழின் நகல், புகைப்படம் போன்றவை)

★ நன்றி தெரிவித்தல்

இப்படி ஒவ்வொரு கடிதத்துக்கும் ஒரு கட்டமைப்பு இருக்கிறது. அதை அறிந்து முறைப்படி எழுதினால், நாம் சொல்லவரும் விவரம் உரிய நபருக்குச் சரியாகச் சென்றுசேரும். அவர் அதனைக் கவனித்து உடனடி நடவடிக்கை எடுப்பார்.

ஒரு சிறு பயிற்சி: உங்கள் பகுதியில் ஒரு புதிய நூலகம் தேவை என்று கோரி உங்கள் மாவட்ட ஆட்சித்தலைவருக்கு ஒரு கடிதம் எழுதிப்பாருங்கள். மேலே நாம் கண்ட பகுதிகள் ஒவ்வொன்றும் அதற்கு எப்படிப் பொருந்துகின்றன என்று கவனியுங்கள்.

★★★

௯5. கடின நடை, எளிய நடை

அருமையான விருந்து. பக்கத்திலேயே பசியோடு ஒருவர் இருக்கிறார். ஆனால், அவர் கையை நீட்டி அதை எடுத்து உண்ண இயலாதபடி அந்த உணவு பூட்டப்பட்டிருக்கிறது.

அவர் கவலையோடு திரும்பிப்பார்க்கிறார்; சற்றுத்தொலைவில் ஒரு பழம் இருக்கிறது. அதை எடுத்துச் சாப்பிட்டுப் பசியாறுகிறார்.

சுவையாக இருப்பினும் கைக்கு எட்டாத விருந்து ஒருபுறம், எளிய உணவானாலும் சாப்பிடக்கூடியவகையில் கிடைக்கும் பழம் ஒருபுறம், இந்த இரண்டில் எது சிறந்தது என்று நினைக்கிறீர்கள்?

மொழியும் அப்படிதான். நாம் சொல்லவரும் விஷயத்தைக் கடின நடையில் சொல்லி அதனைப் பலரும் புரிந்துகொள்ள இயலாதபடி செய்துவிடுவதைவிட, எளிய நடையில் சொல்லி எல்லாருக்கும் கொண்டுசேர்ப்பதே சிறந்தது என்கிறார்கள் அறிஞர்கள்.

அதேசமயம், யாரும் வேண்டுமென்றே கடின நடையில் எழுதுவதில்லை. எடுத்துக்காட்டாக, தொல்காப்பியரின் நடை நமக்கு இன்றைக்குக் கடினமாக இருக்கலாம்; ஆனால், அவர்

எழுதிய காலகட்டத்தில் அது எல்லாருக்கும் புரியக்கூடிய எளிய நடையாக இருந்திருக்கும்.

ஆகவே, பழந்தமிழ் இலக்கியங்களைக் 'கடின நடை' என்று ஒதுக்கினால் இழப்பு நமக்குதான். அவற்றை 'உரை'யின் துணையோடு அணுகலாம், புரிந்துகொண்டு பயன் பெறலாம்.

உரை என்பது, நமக்குக் கடின நடையாக உள்ள இலக்கியத்தை எளிய நடையில் திரும்பச்சொல்கிறது. அதன்மூலம் அதனைப் பலரும் புரிந்துகொண்டு ரசிக்கச்செய்கிறது.

சில நூற்றாண்டுகளில், அந்த உரையும் கடின நடையாகிவிடுவதுண்டு. அப்போது, உரைக்கு உரை, அதாவது, மேலும் எளிய நடை தேவைப்படுகிறது.

எடுத்துக்காட்டாக, திருவள்ளுவரின் திருக்குறளுக்குப் பரிமேலழகர் எழுதிய உரை மிகவும் புகழ் பெற்றது. இப்போது, பரிமேலழகர் உரைக்கு ஓர் உரை இருந்தால்தான் நமக்கு அது புரிகிறது.

இது திருவள்ளுவரின் பிழையோ பரிமேலழகரின் தவறோ இல்லை. இன்றைய காலகட்டத்தில் நாம் புரிந்துகொள்ளக்கூடிய சொற்கள், சொற்றொடர் அமைப்புகள் மாறிவிட்டன; ஆகவே, நாம் இன்னும் எளிய நடையை எதிர்பார்க்கிறோம்.

இன்னொருபக்கம், திருவள்ளுவரை, பரிமேலழகரை நேரடியாக வாசித்துப் புரிந்துகொள்ளக்கூடிய ஆர்வலர்கள் இருக்கிறார்கள்; ஆனால், அவர்களுடைய சதவிகிதம் குறைவுதான்.

ஆகவே, நீங்கள் எதை எழுதினாலும் அதற்கு ஏற்ற நடையைத் தேர்ந்தெடுக்கவேண்டும்: நாம் பயன்படுத்தும் சொற்கள், சொற்றொடர் அமைப்புகள் நம்முடைய வாசகர்களுக்கு ஏற்றவையா, அவர்களுக்கு விவரத்தை நன்கு கொண்டுசெல்லக்கூடியவையா என்று சிந்திக்கவேண்டும்.

எடுத்துக்காட்டாக, சிறுவர்களுக்கு எழுதும் கதையொன்றில் எளிய சொற்கள் பயன்படுத்தப்படவேண்டும், அதே கதையை இளையர்களுக்கு எழுதினால் இன்னும் கடினமான சொற்கள்,

சொற்றொடர் அமைப்புகளைப் பயன்படுத்தலாம். ஏனெனில், அவர்களால் அதைப் புரிந்துகொள்ள இயலும்.

அதேசமயம், எளிய நடை என்பது கொச்சை நடையாக, பிறமொழிச்சொற்களைக் கலந்து எழுதுவதாக மாறிவிடக்கூடாது. மொழித்தூய்மையும் முக்கியம், படிப்பவர்களுக்கு அது புரிவதும் முக்கியம், இந்த இரண்டையும் அக்கறையோடு சமநிலைப்படுத்தி எழுதுவதுதான் எளிய நடை, சிறந்த நடை.

★★★

௨௬. வரவும் செலவும்

ஆண்டுக்கொருமுறை அரசாங்கம் வரவுசெலவுக்கணக்கை வெளியிடுகிறது. அரசு நிறுவனங்கள், தனியார் நிறுவனங்கள், தொண்டு அமைப்புகள்கூட தங்களுடைய வரவுசெலவுகளைப் பொதுவில் வைக்கின்றன. வீடுகளில் வரவுசெலவுக்கணக்கு எழுதுவோரும் உண்டு.

'வரவு' என்ற சொல், 'வருதல்' என்ற வினைச்சொல்லை அடிப்படையாகக்கொண்டு அமைகிறது. ஒருவருடைய கைக்கு வருவது வரவு, இதையே 'வருவாய்', 'வருமானம்' என்று அழைப்பதும் உண்டு.

ஒருவர் ஒரு நிறுவனத்தில் வேலை பார்க்கிறார், அவருக்கு மாதந்தோறும் ஒரு குறிப்பிட்ட தொகை சம்பளமாக வழங்கப்படுகிறது. அது அவருடைய வரவு.

இன்னொருவர் கடை வைத்திருக்கிறார். அங்கே பொருள் வாங்குவோர் அவருக்கு ஒரு குறிப்பிட்ட தொகையைத் தருகிறார்கள். அது அவருடைய வரவு.

இதேபோல், 'செலவு' என்ற சொல், 'செல்லுதல்' என்ற வினைச்சொல்லை அடிப்படையாகக்கொண்டு அமைகிறது. ஒருவருடைய கையிலிருந்து செல்வது செலவு.

சம்பளத்தை வரவாகப் பெற்ற ஒருவர் அதிலிருந்து ஒரு குறிப்பிட்ட தொகையை எடுத்து வீட்டுக்குக் காய்கறிகள் வாங்குகிறார். அது அவரிடமிருந்து செல்வதால் அதனைச் 'செலவு' என்கிறோம்.

இப்படி மாதந்தோறும், அல்லது ஆண்டுதோறும் ஒருவருடைய, அல்லது ஒரு நிறுவனத்துடைய வரவுத்தொகை, செலவுத் தொகையைக் கணக்கிட்டுச்சொல்வதுதான் வரவு செலவுக் கணக்கு. வரவைக் காட்டிலும் செலவு குறைவாக இருந்தால், அவரிடம் மீதித்தொகை சேமிப்பாக நிலைக்கும்; செலவைக் காட்டிலும் வரவு குறைவாக இருந்தால், கடன் வாங்கிச் சமாளிக்க வேண்டியிருக்கும்.

'வரவு' என்ற சொல்லைப் பணத்துக்கு மட்டும்தான் பயன்படுத்த வேண்டும் என்றல்ல; எது வந்தாலும், யார் வந்தாலும் அதனை வரவு என்று சொல்லலாம். எடுத்துக்காட்டாக, வீட்டுக்கு ஒரு விருந்தினர் வரும்போது அவரை 'நல்வரவு' என்று அழைக்கிறோமல்லவா? இதேபோல், ஆற்றில் நீர் பெருகிவருவதை 'நீர்வரவு' என்பார்கள்.

நல்லாதனார் எழுதிய திரிகடுகத்தில் 'எழுத்தின் வரவு' என்றொரு பயன்பாடு வருகிறது. அதன் பொருள், எழுதக் கற்றுக்கொள்ளுதல், கல்வியறிவு பெறுதல்.

அதேபோல், 'செலவு' என்ற சொல்லும் செல்கிற எதற்கும் பயன்படுத்தலாம். எடுத்துக்காட்டாக, வெளியூருக்கு மகிழ்ச்சியாகச் சென்றுவருவதை 'இன்பச்செலவு' என்பார்கள்.

பழங்காலத்தில், மாடுகள்தான் ஒரு நாட்டின் மிகப்பெரிய செல்வங்களாகக் கருதப்பட்டன. ஆகவே, இந்த நாட்டின் பசுக்களை இன்னொரு நாட்டின் வீரர்கள் வந்து கொள்ளையடித்துச்செல்வது வழக்கமாக இருந்தது.

உடனே, பசுக்களை இழந்த நாட்டு வீரர்கள் சும்மா இருப்பார்களா? துரத்திச்சென்று அவர்களை விரட்டிவிட்டுத் தங்கள் பசுக்களை மீட்டுவருவார்கள்.

இப்படி அவர்கள் பசுக்களை மீட்பதற்காகச் செல்வதை ‘அதரிடைச்செலவு’ என்பார்கள். அதர் என்றால் வழி, பசுக்கள் சென்ற வழியிலே சென்று அவற்றை மீட்டுவருவது ‘அதரிடைச்செலவு’.

இதுபோல் ஒவ்வொருவர் வாழ்க்கையிலும் பலவிதமான வரவுகளும் செலவுகளும் இருக்கும். மகிழ்ச்சியை வரவில் வைத்துத் துயரங்களைச் செலவழித்துவிட்டால் இன்பமாக வாழலாம்.

★★★

൯7. நாய்க்கால், ஈக்கால், வாய்க்கால்

வரதனும் கந்தனும் நண்பர்கள்; காட்டுவழியில் நடந்துகொண்டிருந்தார்கள். திடீரென்று அங்கே ஒரு கரடி வந்தது. அதைப் பார்த்தவுடன் வரதன் மளமளவென்று அருகிலிருந்த மரத்தில் ஏறிவிட்டான். கந்தனுக்கு மரமேறத் தெரியாது. அவன் வரதனைப்பார்த்து, 'எனக்குக் கை கொடுத்துத் தூக்கிவிடு' என்று கெஞ்சினான். ஆனால், வரதன் அவனைக் கண்டுகொள்ளவில்லை. பார்க்காததுபோல் இருந்துவிட்டான்.

அதற்குள், கரடி பக்கத்தில் வந்துவிட்டது. கந்தன் தவித்தான். தன் உயிரைக் காத்துக்கொள்ள என்ன வழி என்று யோசித்தான். சட்டென்று அவனுக்கு ஓர் எண்ணம் வந்தது. 'கரடிகள் இறந்த உடல்களைத் தின்னாது என்று சொல்வார்களே, இப்போது நாம் இறந்துவிட்டதுபோல் நடித்தால் என்ன?'

உடனே, கந்தன் தரையில் படுத்தான். மூச்சைப் பிடித்துக்கொண்டு இறந்ததுபோல் கிடந்தான். கரடி அருகே வந்தது, அவனை முகர்ந்து பார்த்தது. வேறு வழியில் சென்றுவிட்டது.

இப்போது, வரதன் கீழே இறங்கிவந்தான், கந்தனைப் பார்த்து, 'நண்பா, கரடி உன் காதில் ஏதோ ரகசியம் சொன்னதே, அது என்ன ரகசியம்?' என்று கேட்டான். கந்தன் சொன்னான்,

'அந்தக் கரடி சொன்ன ரகசியம் என்ன தெரியுமா? ஆபத்தில் உதவாத நண்பனை நம்பக்கூடாது!'

வரதனைப்போல்தான் சிலர், நெருங்கிய நண்பர்களைப்போல் பழகுவார்கள், ஆனால், திடீரென்று ஒரு பிரச்னை வந்தால் ஓடிவிடுவார்கள், அவர்களால் நமக்குத் துளியும் நன்மை இருக்காது. ஆனால் வேறு சிலரோ, தொலைவிலிருந்தும் நல்ல விஷயங்களை நமக்காகக் கொண்டுவந்து தருவார்கள், தங்களுடைய சிரமத்தைப் பொருட்படுத்தாமல் நமக்கு உதவுவார்கள். மூன்றே சொற்களில் இந்த உண்மைகளை விளக்குகிறது ஒரு நாலடியார் பாடல்: நாய்க்கால், ஈக்கால், வாய்க்கால்!

நாய்க்கால் என்பது, நாயின் காலில் உள்ள விரல்களைக் குறிக்கிறது. அவை ஒன்றோடொன்று நெருங்கிக் காணப்படும். அப்படிதான் சில நண்பர்கள் நம்மோடு மிகவும் நெருக்கமாக இருப்பார்கள். ஆனால், அவர்களால் நமக்கு ஈக்கால் அளவுகூடப் பயன் இருக்காது. ஈயே சிறியது, அதன் கால் அதைவிடச் சிறியது, அந்தச் சிறிய அளவுகூட நமக்குப் பயன் தராத நண்பர்கள் இவர்கள். வேறு சிலரோ, வாய்க்கால்போல இருப்பார்கள்; தொலைவிலிருந்து நீரைக் கொண்டுவந்து வயலுக்குத் தந்து உதவுகிறது வாய்க்கால், அதைப்போல, இவர்கள் எல்லா விதத்திலும் நமக்கு நன்மை செய்வார்கள். அத்தகைய நண்பர்கள் எங்கே தொலைவில் இருந்தாலும் அவர்களுடன் நெருங்கிப் பழகலாம் என்கிறது நாலடியார்:

> 'நாய்க்கால் சிறுவிரல்போல் நன்கு அணியர் ஆயினும்
> ஈக்கால் துணையும் உதவாதார் நட்பு என்னாம்,
> சேய்த்தானும் சென்றுகொளல் வேண்டும், செய் விளைக்கும்
> வாய்க்கால் அனையார் தொடர்பு.'

நாமும் பிறருடன் பழகும்போது நாய்க்கால்போல் நெருங்கியிருந்து பயனில்லை, வாய்க்கால்போல் அவர்களுக்கு உதவவேண்டும், அதுதான் சிறந்த நட்பு.

★★★

௯௮. சென்னையிலிருந்து இடையன்குடி...

சென்னையிலிருந்த ஒருவர்; அவருக்கு இடையன்குடியில் வேலை கிடைத்தது.

இடையன்குடி என்பது, திருநெல்வேலி மாவட்டத்திலிருக்கும் ஊர். அதாவது, தமிழகத்தின் கீழ்ப்பகுதி.

சென்னையோ தமிழகத்தின் மேற்பகுதியில் இருக்கிறது. இன்றைய வரைபடத்தின்படி, சென்னையிலிருந்து இடையன்குடி சுமார் 700கிலோமீட்டர் தொலைவில் உள்ளது.

அதனால் என்ன? பேருந்தோ புகைவண்டியோ மகிழுந்தோ ஏறினால் ஒரே இரவில் சென்றுவிடலாமல்லவா?

உண்மைதான். ஆனால், சென்னையிலிருந்து இடையன்குடிக்கு மாற்றலான நம் நண்பர் 1841ல் வாழ்கிறார்; அதாவது, இன்றிலிருந்து சுமார் 175 ஆண்டுகளுக்குமுன்னால்!

அப்போதெல்லாம் சென்னைக்கும் இடையன்குடிக்கும் நேரடிப் போக்குவரத்து வசதியெல்லாம் கிடையாது. ஊர்ஊராக மாறிதான் செல்லவேண்டும்.

அந்த நண்பர் அலுத்துக்கொள்ளவில்லை, 'தமிழகத்தை நன்றாகப் பார்க்க ஒரு நல்ல வாய்ப்பு' என்று மகிழ்ந்தார். 'நான் நடந்தே இடையன்குடிக்குச் செல்கிறேன்' என்று புறப்பட்டுவிட்டார்.

இதற்குக் காரணம், அவர் தமிழகத்தின் வெவ்வேறு பகுதிகளை, அங்கே வாழும் மக்களை நன்கு கவனித்துப் புரிந்துகொள்ள விரும்பினார். வண்டியில் செல்வதைவிட, நடந்துசென்றால் ஊர்களை நன்கு அறிந்துகொள்ளலாம் என்று தீர்மானித்தார்.

இதன்படி, அவர் சென்னையிலிருந்து புறப்பட்டு ஒவ்வோர் ஊராகப் பார்த்தபடி நடந்தார். வழியில் இருக்கும் இயற்கைக்காட்சிகள், நதிகள், கோயில்கள் போன்றவற்றையெல்லாம் கவனித்தபடி சென்றார். சிதம்பரம், மயிலாடுதுறை, தரங்கம்பாடி, கும்பகோணம், தஞ்சை, திருச்சிராப்பள்ளி, திருவரங்கம், நீலகிரி, கோவை, மதுரை, திருமங்கலம், திருநெல்வேலி, பாளையங்கோட்டைவழியாக இடையன்குடிக்கு வந்தார்.

இந்த ஊர்களெல்லாம் எங்கே இருக்கின்றன என்று தமிழக வரைபடத்தைக் கவனித்துப்பாருங்கள். இத்தனை நீண்ட ஒரு பயணம் இன்றைக்கே பெரும் களைப்பைத்தரக்கூடியது, அப்படியானால், போதுமான போக்குவரத்து வசதிகள் இல்லாத அன்றைய சூழ்நிலையில் அவர் எத்தனைச் சிரமங்களை அனுபவித்திருப்பார்!

ஆனால், அதையெல்லாம் அவர் சிரமமாகவே நினைக்கவில்லை. தமிழ்நாட்டை இன்னும் நெருக்கமாக அறிந்துகொள்வதற்கான ஒரு வாய்ப்பாகவே கருதினார்.

இப்போது, உங்களுக்கு அதிர்ச்சியளிக்கக்கூடிய விஷயம்: இந்த அளவு சிரமப்பட்டுத் தமிழ்நாட்டைக் கவனித்துப் புரிந்துகொண்ட அவர், தமிழர் அல்லர், இந்தியரே அல்லர், ராபர்ட் கால்டுவெல் என்ற அவர், அயர்லாந்தில் பிறந்தவர், அங்கிருந்து இந்தியா வந்து தொண்டாற்றியவர்.

பிறந்த இடம் வேறானாலும், தமிழகம் வந்தபிறகு, கால்டுவெல் இந்த ஊரின் மொழியைக் கற்றுக்கொண்டார், மக்களைப்

புரிந்துகொண்டார், அவர்களோடு நெருங்கிப் பணியாற்றினார், பல ஆய்வுகளில் ஈடுபட்டுச் சிறந்த படைப்புகளை வெளியிட்டார். அவர் வழங்கிய 'திராவிட மொழிகளின் ஒப்பிலக்கணம்', 'திருநெல்வேலியின் அரசியல் பொது வரலாறு' ஆகிய நூல்கள் இன்றைக்கும் பரவலாக வாசிக்கப்படுகிறவை.

உங்கள் ஊருக்கு வெளியே நீங்கள் எவ்வளவு தொலைவு சென்றிருக்கிறீர்கள்? புதிய ஊர்களைக் காணச்செல்லும்போது வழக்கமான சுற்றுலாத்தலங்களைமட்டும் பார்க்காமல், அங்குள்ள மனிதர்களை, அவர்களுடைய மொழி, பழக்கவழக்கங்களைக் கவனித்துப்பாருங்களேன், உங்களுக்குள் ஒரு புதிய உலகம் திறக்கும்!

★★★

୨୨. பாவைக்கூத்துக் கலை

ஆனந்தனுக்குப் பொம்மைகள் என்றால் மிகவும் பிடிக்கும். யானை, மான், சிங்கம் போன்ற விலங்கு பொம்மைகள், கார், கட்டைவண்டி, சைக்கிள் போன்ற வாகன பொம்மைகள், மனித பொம்மைகள் என்று இன்னும் பலவற்றை வாங்கிவைத்திருக்கிறான்.

இந்தப் பொம்மைகளை வைத்து அவன் நாடகங்களை நடத்துவான். அதாவது, பொம்மைகளை வெவ்வேறு பாத்திரங்களாக்கி, ஒவ்வொன்றின் வசனங்களையும் அவனே பேசி நடிப்பான்.

எடுத்துக்காட்டாக, அவனிடமிருக்கும் மான் பொம்மையும் முயல் பொம்மையும் சண்டையிடும், அப்போது அங்கே ஒரு கார் வந்து நிற்கும், அதிலிருந்து முருகர் இறங்கிவருவார். ‘ஏன் சண்டை போட்டுக்கறீங்க? இனிமே நாம எல்லாரும் நண்பர்கள்’ என்பார்.

ஆனந்தனின் இந்த விளையாட்டு, புதிதல்ல. மிகப்பழையது. அந்தக் காலத்திலிருந்தே குழந்தைகள் இப்படிதான் பொம்மைகளை வைத்து விளையாடிக் கொண்டிருக்கிறார்கள்.

பெரியவர்களும் பொம்மைகளை வைத்து நாடகங்களை நடத்தியதுண்டு, அவற்றைப் பிற ஊர் மக்கள் ஆர்வத்துடன் உட்கார்ந்து பார்ப்பார்கள். அவற்றுக்கு ‘மரப்பாவைக்கூத்து’ என்று பெயர்.

‘பாவை’ என்றால் ‘பொம்மை’ என்று பொருள். மரத்தாலான பாவைகளை வைத்துக் கதைகளை நடித்துக்காட்டியதால் அது ‘மரப்பாவைக்கூத்து’ எனப்பட்டது. இதைப் ‘பொம்மலாட்டம்’ என்பதும் உண்டு.

கடவுளரின் கதைகள், புராணங்கள், சரித்திரங்களில் தொடங்கி, தீண்டாமை ஒழிப்பு, கல்வியின் முக்கியத்துவம், சுற்றுப்புறங்களைத் தூய்மையாக வைத்துக்கொள்வதன் அவசியம், பெண் விடுதலை என்று பல விஷயங்களையும் இந்தப் பாவைக்கூத்துகள் பேசின. மக்களுக்குப் புரிகிற மொழியில் இவை நடத்தப்பட்டதால் இவற்றுக்கு நல்ல வரவேற்பிருந்தது.

இதேபோல், மிருகங்களின் தோலிலும் படங்களை வரைந்து பொம்மைகளை உருவாக்கி நாடகம் நடித்தார்கள். அவை ’தோல்பாவைக்கூத்து’ என்று அழைக்கப்பட்டன. வெள்ளைத் திரைக்குப்பின்னாலிருந்து பொம்மைகளின் நிழலைக் காட்டி நடித்த நாடகங்கள் ‘நிழற்பாவைக்கூத்து’ எனப்பட்டன.

இந்தப் பொம்மைகளில் சில, முழுவதும் ஒரே உருவமாகச் செய்யப்பட்டிருக்கும்; வேறு சில, கை தனியே, கால் தனியே அசையும்படி இருக்கும். அவை ஒவ்வொன்றையும் தனித்தனி நூலிலே கட்டியிருப்பார்கள். பின்னாலிருந்து ஒருவர் நூல்களை மாற்றிமாற்றி இழுக்கும்போது இந்தப் பொம்மைகள் கையைத் தூக்குவதுபோல, காலைத் தூக்குவதுபோல, சிரிப்பதுபோல, கோபப்படுவதுபோல, ஒன்றோடொன்று மோதுவதுபோலத் தெரியும். எளிமையான இந்த அமைப்புகளை வைத்துக்கொண்டு அன்றைய கூத்துக்கலைஞர்கள் அருமையான நாடகங்களை நடத்திக்காட்டினார்கள்.

ஒருகாலத்தில் லட்சக்கணக்கான மக்களுக்குப் பொழுதுபோக்கா கவும், சமூக விழிப்புணர்வுச் செய்திகளைக் கொண்டுசேர்க்கிற

ஊடகங்களாகவும் இருந்த இந்த மரப்பாவை, தோல்பாவை, நிழற்பாவைக்கூத்துகள் இப்போது அதிகம் நடைபெறுவதில்லை. வானொலி, தொலைக்காட்சி, திரைப்படங்கள், இணையம் போன்றவை அந்த இடத்தை ஆக்கிரமித்துவிட்டன. எப்போதாவது அருங்காட்சியகங்களுக்குச் சென்றால் இந்தப் பொம்மைகளை நாம் பார்க்கலாம்.

இன்றைய நவீன சூழ்நிலையிலும், பாரம்பரியமான பாவைக்கூத்து நிகழ்ச்சிகளை நடத்திவரும் கலைஞர்கள் இருக்கிறார்கள். அபூர்வமான அவர்களுடைய திறமையை எல்லாரும் பார்த்து ஆதரித்தால், இந்தக் கலை தொடர்ந்து வாழும்.

★★★

100. வேற்றுமைகளை மறப்போம்

‘மதன், இங்கே வா’ என்று அழைத்தார் தமிழாசிரியர், ‘நம்ம பள்ளி நூலகத்துக்கு என்னென்ன புத்தகங்கள் வாங்கணும்ன்னு மாணவர்கள்கிட்டே பேசி ஒரு பட்டியல் தயாரிக்கச் சொன்னேனே, செஞ்சுட்டியா?’

‘இன்னும் இல்லைங்கய்யா’ என்றான் மதன்.

‘ஏன்? என்னாச்சு?’

மதன் கொஞ்சம் தயங்கினான், ‘அது வந்து...’ என்று இழுத்தான்.

‘என்ன பிரச்னை மதன்? எதுவானாலும் தயங்காம சொல்லு!’

‘ஐயா, நீங்க இந்தப் பணியை நாலு பசங்ககிட்ட ஒப்படைச்சிருந்தீங்க, நாங்க நாலுபேரும் ஒண்ணாச் சேர்ந்து வேலைசெய்யணும்ன்னு சொன்னீங்க.’

‘ஆமா, அதுக்கென்ன?’

‘அங்கேதான்ங்கய்யா பிரச்னை’ என்றான் மதன். ‘நீங்க தேர்ந்தெடுத்த நாலு பேருக்கும் ஒத்துப்போகலை. ஒவ்வொருத்தரும் ஒவ்வொருவிதமா இருக்கோம், எனக்கு மத்த

மூணுபேரையும் பிடிக்கலை, மத்த மூணுபேருக்கும் என்னைப் பிடிக்கலை, அதனால வேலையும் ஒழுங்கா நடக்கலை.'

ஆசிரியர் சிரித்தார், 'உன்னைத்தவிர இந்தக் குழுவுல இருக்கிற மத்த மூணுபேரும் கெட்ட பசங்கன்னு நீ நினைக்கறியா?'

'சேச்சே, நான் அப்படிச் சொல்லலைங்கய்யா' என்று மறுத்தான் மதன், 'ஆனா, சில விஷயங்கள்ல அவங்க நடந்துக்கற விதம் எனக்குப் பிடிக்கலை.'

'காரணம், அவங்க உன்னைமாதிரி நடந்துக்கலை. வேறமாதிரி வித்தியாசமா நடந்துக்கறாங்க. அப்படிதானே?'

'ஆமாங்கய்யா.'

'அதேசமயம், அவங்களுக்கும் உன்னைப் பிடிக்கலை, ஏன்னா, அவங்க நினைக்கறமாதிரி நீ நடந்துக்கலை. அதுவும் உண்மைதானே?'

மதன் பதில்சொல்லாமல் தலையைக் குனிந்துகொண்டான். ஆசிரியர் புரிந்துகொண்டதுபோல் அவனைத் தட்டிக்கொடுத்தார். 'பரவாயில்லை, இது ஓர் இயல்பான விஷயம்தான், இதை நினைச்சு வருத்தப்படவேண்டியதில்லை' என்றார்.

'எந்த ரெண்டுமனுஷங்களும் ஒரேமாதிரி இருக்கறதில்லை. வெவ்வேற பழக்கவழக்கங்கள், சிந்தனைகள், செயல்கள்ன்னு ஒருத்தருக்கொருத்தர் வெவ்வேறவிதமாதான் இருக்கோம். அதுமாதிரி வேறுபாடுகள்தான் உலகத்தோட தன்மை. அதுதான் இந்த உலகத்தையே சுவையாக்குது.'

'ஆனா நாம என்ன நினைக்கறோம்? நாம நடந்துக்கறவிதம்தான் சரி, மத்தவங்க நடந்துக்கறவிதமெல்லாம் தப்புன்னு நினைச்சுக்கறோம். அவங்க வேறவிதமா நடந்துக்கறதால, அவங்கமேல கோவப்படறோம், அவங்களோட சேர்ந்து வேலைசெய்யறது நமக்குப் பிடிக்கிறதில்லை.'

'இப்போ, நீயும் மத்த மூணு பசங்களும் ஒருத்தரோட ஒருத்தர் சேர்ந்து வேலைசெய்யத் தயங்கறதாலே யாருக்கு இழப்பு? நம்ம பள்ளிக்குதானே? நம்ம நூலகத்துக்குதானே?'

‘இந்தமாதிரி ஒரு பொது விஷயம்ன்னு வந்துட்டா, நாம எல்லாரோடும் இணைந்து பணியாற்றத் தயாரா இருக்கணும். மத்தவங்ககிட்ட இருக்கிற வேற்றுமைகளைப் பார்த்து விலகக்கூடாது, அப்படி விலகினா எந்த நல்ல விஷயமும் நடக்காது. இதை நான் சொல்லலை, மு. வரதராசனார் சொல்றார்.’

‘புரிஞ்சதுங்கய்யா’ என்று தலையாட்டினான் மதன். ‘நான் உடனே அந்தப் பசங்களோட பேசறேன், இதை விளக்கிச்சொல்றேன், நாங்க எங்களோட வேற்றுமைகளையெல்லாம் மறந்து நம்ம பள்ளிக்காக ஒண்ணா வேலைசெய்வோம்.’

★★★

தெளிவான எழுத்தும் ஆழமான ஆய்வும் நிறைந்த நூல்களுக்காகத் தமிழ் வாசகர்களிடையில் நன்கு அறியப்பட்டுள்ள என். சொக்கன் புனைவு, வாழ்க்கை வரலாறு, நிறுவன வரலாறு, தன்னம்பிக்கை, சிறுவர் இலக்கியம் உள்ளிட்ட துறைகளில் இதுவரை எழுபதுக்கும் மேற்பட்ட நூல்கள், நூற்றுக்கணக்கான கதைகள், கட்டுரைகளை எழுதியுள்ளார். விரிவான ஆய்வுகள், சான்றுகளின் அடிப்படையிலான ஆழமான வரலாற்று நூல்களைத் தமிழில் எழுத இயலும், அவற்றைப் பெரும்பான்மை வாசகர்களுக்குக் கொண்டுசேர்க்கவும் இயலும் என்பதைப் பலமுறை நிரூபித்த எழுத்து வகை இவருடையது.

தமிழ், ஆங்கிலம் ஆகிய இரு மொழிகளிலும் எழுதும் சொக்கனுடைய நூல்கள் ஹிந்தி, கன்னடம், மலையாளம் உள்ளிட்ட பல மொழிகளில் மொழிபெயர்ப்பாகியுள்ளன.

www.ingramcontent.com/pod-product-compliance
Ingram Content Group UK Ltd.
Pitfield, Milton Keynes, MK11 3LW, UK
UKHW042135021026
15589UKWH00003B/848

9 789395 731027